ĐẤT NHỚ NGƯỜI THƯƠNG

ĐẤT NHỚ NGƯỜI THƯƠNG
Bút Ký Nguyễn Minh Nữu

Bìa Ký Ức Xanh, tranh sơn dầu của Trương Vũ.
Chân dung tác giả - Ký họa của Trần Nho Bụi.
Trình bày trang trong Nguyễn Thành
Đọc bản thảo: Đoàn Văn Khánh
ISBN: 978-4-0879-2924-8
Nhà Xuất Bản Nhân Ảnh - 2022

NGUYỄN MINH NỮU

ĐẤT NHỚ
NGƯỜI THƯƠNG

NHÂN ẢNH

2022

Đất ta đến, khi xa thành Đất Nhớ
Người hữu duyên khi gặp hóa Người Thương.

THƯ GỬI BẠN, THAY LỜI MỞ

Những địa danh mà tôi đã từng sống, ghi lại trong lòng tôi biết bao cảm xúc. Từ nơi sinh ra ở Hà Nội, di cư vào Sài Gòn từ năm bốn tuổi, lớn lên trong các khu xóm nhỏ ở Sài Gòn như Trương Minh Giảng, Nancy, Bàn Cờ, Long Kiểng, Khi đi lính ở Ban Mê Thuột, Mỹ Tho, Đà Lạt, Nha Trang, và sau này định cư tại tiểu bang Virginia, Hoa Kỳ. Tất cả các nơi đã đến, đã sống đều không do tôi chọn lựa, mà do thời cuộc, do điều động từ trên, và do biến chuyển của dòng đời đưa đẩy. Nhưng ở đâu, tôi cũng nhận được lượng bao dung từ đất trời và in khắc được những dấu ấn chung quanh, viết về kỷ niệm về những vùng đất đó, không phải cho riêng tôi, mà viết cho tất cả những người đã sống nơi đó, có thể cùng thời với tôi, có thể khác thời với tôi, nhưng chắc ai cũng được hưởng cảnh sắc, dấu tích và kể cả cái không gian yêu dấu đó.

Những con người mà tôi ghi lại trong bút ký này là những người tôi có dịp may quen biết và gần gũi. Họ là động lực, là sức đẩy, là nơi tôi nương cậy để sống và lớn lên. Họ là những người bạn, những người anh, những người thầy, nhưng trước hết, họ là tri âm, tri kỷ. Chắc không phải riêng tôi, tất cả các bạn ai cũng có những con người như vậy chung quanh. Cho nên viết về Họ, không để vinh danh cho họ, mà vinh danh cho con người, vinh danh những mẫu đời sống rất bình thường mà Họ là một biểu trưng. Tôi biết ơn những con người tôi được gặp gỡ và quen biết. Những hồi ức về Họ mà tôi ghi lại, thực ra, với tôi, chính là những bài học nhân văn nhất không từ trường lớp, những trải nghiệm của Họ trở thành kinh nghiệm để làm hành trang cho tôi sống với cuộc đời.

Bút ký này, sắp xếp theo thứ tự ABC chứ không theo ngày tháng, hoặc là viết về Đất trước, viết về Người sau hay ngược lại.

Tôi nghĩ rằng, những rung động của tôi về những vùng đất tôi đã sống, sẽ cùng bạn nhớ về những vùng đất mà bạn đã sống. Tôi nghĩ rằng những cảm xúc của tôi về những Người mà tôi đã biết, sẽ gợi cảm cho bạn về những người chung quanh mà bạn đã quen. Chắc là chúng ta sẽ có chung với nhau nhiều điều thú vị.

Rất chân tình hướng lòng mình tới những rừng cây, những bờ lạch, những xóm nghèo, những dòng sông, những con đường tôi đã đi qua từ Đất Nhớ.

Rất trân trọng và cám ơn những con người đã được gặp, Xin hãy hiểu rằng cuộc sống của họ, giao tình của họ đã cho tôi Hiểu, và Biết, và Tin yêu cuộc đời cho đến vô cùng. Xin được gọi chung các bạn là những Người Thương.

Để cho trọn những dòng nhớ dòng thương, Tập bút ký này có đang lại một phần của tập bút ký Thương Quá Sài Gòn của Nguyễn Minh Nữu, do Phương Nam xuất bản và phát hành từ năm 2018 .

Nguyễn Minh Nữu
Tháng 2 năm 2022.

VIẾT VỀ BÙI CÔNG BẰNG:
THANH CA-TÁC ĐỘNG MỘT THỜI

Phong trào Du ca được hình thành từ nhóm Trầm ca, Nhóm Trầm Ca thành hình từ những sinh hoạt thanh niên ca phát xuất từ Đà Lạt. Theo Bách Khoa Toàn Thư Mở ghi rằng: "Sự ra đời của Phong trào Du ca gắn liền với phong trào hoạt động xã hội của thanh niên, sinh viên, học sinh miền Nam - bùng lên mạnh mẽ tại miền Nam vào giữa thập niên 1960. Cao điểm của phong trào hoạt động xã hội là "Chương trình Công tác Hè 1965" - một dự án lớn liên kết nhiều hội đoàn thanh niên và nhiều viện đại học lớn tại miền Nam lúc đó.

Mùa hè năm 1965, Nguyễn Đức Quang và một số bạn đồng môn (là cựu học sinh trường Trung học Trần Hưng Đạo - Đà

Lạt) đã tham gia "Chương trình Công tác Hè năm 1965" và gặp gỡ nhiều nhà hoạt động thanh niên của vùng Sài-gòn - Gia định. Sau kỳ nghỉ hè này, một ban nhạc sinh viên đã bắt đầu hình thành gồm có năm người: Nguyễn Đức Quang, Trần Trọng Thảo, Hoàng Kim Châu, Nguyễn Quốc Văn và Hoàng Thái Lĩnh. Ban nhạc sinh viên này xuất hiện lần đầu tiên tại giảng đường Spellman (Viện Đại học Đà Lạt) vào hai đêm 19 và 20 tháng 12 năm 1965 cùng với nhạc sĩ Phạm Duy và ca sĩ Phương Oanh. Kể từ đó, Phương Oanh gia nhập ban nhạc - chính thức có tên là Ban Trầm Ca. Trong năm 1966, ban nhạc này đã cùng nhạc sĩ Phạm Duy lưu diễn nhiều nơi tại miền Nam Việt Nam.

Cũng trong năm 1966, được sự hỗ trợ của một số huynh trưởng hoạt động thanh niên, Ban Trầm Ca đã tổ chức 8 khóa Thanh ca - Tác Động nhằm đào tạo hạt nhân để phát triển phong trào. Cuối năm 1966, Phong trào Du ca Việt Nam được chính thức thành lập như một tổ chức thanh niên tự nguyện với mục đích giáo dục thế hệ trẻ thông qua các hoạt động văn nghệ và sinh hoạt cộng đồng. Đinh Gia Lập - một hướng đạo sinh, cựu học sinh Trường Trần Hưng Đạo, cũng là một thành viên của Ban Trầm Ca mặc dù không tham gia trình diễn, đã trở thành Chủ tịch lâm thời của Phong trào Du Ca".

Tôi đến với Du ca khoảng năm 1972, khi còn trong quân ngũ và đóng ở Ban Mê Thuột. Đầu tiên là quen với Nguyễn Quyết Thắng, sau đó đến với Du Ca Lòng Mẹ do Thắng làm đoàn trưởng. Du Ca Lòng Mẹ Đắc Lắc ghi đậm dấu nhớ trong tôi là những buổi sinh hoạt, tập hát những bài hát mới, và thú vị nhất là những lúc ngồi chung trong một vòng tròn vỗ tay làm nhịp, và hát hăng say các bài ca sinh hoạt: Nắng nóng cháy da đã về rồi, trên thân người đẹp tôi, Bão tố buốt xương cũng về rồi, cho thêm tàn phai... (Người yêu tôi Bệnh, Nguyễn Đức Quang) Khởi đầu là như vậy, nhưng tôi đang trong quân ngũ, chỉ đến chơi và làm bạn đoàn được thôi. Rồi khi rời Ban Mê Thuột, vẫn mang trong lòng đầy ắp kỷ niệm sinh hoạt với tình thân áo Nâu cho nên tôi vẫn tự coi mình như một Du Ca. Về Sài Gòn, tôi có dịp gặp và làm thân với các anh chị trưởng của Du ca như Đỗ Ngọc Yến, Nguyễn Đức Quang, Ngô Mạnh Thu, Trần Trọng Thảo, Phạm Tuấn Ngọc. Đặc biệt là Huynh Trưởng nhỏ hơn, đồng trang lứa với tôi như Đinh Việt Hùng, Nguyễn Ngọc Linh, Bùi Công Bằng trong một tập thể khác là Đoàn Du ca Giao Chỉ. Nhớ tới một người là nhớ tới điểm đặc biệt của người đó và kéo theo nhớ về cả một nhóm người.

Có một bài lục bát rất hồn nhiên, thơ mộng của Đoàn Văn Khánh được Nguyễn Quyết Thắng phổ nhạc và cặp đôi Bùi Công Bằng -Trần Hương Giang hay hát song ca là ca khúc Những Tối Hoa Xưa. Bài hát như thế này:

Năm mười, mười lăm, hai mươi
Tôi che mắt kiếm, em cười rất trong
Con trăng sớm biết mặn nồng
Giăng ngang một sợi mây hồng như mơ.
Thương em, xé vở học trò
Ban khuya cắn bút làm thơ tỏ tình
Trên dòng lục bát mông mênh
Gọi mưa về lá hồn nhiên ngủ vùi
Năm mười mười lăm hai mươi
Có người xanh tóc yêu người tóc xanh.

Hai người hát bài này phải nói là rất đạt, cuốn hút và tình tứ cho nên cả nhóm bạn hát theo. Hai câu cuối là "Có người xanh tóc yêu người tóc xanh" lập đi lập lại và trở thành trò chơi của một đám thanh niên ưa ca hát thích cười đùa. Bùi Công Bằng để râu từ thời thanh niên, ôm đàn hát bè với Hương Giang tươi trẻ từ hồi cả hai còn là tình nhân cho đến lúc chính thức về với nhau, nên nhóm Du Ca Giao Chỉ hát sửa lời để trêu chọc:

Năm mười mười lăm hai mươi
Có người râu cứng, yêu người cứng râu

Ca khúc tình yêu hồn nhiên dễ thương đó, mỗi khi hát lên gợi nhớ tới cả ba người bạn: người làm thơ, người viết nhạc và ca sĩ Râu Cứng Bùi Công Bằng.

Tôi quen với Bằng năm 1974. Lúc đó Phong trào Du Ca đang tổ chức liên tục các buổi cứu trợ cho đồng bào chạy loạn từ miền Trung về, các trung tâm tiếp cư mọc lên tiếp nhận người chạy loạn đã bị quá tải, vượt quá khả năng quản trị, nên rất cần các đoàn thể thanh niên tiếp sức. Phong trào Du Ca có người nhưng lại không có tiền. Bùi Công Bằng là một Huynh Trưởng trẻ, có trình độ và khả năng được ủy thác làm đại diện liên lạc với các công sở, cơ quan để xin hỗ trợ tài chánh. Lối nói chuyện rành mạch và đĩnh đạc của Bằng đem lại nhiều kết quả khả quan để Du Ca có chút tài chính thực hiện những chương trình cứu trợ cụ thể.

Trên chiếc Honda 67, Bùi Công Bằng khoác trên vai cái túi vải màu tím, chở tôi theo để đi gặp chỗ này chỗ khác, chuyện trò, thuyết phục mọi người chung tay lá lành đùm lá rách…. những chuyến đi chung tạo ra thân tình và quý mến thật nhiều chàng Huynh Trưởng tư cách này.

Căn nhà nằm gần cuối một con hẻm ở đường Nguyễn Tri Phương tôi đã đến nhiều lần, nhiều tới độ không nhớ đã bao nhiêu lần. Lần này về Sài Gòn, tôi đến đó để gặp khuôn mặt trắng trẻo, đôn hậu, hàm râu xanh mượt mà luôn kèm nụ cười hào sảng. Hơn năm mươi năm qua đi, căn nhà cũ ngày xưa đã sửa chữa tân trang một chút cho phù hợp với thời đại, nhưng vẫn giữ nguyên một trệt một lầu như trước. Cái bàn gỗ dài lên nước bóng bên cạnh cây Piano nằm sát vách, cái kỳ diệu là khuôn mặt xưa dù tóc bạc phơ, hàm râu dài rậm trắng tinh vẫn rộn rã tiếng cười hào sảng. Tiếng cười của chàng thanh niên tuổi hai mươi ngày xưa và của ông già gần bảy mươi với đàn cháu nội ngoại sao vẫn như chẳng có gì thay đổi.

Trong chuyến đến thăm lần trước, Bùi Công Bằng nói yêu thích thơ của Phạm Cao Hoàng, và khi biết tôi quen và ở gần với Phạm Cao Hoàng ở Virginia, Bằng nói, nếu được, ông xin Phạm Cao Hoàng cho tôi một tập thơ. Khi tôi nói, Phạm Cao Hoàng nồng nhiệt lấy tập thơ mới nhất ghi lời tặng và nhờ tôi chuyển về. Lần này, đến chơi với Bùi Công Bằng và chuyển tận tay Bằng tập thơ đó.

Bùi Công Bằng trân trọng cầm tập thơ và tâm sự: mình và Phạm Cao Hoàng chưa từng gặp mặt, mình thích thơ Phạm Cao Hoàng vì cái phong cách điềm đạm, cái tình yêu đằm thắm và một cái gì đó bí ẩn giấu kín giữa hai dòng chữ trong thơ Phạm Cao Hoàng. Hay thật, Bằng và Hoàng là hai người bạn của tôi từ hai phương trời khác nhau, chỉ qua thơ mà Bằng cảm nhận ra sự gần gũi của con người Phạm Cao Hoàng.

Mà thực sự là vậy, ngay từ tập thơ đầu "Đời Như Một Khúc Nhạc Buồn' xuất bản năm 1972 cho đến tác phẩm gần đây nhất "Đất Còn Thơm Mãi Mùi Hương" (2016) thơ Phạm Cao Hoàng vẫn giữ nguyên thần sắc của nhẹ nhàng, sâu lắng và đôn hậu như chính con người anh. Trong thơ, Phạm Cao Hoàng ghi nhận được thiên nhiên kỳ thú bằng cái nhìn mới lạ và tìm ra mối liên quan bất ngờ đầy sáng tạo giữa thiên nhiên và tâm hồn nhạy cảm riêng mình.

Tôi và Bùi Công Bằng gặp nhau và chia sẻ niềm yêu thích đó.

Chiều thứ bảy, tháng Chín Sài Gòn hay có những cơn mưa, phòng khách nhà Bằng đã bày sẵn một bàn dài với 12 cái ghế, tương ứng với 12 bộ chén bát. Chơi với Bằng đã lâu, người bạn Ca Trưởng gốc nhà giáo này là người tinh tế, hào sảng nhưng thật nghiêm túc. Cách bày biện cho tôi biết trước hôm nay quay tròn trong vòng thân tình này sẽ là 12 người mà Bằng đã chuẩn bị. Sẽ không có khách lạ bất ngờ, và chắc cũng sẽ không có sự vắng mặt nào bất ngờ của ai nếu đã nhận được lời mời.

Trong lúc chờ mọi người đến, mênh mang nhớ đến cái thời sau 1975. Chúng tôi còn rất trẻ, và tất nhiên còn rất khỏe. Chúng tôi tụ tập nhau tại Nhà Văn Hóa Thanh Niên ở số 4 đường Duy Tân, bỗng dưng rồi hình thành một nhóm khá đông thanh niên cùng sở thích sinh hoạt ca hát, nhóm tạm xưng tên Thanh Ca Tác Động và mong đóng góp sức mình vào một cuộc sống đẹp hơn sau chiến tranh. Nhóm được Thành Đoàn chấp nhận cho sinh hoạt, nhưng cách một hai hôm, Bằng phải một mình lên gặp

Thành Đoàn để nhận những hướng dẫn, càng lúc càng khắt khe với một tổ chức không do chính Thành Đoàn thành lập. Những chuyến đi họp đó của Bằng đem về những yêu cầu càng lúc càng không thể làm nổi. Cho đến chừng hai tháng sau thì nhận được quyết định cấm mọi sinh hoạt dù ở bất cứ nơi nào. Lúc đó, thực sự chúng tôi cũng đã nếm mùi thiếu đói của gia đình và bản thân, ai cũng nghĩ tới chuyện phải quay về với các sinh sống đời thường cơm áo gạo tiền.

Cơn mưa Sài Gòn ào xuống bắt chợt, mà những bạn hữu ngày xưa của Đoàn Du Ca Giao Chỉ, nhóm Thanh Ca Tác Động lần lượt bước vào, Nguyễn Công Tài, Đinh Việt Hùng, Nguyễn Ngọc Linh, Minh Hương, Đỗ Như Bình, Trần Nhật Vy, Trần Đạt, Hương Giang, cùng với tôi, Đoàn Văn Khánh, Bùi Công Bằng và cậu con rể của chủ nhà nhận nhiệm vụ chuẩn bị một bàn dài cho buổi tụ hội chờ sẵn.

Chị Hương Giang đón khách niềm nở và bạn cũ gặp nhau chuyện dòn tan như pháo tết. Nhìn chị Hương Giang, tôi bất chợt nhớ đến ngày xưa. Ngay sau ngày 30/4/75, những người bạn cũ trong sinh hoạt Du Ca gặp lại nhau ở số 4 Duy Tân. lúc đó các anh em Du Ca nghe tiếng kéo đến chơi chung, có lúc lên đến 200 người, Thành Đoàn giao cho nhóm một căn nhà bỏ hoang để làm nơi tập trung sinh hoạt, đó là số nhà 101 đường Nguyễn Du. Khi vào căn biệt thự nằm bên hông Dinh Độc Lập này nhìn thấy rất nhiều tượng điêu khắc hoàn chỉnh như tượng Hà Thúc Nhơn, Phan Bội Châu, Trịnh Công Sơn, rất nhiều những tượng phác thảo chưa xong, đằng sau nhà có một cái hầm nổi để tránh pháo kích, bên trong la liệt sách báo, nhiều nhất là nhạc Trịnh Công Sơn... cả bọn đoán mò đây là nhà riêng một nhân vật cao cấp, và là nơi lui tới hoặc mượn đất là xưởng điêu khắc của Điêu khắc gia Lê Thành Nhơn. Căn biệt thự đẹp rộng, trước sân, ngay cửa vào trồng hai cây hoa Sứ, tàn cao lá rộng che phủ cả nửa khoảng sân.

Lúc đó Bùi Công Băng và Hương Giang còn trong giai đoạn tình nhân, mà Băng khí vũ hiên ngang, "râu hùm hàm én mày ngài, vai năm tấc rộng thân mười thước cao, Đường đường một đấng anh hào" (Nguyễn Du)... Đàn ca hát xướng món nào cũng tinh, nên trong nhóm có một vài cô lén lút mộng mơ. Có một cô, bây giờ tôi cũng quên tên là gì, có những cử chỉ và lời nói hơi lộ liễu, hai ba bạn thân ghé tai nói nhỏ với Bằng nên gìn giữ, Bằng gật đầu và nói hình như Hương Giang biết rồi, hồi nãy thấy cô ta có vẻ buồn. Nói xong, Bằng quay vào nhà tìm Hương Giang thì cô ta đã biến mất. Cả bọn nhốn nháo đi tìm, không ai thấy Hương Giang đi ra khỏi căn nhà, mà trong nhà ngoài sân tìm tứ tung không thấy. Cả bọn đứng trước cửa nhà bàn tán xôn xao, đặt ra hàng chục lý do từ thâm sâu đến ngô nghê nhất để đoán tại sao cô ta biến mất và cô ta biến mất đi đâu. Giữa đoán mò theo kiểu tưởng tượng như... tưởng voi đó, bỗng mọi người phát giác một tiếng cười ngắn giống như bật cười nhưng vội lấy tay che mồm lại, phát xuất từ trên cây hoa Sứ bên cạnh. Mọi người ồ lên phát giác Địch lén lút trốn trên cây. Thế là hiệp sĩ Bùi Công Bằng phải đích thân tham gia trò chơi "Cứu Công Chúa".

Ngày hôm sau, chúng tôi được thông báo chính thức, sẽ có lễ đính hôn sớm giữa Hương Giang và Bùi Công Bằng. Ngày hôm nay, nhìn Hương Giang đã là bà nội bà ngoại với quá trình gần năm mươi năm Khớp con Ngựa Ngựa Ô... mới hay mối tình Hoa Sứ có kết thúc có hậu vô cùng.

Cũng từ Thanh Ca Tác Động này, còn kết nối mối tình khác, mối tình Đinh Việt Hùng và Minh Hương. Niềm vui có thật khi cả hai cặp Bằng-Giang và Hùng- Hương tổ chức đám cưới chung, và kết thân chơi với nhau cho đến bây giờ.

Ngoài hai cặp đôi này, còn một cặp đôi khác cũng hình thành từ Thanh Ca Tác Động này là Nguyễn Dân Chủ và Nguyễn Thị Thu. Chủ và Thu quen nhau, yêu nhau và tiến tới hôn nhân khi nhóm đã tan rã nên ít người biết. Từ trang facebook này, tôi và Chủ tìm ra nhau, Chủ hiện ở Đà lạt, vui vẻ với nghề trồng hoa cuộc sống ổn định thanh nhàn, chỉ đau lòng là khi hỏi đến Thu, Thu đã mất từ 21 năm về trước.

Gặp mặt hôm nay giữa những người bạn phải kể đến Nguyễn Ngọc Linh.

Nhạc sĩ Nguyễn Ngọc Linh vừa qua một cơn bạo bệnh, cái gọi là bình phục nghĩa là từ nằm thiêm thiếp thành ra tạm đi đứng được, người gầy hom hem, chỉ có đôi mắt là vẫn sáng tinh anh, nụ cười nhỏ nhẹ, thế mà vẫn ôm được cây đàn để hát "... những mê đắm rã rời... trong tuyệt vời ký ức..."

Ghi chú thêm: là sau buổi gặp gỡ này, mấy tháng sau Linh bệnh trở lại, nặng nề hơn. Thấy là không xong rồi nên nhóm bạn hữu thân thiết chung tay thực hiện cho Nguyễn Ngọc Linh một CD 12 ca khúc của Nguyễn Ngọc Linh, gồm 4 ca khúc Linh phổ thơ Nguyễn Minh Nữu, 4 ca khúc Linh phổ thơ Đoàn Văn Khánh cùng với 4 ca khúc Linh viết nhạc và lời. CD thực hiện xong, Đưa đến tận tay Linh để Linh tặng bạn bè, Linh vui mừng nằm nghe được mấy bữa rồi ra đi.

Đôi uyên ương Minh Hương-Đinh Việt Hùng say đắm niềm vui khi kể cho bạn bè biết: tiếng hát Khôi Nguyên Sinh Viên hồi năm 1975, bây giờ vừa tham dự cuộc thi "Tiếng Hát Mãi Xanh" và vừa đạt số điểm 99/100 để bước vào nhóm 9 thí sinh của vòng bán kết. Tiếng hát của Đinh Việt Hùng là tiếng hát của của cảm xúc, cái trữ tình trong đó là cái trữ tình của hoài vọng và nuối tiếc khôn nguôi, cho nên ca khúc anh chọn để dự thi là ca khúc Nỗi Lòng. Đúng là nỗi lòng chất chứa bấy nhiêu năm.

Lần này, ngồi bên nhau, Đinh Việt Hùng ôm đàn, tiếng hát như một dải lụa mềm, mênh mang và trìu mến khi hát Hương Xưa của Cung Tiến, đôi mắt nhìn mông lung và mê đắm gọi mời *"Người ơi một chiều nắng tơ vàng hiền hòa hồn có mơ xa..."*

Nhà báo Trần Nhật Vy làm tôi ngạc nhiên nhiều nhất, Vy đưa tặng tác phẩm *"Sài Gòn chốn chốn rong chơi"* và cho biết đây là tác phẩm thứ 9 của chàng. Từ *"Khúc Dạo Đầu"* tập thơ đầu tay năm 1987, chàng thanh niên thanh mảnh với những bước chân lãng tử ngày nào đã lần lượt làm việc miệt mài cho các tác phẩm tiểu thuyết, biên khảo, ký sự... tạo một tên tuổi được nhiều người biết đến.

Nguyễn Công Tài, Đỗ Như Bình cũng vậy, những khuôn mặt trắng hồng thanh niên xưa đã từng trải phế hưng cuộc sống để ngày nay ngồi lại bên nhau với mắt sáng môi tươi tiếng hát hòa nhau trong từng ca khúc sinh hoạt ngày xưa.

Đoàn Du ca Giao Chỉ đã không còn từ lâu, nhưng cái giao tình của Ca Trưởng Bùi Công Bằng, với các bằng hữu như Đinh Việt Hùng, Nguyễn Ngọc Linh, Hoàng Mạnh Hùng, Hoàng Văn Phượng, Công tài, Như Bình, Trần Nhật Vy... và nhiều người nữa vẫn là những cung cách xưng hô như ngày nào, vẫn chung một vòng tròn vỗ tay cùng hát những tính ca đất nước như xưa. Cái vỏ danh xưng không còn nữa, nhưng cái ruột chí tình lại lồng lộng hơn xưa.

Căn nhà nhỏ ở gần cuối con hẻm đường Nguyễn Tri Phương này ghi lại trong tôi biết bao kỷ niệm, và hôm nay, lại ghi thêm dấu nhớ cho thời thanh niên rất quý, mà như một người bạn làm thơ đã ghi lại:

Nơi đây từng có một thời
Bừng bừng nhạc dậy, lời lời thơ reo.

Hai câu thơ của Nguyễn Tri Thức không phải ghi về căn nhà đó, mà ghi về một điểm khác. Nhưng cũng như tất cả chúng ta, ai cũng có những địa danh, thời điểm, vị trí và bằng hữu ghi đậm nét trong trí nhớ, mãi mãi mang theo để rồi có lần ghé qua trìu mến nhớ lại rằng... từng có một thời...

Có phải thế không?

Những giao tình của thời còn thanh niên cũ chẳng phai mờ theo năm tháng, mà đậm đà hơn khi chúng tôi tuổi đã về chiều. Giữ mối liên lạc để biết rằng đâu đó vẫn còn nhau. Chuyện về Thanh Ca Tác Động, của Du Ca Giao Chỉ ngày xưa vẫn luôn là điều thú vị. Xa cách nhau ngàn trùng, nhưng qua facebook, vẫn giữ mối giây đằm thắm văn nghệ. Tháng 9/2021 vừa rồi, Phạm

Cao Hoàng viết một bài thơ mới, Bài thơ u uất buồn của kiếp sống trước nỗi buồn lo trong đại dịch, cả địa cầu chung một nỗi sầu đau. Bài thơ tên là: Rồi Một Hôm Chim Bay Về Núi Cũ":

rồi một hôm chim bay về núi cũ
đậu trên triền vách đá cheo leo
nhìn xuống dưới: một trần gian khốn khổ
chìm trong cơn đại dịch tiêu điều

nhìn xuống dưới: những con đường vắng ngắt
những căn nhà cửa đóng then cài
những tiếng thở dài trong đêm bão rớt
những phận người không biết được ngày mai

và đâu đó có tiếng ai than khóc
những cuộc chia tay không kịp giã từ
những nấm mồ mọc lên vội vã
những phận người như lá mùa thu

rồi một hôm chim bay về núi cũ
đậu trên triền vách đá cheo leo
nhìn xuống dưới thì thầm cầu nguyện
từ nơi xa vọng lại tiếng chuông chiều

Bài thơ hay, tôi gọi cho Hoàng và xin đăng lại trên trang Facebook của mình. Sáng hôm sau, Hoàng Văn Phương từ thành phố Buffalo, New York gọi điện cho tôi: Chiều nay em sẽ xuống anh chơi một chút rồi mai về lại. - Xuống chơi? Lái xe 6 tiếng đồng hồ để ngồi chơi một buổi...? - Đúng rồi, bài thơ của Phạm Cao Hoàng mà anh vừa đăng trên facebook của anh, em rất thích, và phổ nhạc rồi, muốn lái xe xuống hát cho anh nghe.

Khi Phượng xuống, trời đã tối, Tôi nói hay là anh gọi cho Phạm Cao Hoàng, nếu ông ta còn thức, và bằng lòng, thì anh em mình đến đó, em hát cho cả anh và Hoàng cùng nghe.

Trong căn nhà bên dòng suối, cạnh rừng Scibilia, chúng tôi ngồi bên nhau, tách trà thơm, nghe Hoàng Văn Phương diễn tả...

rồi một hôm chim bay về núi cũ...

Phượng không phải là một nhạc sĩ, mà là một ca trưởng, một người ôm đàn để hát chứ không phải ôm đàn để viết. Cho nên lời bài thơ làm chàng choáng ngợp, đọc bài thơ nhiều lần nảy sinh âm điệu, thành một bài ca nối được nỗi lòng người làm thơ và nỗi lòng người hát lên. Bài thơ hay và bài hát dạt dào xúc động. Chúng tôi thả lòng lòng mình về những nơi xa dẫu chưa bao giờ đi tới, nhưng vẫn chung nỗi buồn đau của sự tàn phá của dịch bệnh. Còn nữa, riêng tôi, nhớ mênh mông cái thời thanh niên, cả nhóm đưa nhau đi hát cộng đồng.

Trên trang Phạm Cao Hoàng, có ghi lại bài hát này khi Hoàng Văn Phương hát, xin bấm vào đường dẫn này:

http://www.phamcaohoang.com/2021/10/2154-pham-cao-hoang-mot-ky-niem-ang-nho.html.

Bài viết từ 09/16, viết thêm 03/21 và Tháng 9/21.

BÊN DÒNG POTOMAC

Đoan Trang, Đinh Hoàng Oanh, Chị An, Nguyễn Thị Thanh Bình, Truong Kim Mai, Cúc Hoa.
Hàng đứng phía sau: Trương Vũ, Nguyễn Tường Giang, Nguyễn Mạnh Hùng, Phạm Nhuận, Nguyễn Minh Nữu, Phạm Cao Hoàng.

Sông Potomac là một con sông ở miền đông Hoa Kỳ chảy vào vịnh Chesapeake rồi thông với Đại Tây Dương. Sông dài khoảng 665 km. Hơn 5 triệu người sống trong lưu vực sông. Sông Potomac bắt nguồn từ vùng đông bắc tiểu bang West Virginia và hợp nhất ở quảng dưới thị trấn Cumberland, Maryland. Tàu bè lớn có thể đi lại trên sông Potomac từ cửa biển lên đến thủ đô Washington, D.C.

Phạm Cao Hoàng có bài thơ Khi dừng lại bên dòng Potomac rất hay:

khi dừng lại bên dòng Potomac
em bên tôi vẫn rất dịu dàng
gió lồng lộng cả một trời đông bắc
tóc em bay trong nắng thu vàng
và như thế mình đi và đã đến
mình đã tìm và gặp được dòng sông
tôi ngồi xuống để nghe sông hát
và đứng lên ôm lấy mặt trời hồng...

Ở cạnh dòng sông này, hai tiểu bang Maryland phía bắc và Virginia phia nam cuộn tròn thủ đô Hoa Thịnh Đốn ở giữa, tạo ra một quần thể dân cư đặc biệt của người Việt. Các thành phố sát cạnh nhau nên thường gọi là Người Việt Vùng Virginia, Maryland và Washington DC thành một tổ chức Cộng Đồng.

Truyền thuyết lập quốc của Hoa Kỳ kể về sự lựa chọn khu đất vuông vức được bao bọc từ hai nhánh sông Potomac trên đường ra biển là vùng đất của quận Columbia làm thủ đô. Phía bắc là tiểu bang mang tên vùng đất Đức Mẹ Maria tên là Maryland, và vùng đất bọc phía nam là Tình yêu Đồng Trinh tên là Virginia.

Tôi đến đây và cư ngụ tại đây suốt 26 năm rồi. Quen với cái nắng cháy da vào tháng 7, quen với cái lạnh buốt sương của tháng 2, quen với chạy xe giữa rừng cây gió thổi mù mịt lá vàng bay, hay ngây ngất giữa ngàn trùng hoa đủ loại nở muôn mầu trên các lối đi, trên đồi dưới lũng mỗi tháng 4 của mùa xuân về. Và hơn thế nữa, quen biết và kết thân tình với rất nhiều những con người mà tài năng và tư cách luôn làm tôi kính phục, ngưỡng mộ và ước muốn học theo.

Khi bắt đầu làm tờ tuần báo Văn Nghệ tại đây, việc tìm hiểu người trong vùng, tổng hợp các tin tức kinh doanh và hoạt động dịch vụ đưa tôi vào cái sinh hoạt đều đặn mỗi ngày đều có mặt tại khu thương mại Eden, ở đó, không cần hẹn hò gì, cũng có thể gặp gỡ thật nhiều những người muốn gặp và biết rất nhiều những điều muốn biết hoặc có khi không muốn biết cũng phải nghe.

Trung tâm gặp gỡ nhau của người Việt xa xứ đầu tiên là nằm ở đầu đường Wilson Blvd, thuộc quận Arlington, Nơi đó có cái chợ Pacific, ngôi chợ dựng lên năm 1976, nơi đầu tiên có bán thực phẩm á đông, thực phẩm á đông chứ chưa là thực phẩm Việt nam, nhưng như thế đã là quá tuyệt vời khi tìm thấy gạo, nước mắm, vài thứ rau thơm trồng từ vườn nhà. Pacific là lựa chọn duy nhất của lớp dân cư Việt còn thưa thớt thời đó, cuối tuần là kéo nhau đi chợ, mua thì ít và để thấy mầu da vàng, ngôn ngữ Việt khuây khỏa nỗi nhớ nhà.

Qua đầu thập niên 80, khu vực đó trở thành quá hẹp, một Luật sư người Việt làm cố vấn với một tư sản Do Thái, phát triển một thương xá gần như hoang phế vì ế ẩm nằm cách chợ Pacific khoảng 5 mile để lập thành cả một khu thương xá với vài chục cửa tiệm ăn uống, dịch vụ lấy tên là Khu Thương Mại Eden.

Eden phát triển vượt bậc, từ vài chục rồi lên đến cả trăm và vài trăm các cửa tiệm. Nhiều nhất là nhà hàng, tiệm vàng, hớt tóc uốn tóc, quán cà phê, bida, chợ thực phẩm Việt, lúc đó còn có hai nhà sách tiếng việt là Thế Hệ và Văn Hoa nữa. Sự phát triển kéo theo là tiền thuê nhà tăng cao chóng mặt, các doanh nhân ai cũng than, nhưng chưa bao giờ có một cửa tiệm nào bỏ trống, cứ tiệm này vừa đóng thì ngay tháng sau có người mới vào mở. Nằm ở thành phố Falls Church, gần với xa lộ vòng đai 495, nối các tiểu bang Virginia, Maryland và Washington Dc, người Việt nghiễm nhiên coi khu thương mại Eden như một trung tâm tụ hội gặp gỡ suốt tuần. Nơi đó, chẳng những là nơi mọi người hẹn gặp nhau uống ly cà phê , ăn bát phở nóng chuyện trò tán gẫu mà còn là nơi dễ hẹn của các bạn hữu từ phương xa ghé thăm Hoa Thịnh Đốn (có khi là việc gia đình, kết hợp thăm bạn cũ, có khi để tham dự các cuộc hội thảo diễn ra tại đây, có khi đến xem hội Hoa Anh Đào, hoặc các bảo tàng viện cấp quốc gia và vô vàn thắng cảnh tuyệt đẹp mà đôi khi, chính người địa phương cũng không biết tới). Các bạn phương xa đó, khi xong những việc riêng tư, chỉ cần một cú điện thoại nhắn nhau, là thay vì phải đi thăm từng người, thì chỉ ra Eden là gặp gỡ rất nhiều người.

Nhưng lợi điểm đó, chỉ kéo dài khoảng mươi, mười lăm năm. Từ 1995, rất nhiều hàng quán, văn phòng bác sĩ luật sư, cơ sở dịch vụ đã mở rộng khắp các thành phố chung quanh. Ăn món ăn Việt không cứ chỉ ra Eden, mà gần như thành phố nào chung quanh như Annadale, Fairfax, Falls Church. Arlington, Washington DC… đều mọc lên các nhà hàng món ăn Việt nhưng tổ chức và trang trí sang trọng nhằm vào người Mỹ, Hàn, Phi, Hoa… Nhưng dẫu sao, Eden Center vẫn là nơi sầm uất nhất, đông đảo nhất và dĩ nhiên là quen tên nhất.

Phở Xe Lửa có lẽ là nhà hàng nổi tiếng liên bang. Từ California ở cực tây, hoặc Canada ở cực bắc, bạn hữu văn nghệ khi hẹn gặp nhau ở vùng Đông Bắc Hoa Kỳ, thì thế nào cũng nhắc tới Phở Xe Lửa. Vào thời kỳ toàn thịnh ở khu Eden là khoảng 1992-1997, Phở Xe Lửa mỗi ngày có thể bán khoảng 500 tô phở, giá 7 đồng một tô, bình quân con số sẽ là 105 ngàn/tháng. Xin ghi chú rằng, giá một căn nhà ba phòng ngủ tại đây lúc đó chỉ khoảng 120 ngàn. Địa điểm này ghi lại dấu chân những văn nghệ sĩ cư trú trong vùng thường xuyên có mặt như Đinh Cường, Hoàng Hải Thủy, Hoàng Trọng, Văn Phụng, Nguyễn Túc, Nguyễn Tường Giang, Nguyễn Mạnh Hùng, Hà Bỉnh Trung, Nguyễn Ngọc Bích, Trương Anh Thụy, Phạm Thành Châu, Hoàng Song Liêm, Hồng Thủy, Lãm Thúy, Lê thị Ý, Lê thị Nhị, Lê Thiệp, Uyên Thao… nhiều lắm không thể nhớ hết.

Như những cánh bèo trôi dạt, gặp gỡ nơi đó chuyện trò thăm hỏi và lại tan tác chia xa, nhưng lại nảy sinh ra từng nhóm bạn nhỏ năm bảy người tự thấy hào hứng khi gặp gỡ và thèm muốn gặp lại, kết thân hơn và khắng khít với nhau lâu dài, như Hà Bỉnh Trung với Câu lạc Bộ Văn Học vùng Hoa Thịnh Đốn, Lê thị Nhị, Hồng Thủy, Lê thị Ý với tạp chí Kỷ Nguyên Mới, Lưu Nguyễn Đạt, Nguyễn thị Ngọc Dung với Tam cá Nguyệt San Cỏ Thơm…

Trương Vũ là một khoa học gia làm việc tại Nasa, là một Họa sĩ tài ba, Ông là Đồng Chủ Biên tuyển tập văn chương chiến tranh The Other Side of Heaven (do Curbstone Press xuất bản năm 1995). Nguyên đồng chủ biên tập san Việt Học The Vietnam Review của đại học Yale (1996- 1998). Nguyên chủ bút tạp chí Đối Thoại, California (1993-1994). Hợp tác, đóng góp bài vở cho một số tạp chí văn chương (giấy và mạng) như Văn Học, Hợp Lưu, Văn...

Ông được nhiều người quý mến vì tư cách, vì kiến văn rộng rãi và chất nghệ sĩ lãng mạn trong giao tế. Nơi ông cư trú cũng là nơi ông dùng làm Studio vẽ tranh và lại là một địa điểm rộng rãi lý tưởng cho các buổi họp mặt. Sau cái thời mà người ta hẹn gặp nhau ngoài quán xá chuyện trò ngắn ngủi mang tính chất thăm hỏi, tới lúc những người ý hợp muốn có một một nời trò chuyện sâu hơn, đã có những điểm gặp như ở nhà Phạm Cao Hoàng, nhà Nguyễn Quang, nhà Nguyễn Tường Giang, nhà Nguyễn Thị Thanh Bình... thì địa điểm thường được chủ nhân chào đón chính là Studio Trương Vũ.

Không phải thường xuyên, nhưng năm ba tháng, cảm thấy nhớ và thèm ngồi cạnh bên nhau, là có một hẹn hò, như có lần, ghi lại kỷ niệm bằng một bài *"Không phải là thơ"* như thế này:

Qua rồi mùa u ám
Đông trôi đi theo cơn mưa rả rích suốt đêm qua
Thư mời gửi đi từ Trương Vũ: "Chúng ta có truyền thống không trả lời nếu sẽ đến, và tôi không chờ đợi một hồi âm nào.
Thế mà Nguyễn Thị Thanh Bình phá lệ trả lời rằng sẽ đến, sẽ đến đúng giờ.
Thế mà tôi cũng không nén được sự háo hức bằng một phá lệ trả lời là sẽ đến.
Ngồi quanh bàn thật nhiều món ăn Việt Nam do Thiên Kim dậy từ sáng sớm để thực hiện.
Nguyễn Mạnh Hùng vừa từ Singapore đem về câu chuyện đất nước nhỏ, đẹp, an toàn, giàu có ở phương đông.

Đặng Đình Khiết xúc động nói về Philippines vào cái ngày nhận được hung tin từ điện thoại gọi trên chuyến bay từ Mỹ đến Manila. Bàng hoàng và đứng không vững.

Phạm Nhuận kể chuyện người thiếu nữ tạo nguồn cảm hứng cho Trịnh Công Sơn viết Như cánh vạc bay.

Đoan Trang tâm sự về dân nhạc, về sự thăng hoa của bài Phụng Vũ với tiếng sáo thần Nguyễn Đình Nghĩa.

Nguyễn Quang vẫn rất ngây thơ hỏi những điều chẳng ai dám trả lời.

Qua rồi mùa đông u ám và buồn của nhóm bạn bè chung.

Hôm nay ngồi nghe, và thi nhau kể chuyện đời xưa;

Nói tới Duyên trong thơ Nguyễn Tất Nhiên, tới Dao Ánh trong nhạc Trịnh Công Sơn, Thương trong thơ Hàn Mặc Tử.

Tiếng cười hồn nhiên của rất nhiều thanh niên quá lứa.

Trương Vũ tâm sự rằng anh rất thích vẽ chân dung, nhất là những người một thời ghi dấu thân tình trong dòng đời.

Ghi lại cái thần bạn hữu còn có nghĩa ghi lại cái tình chia sẻ với nhau.

Và lần này, qua nét cọ của người họa sĩ tài hoa màu vàng Hoa Cúc là màu vàng nền nã trên áo của Cúc Hoa.

Khuôn mặt phúc hậu và tia nhìn hiền hòa trong tranh giữ lại được toàn bộ cái chất riêng tư đằm thắm Cúc Hoa.

Ngày hôm qua, chính thức xuân về, với mùa lễ hội Hoa Anh Đào.

Đâu chỉ có Anh Đào, và rực rỡ bên đường còn là hồng thắm Hoa Mộc Lan, vàng chanh, tím đỏ, trắng xanh của quá nhiều loại cây đồng loạt ra hoa mà tôi không biết hết tên.

Nhưng chắc nhiều người trong bàn cũng như tôi sẽ nhớ xuân này với màu vàng Hoa Cúc.

Những tụ hội ở nhà Trương Vũ thì nhiều không kể xiết, những lần ghi lại trong lòng nhiều kỷ niệm như gặp để xem và tập vẽ tranh với Họa Sĩ Rừng (Nguyễn Tuấn Khanh), gặp

Nguyễn Hưng Quốc và Hoàng Ngọc Tuấn đến từ Úc Châu, gặp Du Tử Lê từ California, gặp Trịnh Cung và cô vợ trẻ đến từ Việt Nam với lời khẳng định "Chính cô ta chủ động đến với tôi". Lần gặp đông nhất với anh chị Quán Văn đến từ Việt Nam như Nguyên Minh, Đoàn Văn Khánh, Trương Văn Dân, Elena Pucillo, Thân Trọng Minh cùng với Trần Doãn Nho từ Massachuset, Lữ Quỳnh về từ California, tụ hội với anh chị em vùng Hoa Thịnh Đốn như Đinh Cường, Trương Vũ, Phạm Nhuận, Phạm Cao Hoàng, Nguyễn Tường Giang, Phùng Nguyễn, Nguyễn Quang, Nguyễn thị Thanh Bình, Nguyễn Minh Nữu, Bạch Mai, Đinh Từ Bích Thúy, Nguyễn Đình Vinh...

Những lần đó, là những lần mở được mắt ra để thấy rất nhiều những chân trời, mở được lòng ra để thấy bao la tình bằng hữu. Được kết giao và được hòa được mình vào sức sống nhiều người.

Khi Đinh Cường còn, và nhất là giai đoạn năm bảy năm trước khi mất, bạn phương xa đến thăm ông thật nhiều, không thể tiếp tại nhà, nên Đinh Cường thường chọn Sài Gòn Quán làm nơi đón khách, và bao giờ cũng rủ tôi và Phạm Cao Hoàng cùng tiếp khách với ông, đó là Nhà thơ Nguyễn Xuân Thiệp từ Texas, Họa sĩ Nguyễn Quang Chơn, Nhà thơ Nguyễn Quốc Thái, Nhà thơ Viên Linh, Họa sĩ Trịnh Cung, Họa sĩ Nguyễn Đình Thuần, Nhà thơ Lữ Quỳnh... Những gặp gỡ đó, mở ra rất nhiều mối liên lạc giữa anh em cầm bút với nhau.

Còn góc riêng của chia sẻ tâm tư, lắng nghe và soi rọi chính mình lại là những tụ họp nhỏ, chỉ là năm ba người. Như lần ở nhà Phạm Cao Hoàng. Nghe Nguyễn Trọng Khôi kể về chương trình làm việc thường ngày, sáng ngủ dậy, mang giầy vào, chạy bộ, và giữ luôn tư thế sẵn sàng làm việc cho Vẽ, cho Đọc, cho Viết, đến khi chiều xuống mới tháo giầy ra để thư giãn như xong một ngày lao động hết lòng.

Như lần ở căn biệt thự bên hồ của Nguyễn Tường Giang, hậu duệ của Tự Lực Văn Đoàn, tác giả Khói Hồ Bay do Thạch

Ngữ xuất bản 2012, để nghe kể thời làm tạp chí Văn Chương (1973) và những kỷ niệm lúc thực hiện Tuyển tập Truyện Ngắn Hay Nhất năm 1973.

Một tuyển tập 10 truyện ngắn hay nhất thời bấy giờ mà cho tới nay, vẫn là một tuyển tập xuất sắc nhất về truyện ngắn Việt Nam.

Hay là những buổi rất gọn chỉ có ba anh em Trương Vũ, Phạm Cao Hoàng, Nguyễn Minh Nữu để nghe Trương Vũ tâm sự là một người giỏi Toán, yêu Toán, ra trường đi dạy Toán và những mối dây kỳ lạ của Toán với Văn Chương.

Hay có lần cùng với Trần Thị Nguyệt Mai, vợ chồng Tùng và Duyên trong một vòng tròn thân mật, hỏi Tùng về Nguyễn Tất Nhiên và những bài thơ viết về Duyên của ông ấy để nghe Tùng rất nhẹ nhàng thỏa mái khen ngợi hết lòng những vần thơ trữ tình của chàng thi sĩ bạc mệnh. Người đã xuất bản cả một tập thơ để viết về một người con gái mà chàng quen chứ chưa từng làm người yêu. Và đó là phu nhân của Tùng bây giờ.

Lại nhớ một lần được mời tới nhà Phạm Cao Hoàng, đến nơi có Đinh Cường, Đinh Trường Giang, và Trần Thị Nguyệt Mai từ Ohio đến, đem theo món quà đặc biệt cho Đinh Cường. Tập thơ Cào Lá Ngoài Sân Đêm do nhóm bạn gồm Nguyệt Mai, Phạm Cao Hoàng, Trần Hoài Thư kín đáo thực hiện làm quà sinh nhật cho anh. Đôi mắt Đinh Cương rưng rưng:

người ra ngoài hiên sau
quét dăm ba cành lá
gạch lên màu rêu xanh
lâu không có ánh nắng
vào ngồi trong tịch lặng
đất trời sao buồn thiu
nói gì đi ánh trăng
trời xám mù không thấy
trời xám mù và tôi
một ngày không tiếng nói

nhớ tiếng kèn đồng thổi
đêm nào trong quán xưa
hôm nay một ngày mưa
cám ơn nhận thùng sách.

Sẽ không thể kể ra, hay ghi lại hết được đâu những người anh, những người bạn của tôi đang sống ven dòng sông Potomac này. Nó bàng bạc như lớp khói trên sông, mà lúc nào cũng có cảm giác ấm áp như vẫn luôn có nhau trong mọi cuộc đổi dời.

Lâu lắm rồi đó, cả hơn năm nay không có dịp tụ hội với nhau, dù ở rất gần nhưng đành chấp nhận liên lạc với nhau qua điện thoại, thực lòng khao khát lại được sống như ngày xưa, ngồi lại bên nhau, dù chỉ là:

ngồi bên nhau giọt rượu cay trong mắt
ngồi bên nhau cùng nhớ một quê nhà
quê nhà thì xa mây thì bay qua
đời phiêu bạt như những đám mây trôi giạt.

(*Thương Nhớ Ngựa Ô*, thơ Phạm Cao Hoàng)

Phạm Cao Hoàng, Nguyễn Tường Giang,
Nguyễn Minh Nữu, Nguyễn Mạnh Hùng, Đinh Trường Chinh.

VIẾT VỀ ĐINH CUONG:
TRÊN DÒNG KÝ ỨC

Đinh Cường tranh sơn dầu của Trương Vũ

Có một công án thiền mà tôi rất thích, đó là công án chỉ trăng.

Dùng ngón tay chỉ lên mặt trăng là để giới thiệu mọi người về trăng, và theo ngón tay chỉ để nhìn ngắm trăng, chứ đừng nhìn ngón tay bởi ngón tay không bao giờ làm trăng được, mà nhiều khi ngón tay lại làm sai hẳn cái đẹp của trăng.

Tôi cũng đã từng muốn viết về trăng, nhưng cái vĩ đại của trăng làm tôi không biết nói về điều gì trước, về ánh trăng, về không gian trăng, về thời gian trăng, về phản chiếu của trăng hay những suy nghĩ dưới trăng. Và với Đinh Cường cũng vậy, tôi nhiều lần ngồi lại, muốn viết xuống những suy nghĩ về ông, nhưng rồi lúng túng chưa biết phải viết về cái gì trước, tranh của Đinh Cường, thơ của Đinh Cường, kỷ niệm giao tiếp với Đinh Cường, cá tánh Đinh Cường... Và sau cùng tôi chọn một khoảng không gian nồng nàn nhất mà Đinh Cường đang sống để tôi cho ngòi bút chạy về…

Khoảng 15 năm trước, thời điểm những năm cuối thế kỷ 20 và đầu thế kỷ 21, khi đó Phở Xe Lửa còn sầm uất lắm, anh Nguyễn Thế Toàn chủ nhân của Phở Xe Lửa với nụ cười ý nhị và sảng khoái đón bằng hữu khắp nơi ghé về ăn tô phở nhà thơm ngon và ly cà phê pha theo kiểu miền Nam Việt Nam đậm đặc. Cái bàn tròn nằm sát vách là nơi dành riêng cho các thân hữu, nơi bàn này, khách ghé tới là những người mà ông Toàn khẳng định là "bạn tôi" với giọng Thái Bình đặc sệt và kéo dài. Khách ghé đây có thể đã no bụng vì đã ăn món gì đó từ nơi khác, cũng có thể chẳng uống một ly cà phê nữa, nhưng vẫn được ông Toàn nồng nhiệt pha một ấm trà nóng thân thiện mời chào, khác hẳn với những thực khách khi vào ngồi ở các bàn khác, vào là phải kêu món ăn, phải gọi nước uống. Ở bàn này, tôi đã gặp gỡ với rất nhiều những tên tuổi văn học nghệ thuật từ khắp nước Mỹ ghé về vùng Hoa Thịnh Đốn. Hầu như ai cũng nghĩ rằng về tới Hoa Thịnh Đốn mà chưa ghé lại Phở Xe Lửa thì chưa đủ. Không phải riêng nước Mỹ đâu, mà ở cái bàn này, tôi có dịp gặp rất nhiều tên tuổi từ Úc, Pháp, Hòa Lan, Đức, Bỉ, Đan Mạch và cả từ Việt Nam nữa. Chỗ ngồi đó là nơi gặp gỡ nhiều người, nhưng thường xuyên ghé tới mỗi ngày là bạn hữu trong vùng chúng tôi, bây giờ nhiều người không còn nữa như Giang Hữu Tuyên, Huyền Trân, Phan Nguyện, Ngô Mạnh Thu, Đỗ Ngọc Yến, Nguyễn Đức Quang, Nguyễn Xuân Hoàng, Quỳnh Dao, Lê Thiệp, Vũ Ánh...

Cũng từ góc bàn này, tôi nhìn thấy Đinh Cường lần đầu. Tranh và tên tuổi của Đinh Cường thì tôi nghe và yêu thích từ những năm còn ở tuổi mới lớn. Hồi đó, khi đang học những năm chót của bậc trung học, chúng tôi đã có nhiều lần bỏ lớp ra ngồi quán cà phê nghe nhạc Trịnh Công Sơn và chuyền tay nhau những tập nhạc hình vuông, nhạc Trịnh Công Sơn với tranh bìa và phụ bản của Đinh Cường. Khi lớn hơn chút nữa, bước vào đời lính và làm thơ gửi đăng báo, có lần cả bọn ngồi với nhau và nói đùa rằng chẳng cần làm thơ hay, chỉ làm sao đạt được bốn điều sau đây thì sẽ nổi danh: có thơ in ra với An Tiêm xuất bản, Tạ Tỵ vẽ chân dung, Phạm Duy phổ nhạc và Đinh Cường vẽ bìa.

Họa sĩ Đinh Cường mà tôi gặp ở Phở Xe Lửa hồi đó là một người ít nói, cũng không phải là người hay cười, nhưng nhìn là có cảm tình vì tia mắt thân thiện và khuôn mặt tươi tắn. Mỗi tuần anh đều ghé Phở Xe Lửa một vài lần, có khi là đến để hẹn gặp một ai đó, có khi đến để ăn một tô phở nóng và trò chuyện thân mật với mọi người. Thường thì anh đi với một người bạn: nhà văn Phạm Thành Châu. Phạm Thành Châu hay nói đùa rằng: "Người ta gọi Đinh Cường là Đại Họa Gia, và gọi tôi là Tiểu Thuyết Gia, cho nên gọi ngắn gọn thì đây là ông Đại và tôi là ông Tiểu".

Năm 2004, tôi dự định in tập thơ đầu tay. Tôi nói với Giang Hữu Tuyên là tôi muốn có một bức tranh của Đinh Cường để làm bìa, và nhờ Tuyên nói với anh Cường giùm. Tuyên ngạc nhiên hỏi sao ông không xin anh Cường. Tôi nói mới quen, chưa đủ thân tình, tôi sợ anh Cường từ chối. Tuyên lắc đầu và cho tôi biết rằng có những người làm thơ lạ hoặc từ tiểu bang khác mà Đinh Cường chưa hề quen, nhưng khi ngỏ ý xin bìa Đinh Cường đều giúp nhiệt tình. Đinh Cường là vậy, anh yêu quý và trân trọng tất cả những người hoạt động về nghệ thuật.

Dù Giang Hữu Tuyên nói vậy nhưng tôi vẫn không tự tin nên nhờ Tuyên đưa tôi đến nhà Đinh Cường.

Đúng như Giang Hữu Tuyên nói, Đinh Cường vui vẻ nhận lời và đưa tôi một loạt tranh mới vẽ để tôi chọn. Tập thơ của tôi có tựa đề là LỜI GHI TRÊN ĐÁ. Đinh Cường đưa tôi một nức tranh màu xám trông giống như một vách đá dựng với một mặt trời vỡ đôi và khuôn mặt người màu đen trầm mặc. Ông lấy màu xanh dương vẽ thêm như một dòng nước biển, rồi ký tên, ghi tặng tôi bức tranh. Khi đưa tôi và Tuyên xuống tầng hầm, Đinh Cường nhẹ nhàng chỉ vào những bức tranh treo trên vách: tấm này vẽ Trịnh Công Sơn hồi năm 68, tấm kia là Bùi Giáng hồi năm 70, tấm nọ ký ức với Nguyễn Đức Sơn năm 73... đây là các số Sáng Tạo cũ, kia là tập san Văn... những lưu trữ và quẩn quanh trong đời sống thường nhật của Đinh Cường là những kỷ niệm, những tình thân nồng nàn ông giữ lại từ bằng hữu. Trong lúc tôi và Tuyên chăm chú xem từ cái này qua cái nọ, Đinh Cường đã ngồi xuống bàn và nhanh chóng phác thảo chân dung tôi. Cầm trên tay bức tranh làm bìa và bức phác thảo chân dung, tôi run người vì cảm động. Tôi hiểu tấm lòng của người họa sĩ tài ba và tôi hiểu thêm cách đối nhân xử thế rất tinh tế của một đàn anh trong văn nghệ.

Tháng 2 năm 2011, nhân dịp Nguyễn Trọng Khôi và nhóm bạn Boston sang Virginia, tôi có dịp gặp lại Đinh Cường trong buổi họp mặt ở nhà Phạm Cao Hoàng. Ngay trong buổi gặp gỡ gỡ đó, Đinh Cường viết bài thơ ĐOẠN GHI ĐÊM CENTRE-VILLE. Tôi nhận ra một thói quen rất đặc biệt của anh: viết và vẽ rất nhanh. Cuối một buổi gặp gỡ anh thường có một bài thơ hay một bức phác thảo chân dung một người nào đó trong buổi gặp gỡ.

Sau lần gặp gỡ này, tôi có nhiều dịp gặp anh nhiều hơn, khi thì cà phê Starbucks, khi thì đi ăn tối cùng nhau.

Đinh Cường là một họa sĩ nổi tiếng từ nửa thế kỷ nay. Tranh của anh có một phong cách riêng, sang trọng và huyền ảo, không cần có chữ ký người yêu tranh vẫn có thể nhận ra nét vẽ của Đinh Cường. Tôi rất thích nhận xét của Đỗ Xuân Tê về tranh Đinh Cường:

"Vẫn chiếc áo dài truyền thống décolleté, vẫn mái tóc nửa thề nửa thõng, ít khi cắt ngắn, vẫn đôi mắt hơi ướt đượm buồn, dù đứng, dù ngồi, dù nằm, dù tựa dù dựa vào nhau, trong quán cà phê hay ngoài công viên, bên bờ sông Hương hay trên sườn đồi Dran, giữa cảnh thu về miền Virginia hay cảnh tuyết rơi bên hồ vùng Đông Bắc, những phụ nữ trong từng tác phẩm vẫn thể hiện được những nét riêng mà tài tình ở chỗ qua ánh mắt, khóe miệng, vầng trán, ngấn cổ, vòng tay, bàn tay, ngón tay, bộ ngực, vòng vai tưởng chừng như cùng khuôn đúc nhưng vẫn tráng lên những nước men lạ làm cho người đàn bà trong tranh của Đinh Cường mang dấu ấn của một phụ nữ huyền thoại có thể là chỉ sáng tạo cho riêng anh mà sau này lại là của chung cho giới hâm mộ, nhưng độc đáo ở chỗ không ai có thể bắt chước trong sáng tác và cũng không thể lập lại hoàn toàn bằng chính tác giả trong những tác phẩm sau".

Từ vài năm nay Đinh Cường có thói quen ghi nhật ký thơ hằng ngày... Thật ra, anh làm thơ rất sớm - ngay từ đầu những năm 60 anh đã có thơ đăng trên các tạp chí văn học ở Sài Gòn. Nhà xuất bản Thư Ấn Quán nhận xét về thơ anh:

"Thơ anh chân thật, đầy sức sống, có tác dụng nối kết tình cảm mọi người lại với nhau. Đọc thơ anh, chúng ta cảm thấy yêu thương gia đình và bạn bè hơn, yêu thương đất nước của mình hơn. Qua thơ anh, chúng ta còn bắt gặp nhiều tài liệu quí giá về những khuôn mặt nổi tiếng trong nhiều lĩnh vực văn học nghệ thuật. Trân trọng tài năng của anh, chúng tôi sưu tập và xuất bản tập thơ này như một món quà kỷ niệm dành riêng cho anh và bạn bè."

Còn Nguyễn Âu Hồng thì nhận xét như sau:

Đọc đến câu cuối: - bạn, đôi khi như mẹ hiền cao quý... thì người tôi lạnh buốt. Đây không phải cái lạnh của thời tiết mà là cái lạnh từ cảm xúc thẩm mỹ trực tuyến và tôi chợt nhận ra nhịp điệu của bài thơ chính là nhịp đập của trái tim nhà nghệ sĩ. Quí mến bạn bè, nâng tấm lòng bè bạn lên ngang với lòng mẹ, - "Có gì cao quí hơn tình bạn", bạn. đôi khi như mẹ hiền cao quí", quả là một thông điệp nhân văn nhân hậu sâu nặng và hiếm quí. Đây cũng là nội dung thấm đẫm trong từng trang thơ của tập thơ.

Đinh Cường là người sống hết lòng với bạn bè. Anh dành một phần không gian trong nhà cho bạn bè:

Nhà anh như một bảo tàng nho nhỏ, lưu giữ các tác phẩm văn học và hội họa, lưu giữ những kỷ niệm của gia đình và bạn bè. Mỗi người bạn được anh dành riêng cho một chỗ để trưng bày các kỷ vật. Chỗ này dành cho Bùi Giáng, chỗ kia dành cho Trịnh Công Sơn, chỗ nọ dành cho Thanh Tâm Tuyền... Anh nâng niu từng kỷ vật của bạn bè. Từ những kỷ vật này, anh đã viết hàng trăm bài thơ kèm theo tranh, ảnh trong những năm gần đây. (Phạm Cao Hoàng- Người họa sĩ ở đường Natick).

Ngoài tranh và thơ, Đinh Cường viết rất nhiều bài biên khảo giá trị về hội họa, về tranh của các họa sĩ cùng thời hay các họa sĩ bậc thầy. Có thể liệt kê ở đây một số bài:

- Nguyễn Trọng Khôi và những viên đá cuội

- Biển trong tranh An Phong.

- Nhìn chân dung Thảo Trường, Nguyễn Thuyên vẽ trong trại tù (1), nhớ ba năm ngày mất của anh.

- Tôn Nữ Kim Phượng - người họa sĩ xa lạ ấy hay cây bông Phượng Vàng xưa quí, hiếm của Huế.

- Để nhớ Âu Như Thụy người Họa Sĩ nằm chết trên đèo Cả.

- Triển lãm tranh Du Tử Lê tại Virginia

- Xem lại tranh Đào Nguyên Dạ Thảo trong một brochure cũ.

- Xem mấy nét Đỗ Hồng Ngọc vẽ Bửu Ý qua @ mở ra sáng sớm và gõ đoạn ghi này.

Những lời lẽ anh dùng để nói về tranh bạn bè là những lời trân trọng, những kỷ niệm chân tình và những cảm nhận sâu sắc về tranh.

Không phải chỉ trong những trang nhật ký thơ mà Đinh Cường viết xuống mỗi ngày, mà ngay trong trò chuyện, lúc nào cũng là những cảm xúc nối tiếp nhau với một trí nhớ tuyệt vời. Lãng đãng trong Đinh Cường là những đồi thông bạt ngàn của

Dran, Bảo Lộc với những khuôn mặt bạn bè và những kỷ niệm ở đó:

luôn nhớ con đường chạy về Trại Hầm
Trại Mát - Đa Thọ - Cầu Đất - Trạm Hành
đến Dran, qua đèo Eo Gió xuống Sông Pha
ôi một thời suốt đêm ngồi nghe gió hú
suốt đêm chong ngọn đèn khuya
vẽ cho tới sáng, thời ấy còn đâu
sao chiều nay trong quán Le Blédo nhớ lại
như Nữu nhớ thời nhà binh ở Ban Mê Thuột
Phạm Cao Hoàng nhớ thời dạy Trạm Hành
tôi nhớ Đơn Dương thời ham mê cô tịch
giữa núi rừng chỉ thấy trăng sao
chỉ có trăng sao là đáng kể, lấp lánh đôi mắt em.

(Chiều thứ bảy ở quan Le Blédo)

Tâm hồn Đinh Cường như một sợi dây đàn, mà mỗi biến động bên ngoài từ thời tiết cho đến sự kiện đều nảy sinh ra những âm thanh nhung nhớ:

Sáng nay hay tin chùa Già Lam cháy
tầng hai thiêu rụi. tôi lo. không biết
bức tranh Trần Nhân Tông ra sao
có nằm trong đống tro đống lửa
bức tranh hồi còn Thầy Trí Thủ
vẽ xong được Thầy viết thêm ba hàng chữ [1]
quý vô cùng. tôi bắt chước ký tên chữ Hán
được Thầy Đức Tâm đứng bên khen
nay hai Thầy đã đều viên tịch
chùa Già Lam nơi Bùi Giáng hay ghé ăn trưa
chúng tôi hay ghé thăm Thầy Tuệ Sỹ
năm qua Thầy Trí Quang Thầy Tuệ Sỹ đi chùa khác
nhớ làm sao tượng Quán Thế Âm trước sân
mấy cây hoa sứ già nở đầy bông trắng
sáng nay phone thăm Trần Xuân Kiêm

vừa lúc Kiêm cho hay chùa Già Lam bị cháy
chiều ở đây mưa dầm dề buồn biết mấy
buồn hơn nữa nếu bức Trần Nhân Tông không còn...

(Chùa Già Lam cháy ở tầng hai bức tranh Trần Nhân Tông có treo ở đó?)

Dòng suy tưởng của Đinh Cường luôn luôn đưa anh về với ký ức, và là một ký ức thật đẹp, nối liền nhau từ hình ảnh này qua hình ảnh khác, từ đang ngồi vẽ một đàn chim bay, bất ngờ liên tưởng tới một người bạn cũ là Tô Mặc Giang, từ đó nhớ qua Diên Nghị, Kim Tuấn, Nguyễn Xuân Thiệp, Trịnh Công Sơn, Tạ Ty, Huy Phương.....

Đinh Cường có một trí nhớ rất đặc biệt. Anh nhớ từng chi tiết của những câu chuyện cũ cách đây cả nửa thế kỷ. Có lần, trên xe anh hỏi tôi có coi chương trình Thúy Nga mới không, tôi nói có. Đinh Cường cười và nói với tôi rằng ông Nguyễn Ngọc Ngạn nói sai một chi tiết nghệ thuật: bức tranh "Chúng ta đi mang theo quê hương» là một bức tranh đẹp, từ tác phẩm tới cái tên, và sau này cái tên của bức tranh đó được sử dụng cho một chương trình ca nhạc, bức tranh đó không phải của Nguyễn Gia Trí như lời ông Ngạn nói, mà là của Phạm Tăng, vẽ và làm bìa cho số xuân nhật báo Tự Do xuất bản tại Sài Gòn năm 1956.

Cái thú vị là những kỷ niệm nào của Đinh Cường cũng là những kỷ niệm đẹp, ngát thơm từ ký ức, là những chí tình bằng hữu cho nhau.

Tài năng của Đinh Cường thì quá nhiều người nói cho nên nói thêm sẽ là lập lại mà thôi. Nhưng cái làm tôi thực sự thú vị và trân trọng là tôi nhìn thấy ở anh một nhân cách lớn của con người nghệ sĩ, một tấm lòng độ lượng bao dung. Anh còn là một kho tư liệu, không chỉ là tư liệu mà anh gìn giữ, mà ngay ký ức của anh là một kho tư liệu khổng lồ về những người hoạt động văn học nghệ thuật từ hơn nửa thế kỷ nay.

Bây giờ, mỗi ngày hai lần Đinh Cường đi bộ từ nhà ra quán cà phê Starbucks. Lộ trình hàng ngày đi bộ 4 miles như là một cách tập thể dục, cũng như mỗi tối anh ngồi ghi lại suy nghĩ của mình trong ngày mà ông gọi là: "Cứ Ghi Note từng ngày cho vui như tập thể dục đầu óc".

Đó cũng là một cách nghĩ. Riêng tôi, tôi nghĩ khác. Tôi nghĩ rằng khoảng thời gian anh tập thể dục đó chính là khoảng thời gian anh sống thảnh thơi, thả rong đầu óc mình lênh đênh vào những dòng ký ức ngát thơm. Và mỗi tối anh ngồi ghi lại chính là lúc anh gửi những lời trìu mến thân thương tới tất cả mọi người. Cái suy nghĩ thảnh thơi đó được bắt nguồn từ cái tâm nhân hậu và tấm lòng bao dung độ lượng của anh.

05 December 2014

VIẾT VỀ ĐOÀN VĂN KHÁNH:
ĐỌC "ÁM ẢNH ĐƠN THÂN" CỦA ĐOÀN VĂN KHÁNH

Ám Ảnh Đơn Thân có 22 bài viết ghi chung Truyện và bút ký là tác phẩm thứ tư của Đoàn Văn Khánh sau ba tập thơ Sáng Muôn Trăng (Nhà xuất bản Văn Nghệ 2005), Hành Hương (nhà xuất bản Con Người 2008), Khuya Thắp Nắng (nhà xuất bản Hội Nhà Văn 2013). Ông trong ban biên tập tập san sáng tác - tư liệu - nghiên cứu văn học Quán Văn. Thơ của Đoàn Văn Khánh được ghi nhận và giới thiệu trong 5 bộ sưu tập Văn Học gồm có: Thơ Miền Nam Thời Chiến, do Thư Ấn Quán xuất bản năm 2006, Bộ Văn Học Miền Nam 1954-1975 do Nguyễn Vy Khanh thực hiện năm 2016, Bộ sưu tập Thơ Việt Đầu Thế

Ký 21 do Nhân Ảnh xuất bản 2018, Tác Giả Việt Nam do Lê Bảo Hoàng sưu tập năm 2018 và bộ 44 năm Văn Học VN Hải Ngoại do Khánh Trường, Luân Hoán và Nguyễn Vy Khanh thực hiện năm 2019.

Là một người làm thơ đã thành danh từ bấy lâu nay, cho nên tập truyện ký này là một thể hiện mới lạ mà tác giả dành cho giới thưởng ngoạn nhiều điều thú vị.

Có một trùng hợp không hẹn, là hai người bạn cầm bút chơi với nhau từ 50 năm về trước, cùng cầm bút và cùng nổi tiếng về thơ dù ở xa nhau nửa vòng trái đất là Phan Ni Tấn và Đoàn Văn Khánh, sau bao nhiêu năm làm thơ và xuất bản thơ, bỗng đột ngột đầu năm 2019 cùng xuất bản hai tập truyện đầu tay. Phan Ni Tấn ở Canada xuất bản tập truyện ký Có Một Thời ở Quê Hương Tôi và Đoàn Văn Khánh ở Việt Nam xuất bản tập truyện ký Ám Ảnh Đơn Thân.

Là Truyện hay là Ký nó khác nhau ở chỗ Ký thì ghi lại người thật việc thật, còn truyện thì nhân vật chủ thể vắng mặt, chỉ là những danh xưng đưa ra, cảm nhận từ những mảnh của đời thường mà tác giả nhìn thấy, tham dự hoặc xúc cảm sâu xa nhưng được xóa mờ những nhận xét chủ quan. Cho nên dẫu có phân biệt rạch ròi giữa truyện và ký, nhưng toàn tập hầu như hòa lẫn những Ký ghi lại như một truyện và rất nhiều truyện lại rất gần với Ký. Cái nhất quán toàn bộ của tập là cái tâm an bình, dung dị và bao dung của một người thong tay vào chợ, nhìn nhớ lại những sự việc đã qua như những lớp sóng, những cơn bão, dẫu cuồng nộ cách mấy rồi cũng làm chúng ta QUEN ĐI, rồi sẽ QUA ĐI và chắc chắn sóng đời sẽ làm chúng ta QUÊN ĐI.

Từ 22 bài viết, tác giả đưa chúng ta đi gặp rất nhiều những mảnh đời bão tố, rất nhiều những cuộc tình xót xa, và tất nhiên, từ đó giới thiệu đến chúng ta những con người. Những con người đứng từ góc độ riêng để biểu lộ hành vi và suy nghĩ rất người, nhưng như họ đã sống, đã vươn lên từ số phận,

Từ một cô nữ sinh trong trắng ở năm cuối Trung Học, mối

tình vu vơ chưa có cái nắm tay, rồi nhân vật Trân thành một người phụ nữ bươn chải gió sương, có con mà chẳng có chồng, Nhìn thấu suốt một đời để hiểu lẽ nhân sinh trong truyện ngắn Qua Cửa Thần Phù: Tác giả đã thong thả kể lại suốt năm mươi năm của một con người trôi qua biến động của cuộc sống, chịu đựng đắng cay, chia lìa, bằng một văn phong nhẹ nhàng như kể chuyện, rất ngắn và rất gọn nhưng đủ để người đọc hiểu và thấm thía ý nghĩa một đời người:

. Dòng thời gian lặng lẽ trôi, nhanh đến không ngờ. Một thoáng nhìn lại đời đã xanh rêu. Dáng mẹ hao gầy còm cõi vẫn không quản ngại, vẫn tất tả cưu mang hết con đến cháu; người cha già trầm ngâm bên chiếc điếu bát, nhả từng bụm khói mong manh lên trời, ly rượu trắng sóng sánh cùng cốc chè xanh, hết vơi lại đầy rồi lại vơi - thi thoảng chép miệng thở dài não nuột trong những lúc cuối đời... là hình ảnh thường hay lắng đọng trong đáy hồn khô khốc của Trân mỗi khi quay về ký ức. Niềm an ủi, hạnh phúc của nàng nay gói ghém nơi cô con gái vừa bước chân vào ngưỡng cửa đại học, Châu sẽ thay mẹ thực hiện hoài bão năm xưa. Làm gì có đấng Hóa công quyền phép an bài cho từng kiếp nhân sinh. Mỗi người tự mình sắp xếp, nhào nặn, xác lập định mệnh cho mình qua mối quan hệ duyên - nghiệp đơn giản mà nhiệm mầu vô cùng đấy thôi. Đời sống phải chăng như bơi thuyền lênh đênh qua cửa Thần Phù / khéo tu thời nổi, vụng tu thời chìm."

Ở truyện ngắn Chú Dziên, Tôi đọc và tôi khóc. Tôi quen với Khánh từ thời thiếu niên, Khánh ít nói, sống nhiều vào nội tâm, và thường là người chịu đựng thiệt thòi để mọi chuyện êm đẹp. Tôi cũng đã từng gặp nhân vật mà truyện đặt tên là chú Dziên, và cả những nhân vật sử dụng Chú Dziên trục lợi, biến chú Dziên từ con người thành con thú:

"Chị Thanh sai gã chủ nhà tắm rửa cho chú Dziên. Gã kéo vòi nước bơm từ con kênh đào lên, xịt tới tấp vào cũi cho trôi hết nước tiểu, phân tro lợn cợn lênh láng trong đó. Nước bắn tung tóe. Chú Dziên lạnh cóng la hét toáng. Quá bất nhẫn, Tâm cản lại bắt phải đun nước nóng rồi đích thân anh vừa chuyện trò vừa vỗ về tắm rửa kỳ cọ cho chú. Chú đã hết sợ hãi và có vẻ thích thú. Anh lau khô người, cho chú mặc bộ pyjama mới và dắt chú ra ghế ngồi bên chị Thành. Chú vùng vằng ra vẻ không bằng lòng chen vào ngồi với Tâm. Chị Thanh cười mà nước mắt ràn rụa".

Và còn ghê tởm hơn những con người nói những lời nhân nghĩa nhưng lòng dạ xấu xa, lợi dụng thời cơ để tìm lợi ích và làm tổn thương nhiều người. Thực ra, loại người này không phải hiếm trong một xã hội, nhưng qua Chú Dziên chúng ta nhìn thấy được cả một mảnh đời nhiều bất hạnh:

"Buổi tối nhà đám, người chết nằm cứng đơ, mặt phủ tấm vải điều chờ liệm, con cháu thân thích không có ai. Bủn ồn đứt ruột là mỗi khi có tiếng con thằn lằn tắc lưỡi trên trần, con cú kêu sương ngoài ngõ. Tâm nhờ vợ con đơm bát cơm quả trứng, vót đôi đũa hoa và đặt bát hương mới cho khói tỏa nghi ngút mong ấm hồn người quá vãng. Lại mua con gà nấu nồi cháo, thêm ít bánh trái rủ bọn thiếu niên xóm tới thức cùng cho bớt quạnh hiu. Ngày hôm sau chị Thanh đáp chuyến bay thẳng từ Tokyo về Sài Gòn. Đến nơi, nghe bà con chòm xóm kể chuyện, so sánh cách chăm sóc thiếu trách nhiệm của vợ hai Cao, một trời một vực với hồi chú Dziên ở cùng gia đình Tâm, lại nhìn quanh chỉ thấy gia đình Tâm chứ vắng bặt bóng dáng vợ chồng Cao, chị Thanh đã hiểu ra cớ sự. Chị đấm ngực vật vã:

- Chị hại cậu rồi Dziên ơi! Thằng Cao giết em tôi..."

Ám Ảnh Đơn Thân là truyện ngắn được sử dụng là tiêu đề chung cho toàn tập, là một truyện nhiều... ám ảnh. Nhân vật Nam và nhân vật Nữ trong một chuyện tình cứ tưởng là trắc trở lại như thể thuận duyên, Cứ tưởng thuận duyên thì lại là trắc trở, ôm giữ trong lòng một quá khứ không vui, chọn lựa nhau như chọn lựa một lối thoát cô quạnh để rồi ám ảnh chuyện xưa trở thành cô quạnh nhiều hơn. Đây là một truyện ngắn hay. Tôi nghĩ như vậy bởi vì bút pháp trong chuyện có nhiều đoạn như thơ, tâm lý nhân vật được diễn tả chân thực rất người, và đó chính là tài năng của ngòi bút thuần thục cộng thêm kinh nghiệm trải đời của Đoàn Văn Khánh.

"Nàng đang bị phân làm hai. Nửa nền nếp chính chuyên nửa bản năng khao khát... Chúng giằng xé, tương tranh một mất một còn".

Hay là: "Loan tắt nguồn điện thoại để chỉ sống cho riêng mình suốt hai ngày một đêm. Hết rồi những dằn vặt ray rứt. Chiều hôm sau, lúc trả phòng Loan không cần cặp kính đen và cái khẩu trang giấu mặt nữa. Nàng đi từng bước nhẹ nhàng tựa hẳn người vào bờ vai Văn đầy tin tưởng".

Truyện kết thúc như một câu hỏi cho người đọc. Những ám ảnh ngày xưa liệu có xóa được đi để tìm cho mình một niềm hạnh phúc đích thực hay không, hoặc lúc nào chúng ta vẫn cứ ruổi rong đi tìm một cái bóng mờ xa.

"Giờ thì tới lượt Văn tuy không đến nỗi ôm gối xuống sàn mà nằm yên như tượng với khoảng cách năm mươi phân chờ sáng. Lại vẫn cùng giường nhưng. mộng thì sao?."

Về phần Ký, Đoàn Văn Khánh kể cho chúng ta nghe những chuyến đi, ở mỗi nơi đến lại gắn kết với con người và những ký ức thật thú vị. Tác giả đưa đến để chúng ta gặp gỡ với rất nhiều tên tuổi văn học với những kỷ niệm nho nhỏ mà thấm sâu, như với Đào Mộng Nam:

"Vào những năm tiếp sau 2000, mỗi lần về nước, cố giáo sư Đào Mộng Nam soạn giả bộ sách giáo khoa TỰ HỌC CHỮ NHO do Đại học Huế xuất bản nổi tiếng đắc dụng những năm 60 thường ăn ở tại nhà tôi. Lý do đơn giản là theo anh "nhà cậu tuy hơi xa một chút nhưng Dung lành tính, không nhăn nhó chuyện anh em có thể lông bông thâu đêm suốt sáng".

Ngoài những giờ lên lớp dạy Hán Nôm, liên hệ việc sưu tập về thơ Nôm Cao Chu Thần, những giai thoại trong cuộc đời trung niên thi sĩ Bùi Giáng hay in ấn, xuất bản sách... cái thú nhất của anh là rủ tôi phóng xe "ra kênh Nhiêu Lộc uống la-ze". (Anh gọi la-ze đúng điệu dân Sài gòn cũ chứ không nói bia bọt). Cho dù triều cường lên hay xuống, cho dù con nước đen ngòm tanh tưởi được gió trời thốc vào mũi trăm thứ mùi rác rến, xác chó mèo ươn có khi cả xác người nữa. ngồi lai rai ở đây vẫn cứ là. tuyệt!"

Rồi một chuyến đi của nhóm anh chị em Quán Văn đi lên Bảo Lộc thăm Nguyễn Đức Sơn, Bằng lối kể chuyện nhẹ nhàng, và dẫn chứng vài câu nói của Nguyễn Đức Sơn là chúng ta hiểu được ngay tại sao người ta gọi Nguyễn Đức Sơn là nhà thơ siêu quậy:

"Giang sơn của một trong tứ siêu quậy làng văn chương miền Nam trước 1975 (Bùi Giáng / Phạm Công Thiện / Thế Phong / Sao Trên Rừng kia rồi. Quả không hổ danh đời phong tặng ông là "lão thi sĩ vạn thông". Không thể hình dung nổi hai thân xác gầy còm, te tua của vợ chồng Sơn Núi, lôi thôi lếch thếch với đàn con 9 đứa nheo nhóc, trong điều kiện khắc nghiệt trăm bề túng thiếu đã đánh vật chống chọi lại và chiến thắng oanh liệt từ thiên nhiên đến tiếng đời dị nghị, rồi lâm tặc quấy phá. để tạo dựng nên một cảnh quan hùng vĩ, tuyệt vời thế này cho chúng ta thưởng lãm. Cả một cánh rừng trùng trùng điệp điệp thông nối tiếp thông ngàn xanh hút mắt. Và con đường mòn tác tạo bởi muôn dấu chân người lần lữa đi lại quanh co uốn khúc lặng lẽ dẫn vào Phương Bối am - một cảnh giới đẹp đến lặng người. Như là... mọc lên từ cõi hư huyễn nào. Đã biết bao giọt mồ hôi và cả nước mắt, cả máu nữa tưới xuống cho màu xanh thăm thẳm bất tận này hở anh chị Sơn Núi? Thiền sư Nhất Hạnh trao lại vùng đất thiêng cho anh là. rất chuẩn thôi.

... Cuối cùng chị Hoàng Kim Chi (hiền thê họa sĩ Nguyễn Sông Ba) phải cùng với mấy thanh niên lâu năm phóng xe về áp tải, bấy giờ nhân vật chính mới chịu tắm táp, thay đổi khăn áo lên xe đến hội trường. Tôi nhắc nhà văn Nguyên Minh kề sát bên Sao Trên Rừng để. "kềm kẹp" khi cần. Tôi vừa cất giọng dẫn chương trình "Kính thưa nhà thơ Nguyễn Đức Sơn và gia đình. Kính thưa." Sơn Núi đưa tay xin phát biểu:

"- Cho tôi nói. ĐM. Cha sanh mẹ đẻ tôi mới nghe kính thưa nhà thơ Nguyễn Đức Sơn nha nha nha."

Tác giả đã viết mà như khóc với lần chia tay vĩnh biệt Chu Trầm Nguyên Minh.

"- Bệnh viện Triều An, lầu 1, phòng 104VIP. Cửa mở: phòng không, giường trống. Cô hộ lý đang dọn dẹp cho biết bệnh nhân Phạm Minh Tâm vừa xuất viện lúc 14 giờ!

Chiếc xe máy đưa anh em tôi quay ngược về 44/3 Cư xá Bình Thới Đường số 5 Phường 8 Quận 11.

Dọc đường, điện thoại rung. Trương Văn Dân vội báo tin anh Chu Trầm về đến nhà được ít phút thì tắt thở. Không kịp rồi! Nguyên Minh khóc rống lên giữa chang chang phố xá. Tôi hốt hoảng tấp nhanh xe vào lề đường: "Nén lòng đi anh. Anh ngồi yên ôm chặt em nhé! Té là mình tiêu theo Chu Trầm luôn đó".

Kể về chuyến du lịch qua Mỹ, tìm gặp Trần Hoài Thư:

"Nửa đêm về sáng trên đường từ Quảng trường Thời Đại Times Square New York về nhà ngang qua New Jersey - xa xa thành phố vẫn rực rỡ ánh điện muôn màu thắp sáng nhưng sao tôi thấy đìu hiu, cô quạnh quá! Hình ảnh một ông già ngày ngày lái xe tới nursing home chăm sóc bà vợ bệnh nan y rồi sau đó lại lặng lẽ quay về lủi thủi một hình một bóng". Ở nơi tôi ở, đìu hiu như ở vùng kinh tế mới, không chợ búa Việt Nam, không tiệm ăn Việt Nam, không bằng hữu thân quen..." (Trần Hoài Thư)"

Ký ức từ những nơi ghé đến, tác giả chứa trong bài viết biết bao tư liệu ngày xưa. Nói về núi đồi đất đỏ cao nguyên trong "Qua Cửa Thần Phù", nói về rừng thông ngút ngàn ở Bảo Lộc trong "Reo cùng Sơn Núi" Nói về nước Úc, về nước Mỹ, nói về Đồng Tháp và nói nhiều nhất về Sài Gòn với những con hẻm nhỏ quanh co Bàn Cờ, với dòng kênh đang xanh lại Nhiêu Lộc....tất cả đều rạo rực từ trái tim yêu thương và cái nhìn nhân văn trìu mến cộng với những bằng hữu in đậm trong từng góc phố bước qua. Bút ký "Phải Hôn Sài Gòn" là những dòng viết tự sự, thấm đẫm kỷ niệm từ thời ấu thơ cho đến nay thành một lão niên quanh quẩn với Sài Gòn.

Âm hưởng giọng nói "Phải Hôn...." theo giọng Sài Gòn vừa mang tính nhõng nhẽo, đặt câu hỏi một cách thân tình chỉ có của người Sài Gòn. Đoàn Văn Khánh tận dụng ngữ điệu này để đặt tựa cho bài viết thật dễ thương về nhiều kỷ niệm với vùng đất chí tình này:

Ngày ấy, kênh Nhiêu Lộc chưa được tử tế như bây giờ. Giang hồ mạt vận, gái gú lỡ thì thường tụ tập quãng nửa đêm về sáng. Tô xí quách, dĩa cóc ổi ngâm cam thảo. Can rượu đế kèm theo bình tông hai lít bia hơi chữa cháy. Cộng thêm bộ bài cào hay tứ sắc là đủ đốt đêm. Có lúc cao hứng anh Đào Mộng Nam cũng với qua bàn họ góp ít chuyện tiếu lâm. Tất cả đều gọi anh bằng "bố". Bố nhà văn. Bố nhà giáo rất trịnh trọng nhưng không kém phần thân thiết.

Rồi từ trong ký ức về cái thủa chào đời:

Hồi đó Sài gòn loạn lạc nhiễu nhương. Cha tham gia hội kín thường hay vắng nhà. Chị tôi mới lên mười đưa mẹ đi sanh tôi, dọc đường gặp bọn ma Tây lênh khênh xí xô xí xào ầm ĩ. Hai mẹ con sợ ríu cả chân không dám vượt qua, cứ lẳng lặng theo sau vừa đi vừa niệm Phật gia hộ. Pháp lực nhiệm mầu hồi lâu chúng biến mất.

Lúc nhỏ nghe mẹ kể lại chuyện này tôi có ý nghĩ lớn lên lấy vợ sẽ sinh con tại đây. Một ngày, thấy bảng hiệu nhà hộ sanh bị tháo gỡ, tôi buồn mất mấy tháng.

Tôi và Khánh quen nhau khoảng 1966, khi hai đứa cùng sinh hoạt thơ văn thiếu niên, và căn nhà tôi thường đến chơi, ở lại với Khánh là căn nhà này, căn nhà gốc của bài thơ nổi tiếng: Những Tối Hoa Xưa.

Con xóm nhỏ gần trăm nóc gia, nhà tôi ở khoảng giữa. Trước nhà là vuông sân rộng lát gạch tàu quanh năm râm mát nhờ hai cây trứng cá và vú sữa rất sai trái. Tuổi thơ êm ả những trò chơi con gái: lò cò, ô ăn quan, nhảy dây, nấu cơm, đóng kịch... (cả xóm trang lứa tôi chỉ có hai thằng cu còn toàn là cái hĩm xinh xinh).

Rồi. bỗng một lúc trời giông bão nổi, con Nguyệt chuyển nhà. Thiếu đào chánh ưng ý soạn giả mất hứng đặt tuồng. Gánh hát rã. Nỗi nhớ nhung con Nguyệt khiến thằng nhóc tôi xé vở học trò tập làm. thơ than mây khóc gió. Tôi nhớ mãi bài thơ đầu tiên được đăng trên tờ nhật báo Tiếng Chuông là bài Những Tối Hoa Xưa: Năm mười mười lăm hai mươi /Tôi che mắt. tiếng em cười rất trong / Con trăng sớm biết mặn nồng / Bay ngang một sợi mây hồng như mơ / Thương em xé vở học trò / Đêm khuya cắn bút làm thơ tỏ tình / Trên dòng lục bát mông mênh / Gọi mưa về lá hồn nhiên mộng đời / Năm mười mười lăm hai mươi / Có người xanh tóc thương người tóc xanh.

Đời sống như một con thuyền trên dòng nước lớn, khi vừa chạm vào tuổi thành niên, mỗi người trôi dạt qua nhiều lối khác nhau, và Khánh thì:

Con trốt đời nhổ bật rễ Sài Gòn quăng tôi đi tứ xứ. Từ Tiền Giang, Vĩnh Long xuống Đồng Tháp Hồng Ngự đến Komtum, Pleiku, Ban Mê Thuột. Năm 1993 tôi bỏ trường về lại nơi chôn nhau nhưng không đủ lực vào trong nội thành mà phải men ra vùng ven xưa là Trung tâm huấn luyện Quang Trung mưu sinh bằng đủ thứ nghề thượng vàng hạ cám, làm cả thủ công mỹ nghệ, tranh điện với Nguyễn Minh Nữu - bạn thiết từ những năm đệ nhất cấp.

Sau đám tang Chu Trầm Nguyên Minh, khi tôi làm cuộc Bắc du thì các anh chị ở nhà tổ chức nhiều chuyến đi loanh quanh dòng Nhiêu Lộc tìm cảm hứng và chụp ảnh. Hoàng Kim Oanh có post mấy tấm trên

Facebook. Họa sĩ & nhiếp ảnh gia Nguyễn Sông Ba mở laptop cho tôi xem công trình mới của anh để cùng chọn ảnh bìa số 21.

Và vẫn bằng lối kể hồn nhiên, duyên dáng có pha chút nhõng nhẽo, Đoàn Văn Khánh tạm kết Phải Hôn Sài Gòn sau biết bao tự sự là:

Quá đúng luôn phải hôn Sài Gòn? Ừ, phải hôn Sài Gòn. Tôi quỳ xuống ôm hôn Sài Gòn say đắm từ trong thâm tâm cất cao giọng hát Sài Gòn đẹp lắm Sài Gòn ơi Sài Gòn ơi...

Tôi và Đoàn Văn Khánh quen và chơi với nhau đã gần 60 năm, tập truyện và bút ký này của ông ra đời thực sự là một niềm vui, nhưng không là điều bất ngờ. Với bản tính trầm mặc, thường ghi lại những sự việc xảy ra chung quanh, cộng thêm tính linh mẫn nhìn ra được ngay điểm nhấn trong cuộc sống, cho nên trước đó ông viết xuống bằng thơ, và bây giờ thì bằng văn. Với 22 bài viết, Đoàn Văn Khánh đã rộng tay viết lại cuộc sống từ niên thiếu cho tới bây giờ là một lão ông. Gom lại như thế cũng là một ý riêng của tác giả muốn bày giải tổng quát cuộc sống từng trải để chia sẻ với người đọc buồn vui, đớn đau và hạnh phúc trong kiếp nhân sinh. Cái khó cho người viết lời giới thiệu là không thể chọn ra một bài nào hay nhất để giới thiệu, bởi vì mỗi bài lại ghi dấu một thời, mỗi bài lại nhấn mạnh một điều, và mỗi bài lại có cái thấm thía khác nhau, cũng không thể dài dòng viết hết về tất cả các bài vì quá dài. Chỉ có thể nói tập văn này chỉ là khởi đầu cho quá trình mà chúng ta sẽ còn đọc được rất nhiều những tác phẩm khác của ông.

Truyện viết gần nhất trước khi in sách (theo ghi chú ngày tháng ở cuối truyện) có lẽ chính là một kiến giải cho lập luận một cõi nhân sinh trong văn Đoàn Văn Khánh. Truyện Kiếp Nạn kể về cuộc đời My. Một cô gái đẹp nên sớm chịu phong trần. 17 tuổi bị người mẹ ruột gả bán để lấy tiền trả nợ và chịu đựng cú lừa đầu tiên: 20 lượng vàng trao tay là 20 lượng vàng giả, nhưng bất ngờ cơ hội lại tới khi người mẹ đó gặp quý nhân, được giúp đỡ và trở thành giầu có. My thành con gái bà trùm. Biến động 75 lại lần nữa thay đổi đời My. Mẹ My đi nước ngoài, My bỏ chồng con theo một người đàn ông khác ở lại, và thời gian ngắn sau tiền không và tình cũng không. Xót xa là đứa con của My trong chuyến vượt biên bị hải tặc hiếp và mất tích. Rồi từ những tin tức lõm bõm, Gia đình nhờ người anh bà con đi cùng My rong ruổi qua đất Campuchia tìm người... cô gái điên loạn có dấu chàm trên vành tai trái và cảm xúc thiêng liêng của người Mẹ để My nhận ra:

"Còn đôi mắt thì to và nâu sẫm như My. Lạ một điều là mớ tóc rối xoắn lại từng lọn nhỏ như hình một bầy rắn đang quấn quýt trên đầu khiến ông Thiết liên tưởng đến pho tượng huyền thoại nữ thần rắn Naga, thủy tổ của vương quốc Chân Lạp xa xưa.

... Về nhà, My bỏ cơm nằm vùi trong phòng khóc than nức nở: "Linh cảm người mẹ cho em biết: Đúng là con gái em rồi các bác ơi! Tội quá!"

Và câu chuyện kết thúc với cái nút được cởi ra ở cuối truyện, Gặp được người quen cũ, được giúp đỡ điều kiện để mẹ con trùng phùng, My qua cơn Kiếp Nạn kéo dài nửa đời người, từ trong khốn khó đói nghèo đã nhận thức được cuộc sống, để rồi trở về thiên chức làm mẹ, truyền đạt được cảm xúc và cô gái điên dần dần tỉnh lại. Một tương lại đẹp hơn đón chào những cuộc đời cạn đáy.

Giông tố đã đi qua. Kiếp nạn được tiêu trừ. Cuộc sống mẹ con My chuyển qua trang giấy mới. Xin chúc phúc cho họ.

Không có gì mãi mãi trong cuộc sống đời thường. Mỗi truyện ngắn đều để lại cho người đọc một cái nhìn, có xót xa, có buồn khổ và cũng có những hân hoan, vượt thoát. Một cõi nhân sinh qua nhiều góc nhìn cá biệt, và cái nhìn nào cũng thẫm đẫm nhân văn.

Với riêng tôi, một người yêu thích và thuộc thơ của Đoàn Văn Khánh từ mấy chục năm nay, từ bây giờ sẽ chuyển qua yêu thích lối văn đơn giản nhẹ nhàng mà cưu mang nhiều ý tưởng vượt lên và vượt qua số phận của ông. Chúc mừng Đoàn Văn Khánh.

15/04/2019

VIẾT VỀ ĐOÀN VĂN KHÁNH:
THƠ NHỎ LỆ TỪ TÂM NGƯỜI TĨNH LẶNG

Đây không phải là thi phẩm đầu tiên của nhà thơ Đoàn Văn Khánh. Bởi vì từ lâu, những lần huấn tập trước, Khánh đã lần lượt gửi tới bằng hữu gần xa rất nhiều tập với các chủ đề mà lúc bấy giờ ông cho là tâm đắc nhất. Nhưng quả thật đây là ấn bản đầu tiên được xuất bản để phổ cập tới đại chúng. Cũng vì vậy, Thơ Đoàn Văn Khánh sẽ có dịp được thưởng ngoạn, được phân tích, nhưng căn bản nhất và cũng là điều ông mong đợi nhất vẫn là tập thơ sẽ tìm gặp được những người cảm thông và chia sẻ với thơ ông.

Quá trình bốn mươi năm chơi với nhau từ những sinh hoạt thơ văn vào thời niên thiếu, cái kết dính với nhau phải chăng chính là những vần thơ từ thời mới lớn cho tới tận bây giờ? Tôi cho là như vậy.

Nhưng sẽ không công bằng đối với Đoàn Văn Khánh nếu đứng từ góc độ bằng hữu để nhìn thơ ông. Có lẽ hợp lý nhất, là từ vị trí của một người yêu thích và chăm chú theo dõi từng bước chuyển trong thơ của một người làm thơ để nói về người đó.

Tôi sẽ làm như vậy.

Tập thơ SÁNG MUÔN TRĂNG gồm chín mươi tám bài. Trong đó, hơn bảy mươi bài là mới hoàn toàn; số còn lại, là những bài rút ra từ những tập thơ trước.

Cái ghi nhận đầu tiên là có nhiều bài thơ cũ đã được làm mới bằng những ngôn từ chuẩn mực hơn, trau chuốt hơn, ý nghĩa hơn và cũng từ đó hương vị thơ nền nã hơn, nhưng với ý riêng người viết (do đã thuộc nằm lòng rồi) thì chưa chắc khi ngâm ngợi lên, sẽ thấy... "thú" hơn. Nhưng đó không phải là ý chính của bài viết này.

Hai câu thơ của Đoàn Văn Khánh mà tôi còn nhớ, là hai câu lục bát Khánh làm vào thời mới lớn và chúng tôi cũng vừa mới quen nhau (1964). Hai câu hoàn toàn không nằm trong một tuyển tập thơ nào của Đoàn Văn Khánh mà tôi được đọc cho đến bây giờ:

"Người ta biết cả. thôi liều Còn hơi thở yếu, còn yêu em hoài."

Cái rạo rực tuổi thanh niên cộng thêm một tình yêu mờ mắt và chút ảnh hưởng của thời chiến tạo ra những câu thơ tha thiết như một đàn thề, đắm đuối như một lời nguyền và viễn vông như một đời lãng tử.

Tình yêu là thế, ai cũng vậy và ở đâu cũng vậy, nhưng nói lên được như Đoàn Văn Khánh thì mới chỉ thấy có một.

Hai câu thơ trích dẫn ở trên, là điều cá biệt. Những bài thơ sau này, cho đến bây giờ, càng lúc càng chính chắn hơn và hiển lộ rõ nét hơn... chính là cái hồn hậu và tĩnh lặng.

Tại sao hồn hậu? Bởi vì chỉ có hồn hậu mới chung lòng được với người và san sẻ được với đời. Cảm nhận được ngay những đau đớn xót xa mà những người chung quanh chịu đựng để lập tức cộng hưởng mọi dằn vặt, ước mơ.

Rung động được ngay những báo điềm gửi tới dẫu vui, dẫu buồn để sớt chia khắp mọi người.

Tại sao tĩnh lặng? Đó chính là vị trí của vô thường, vị trí bất biến của trái tim nhân hậu. Sống bằng một con người nhưng cái nghĩ là nghĩ chung của một thời người:

"Lượng đời rộng mở Trái tim nhu mì Điều không thiết nhớ Sao chẳng quên đi."

Người làm thơ phải là người yêu được cuộc đời. Yêu nỗi đắng cay, yêu niềm hoan lạc. Yêu cuộc tình chung mà yêu cả lời phụ bạc. Trong thơ Đoàn Văn Khánh ta tìm thấy nỗi niềm chua chát đó, nhưng không phải là sự trách móc, hay đóng vai cao thượng tha thứ. Nhiều lần ta nhận được vị trí mà Đoàn Văn Khánh chọn, đó là lui về, lệ ứa âm thầm bằng trái tim tĩnh lặng.

Tôi yêu thơ của Đoàn Văn Khánh, có thể vì cùng lứa tuổi với nhau, có thể vì sống chung rất nhiều những thời điểm bên nhau, cho nên những điều muốn nói ra, Đoàn Văn Khánh đã nói rồi, và nói rất đúng mực, rất trau chuốt và nhiều hơn ý nghĩ của bản thân mình. Nhưng càng về lâu, sau này, đọc thật nhiều những bài Đoàn Văn Khánh viết, tôi đã chợt nhận ra chất thơ của Khánh thực sự mang một vóc dáng khác. Đó là chất hàm ý của mỗi bài trong mỗi thời điểm tiếp nối nhau, thực sự mô phỏng con đường tìm tới cái Tâm của người thiền giả. Man mác tình yêu bao la tới khắp muôn loài, lãng đãng cái nhìn về cuộc đời bèo bọt và thanh thản buông thả dần những vướng bận trần ai.

Rất nhiều dòng thơ trong SÁNG MUÔN TRĂNG đã lóng lánh như một dòng lệ. Nhưng không phải là lệ bi thương, không phải là lệ tủi nhục, lại càng không phải là lệ tuyệt vọng, mà những dòng lệ thanh tao xuất phát từ một trái tim từng trải quá nhiều, bây giờ đã mang niềm tĩnh lặng, an ổn nhìn và chia sẻ với nhân gian.

Còn nói gì hơn, ngoài một lời quý trọng.

Hoa Thịnh Đốn. Cuối Thu 2005.

VIẾT VỀ GIANG HỮU TUYÊN,
CHÚT TÌNH GỬI BẠN

Trong lần gặp nhau hồi đầu tháng giêng năm 2012, Trần Hoài Thư gợi ý với tôi về một số đặc biệt của Thư Quán Bản Thảo dành riêng cho nhà thơ Giang Hữu Tuyên mà Trần Hoài Thư biết rõ là tôi đã có một thân tình như anh em.

Tôi thực sự thú vị và thầm cảm ơn nhã ý đó của anh Thư.

Thú vị, bởi vì được làm một điều tôi ao ước đã lâu: Giới thiệu lại những bài thơ nồng nàn tình quê hương của Giang Hữu Tuyên và sưu tập lại những bài viết của rất nhiều người nói về một nhà thơ đậm chất nông thôn miền Nam này.

Tôi gặp Giang Hữu Tuyên lần đầu vào mùa đông 1996, lúc đó, tôi vừa định cư ở Mỹ được hơn một năm. Hôm đó là một buổi tụ tập vui chơi của những anh em hoạt động văn nghệ trong vùng Hoa Thịnh Đốn. Buổi tối đó ở nhà một thân hữu có khoảng vài chục người. Những người có mặt đều là những tên tuổi nổi danh, hoặc không nữa thì cũng là những nhà hoạt động về văn học nghệ thuật có tiếng trong vùng. Về tuổi tác, ngoại trừ anh chàng Nguyễn Kỳ Phong là cỡ tuổi tôi, còn lại, thì đều ở lứa già hơn tôi khá nhiều.

Năm 1996, là 21 năm sau ngày 30 tháng 4, 1975. 21 năm định cư trên đất Mỹ đã hình thành một cộng đồng người Việt đa dạng, thành đạt trong danh phận, thành công trong kinh doanh và trưởng giả trong lối sống thời thượng. Cái làm tôi cảm thấy lẻ loi là sự sành điệu và phong cách rất Mỹ của những người đang thành công trên vùng đất mới, so sánh với mình, một người vừa chân ướt chân ráo, ngơ ngác và ngờ nghệch giữa đám đông.

Giang Hữu Tuyên đến trễ hơn mọi người. Tiếng cười nói của Tuyên dồn dập chào người này, đùa với người khác ồn ào và ấm áp. Bùi Bảo Trúc chỉ vào tôi giới thiệu với Tuyên, Tuyên nồng nhiệt bắt tay và lắc tay tôi nhiều lần một cách thân ái: "Hay quá, hay quá, tôi mới đọc bài ông viết về đêm nhạc Ngô Minh Trí, thích lắm..."

Câu chuyện chung quanh vẫn ồn ào. Đầu tiên xoay quanh chuyện thăm hỏi những bạn bè cũ từ lâu không gặp mặt, nhắc nhớ những kỷ niệm thời sinh viên của anh trai tôi với nhóm bạn cũ, sau đó câu chuyện dông dài có lúc nói về các loại rượu đắt tiền, có lúc nói về các trường tư thục có tiếng tăm để gửi con đi học. Câu chuyện của những người đó không làm tôi ham thích mà còn có cảm giác khó chịu.

Tôi lại không thể đi về, vì tôi tới đây với người anh ruột cũng mới từ Việt Nam qua, mà người anh đó là bạn với Ngô Vương Toại, Bùi Bảo Trúc. và là bạn của khá đông người có mặt trong buổi gặp đó. Tôi im lặng nhìn theo mọi người, bỗng Tuyên khều tay tôi: ra ngoài hút điếu thuốc không? Tôi vội chụp lấy cơ may và đứng lên với Tuyên.

Ra bên ngoài, Tuyên nói nước Mỹ này là vậy, ông nên làm quen với cái không khí đó, cái thực dụng của đời sống đã xâm nhập vào tâm hồn mọi người, nên coi nhẹ những cá biệt để sống với cái chung.

Tôi sững sờ nhìn Tuyên, và xúc động khi hiểu được Tuyên đã nhìn thấy chút cảm khái của riêng tôi giữa đám đông ở trong nhà.

Sau này chơi thân với Tuyên, tôi lại biết thêm điều nữa là Tuyên không hút thuốc, cho nên hành động rủ tôi ra ngoài hút thuốc lại mang thêm ý nghĩa khác, ý nghĩa chia sẻ cảm thông một cách tế nhị mà thường hiếm có của người bản chất mộc mạc Nam Bộ như Tuyên.

Tuyên định cư tại Hoa Kỳ từ những ngày đầu sau 1975, và ngay lúc đó bước vào làm báo Việt Ngữ, tờ tuần báo ông thực hiện cho đến cuối đời là Hoa Thịnh Đốn Việt Báo. Khi đột quỵ và chia tay với mọi người, là ngày tuần báo Hoa Thịnh Đốn phát hành số báo thứ 1.000. Một ngàn tuần lễ gần với 20 năm. Không như ở Việt Nam ngày xưa có hệ thống phát hành, báo bên này sau khi in ra, tờ báo phải tự phát hành tới các khu thương mại người Việt, căn bản là các cửa hàng, dịch vụ kinh doanh có đăng quảng cáo trên tờ báo để sau đó thu tiền, đem tiền về làm tiếp số báo tuần sau. Không kể thời tiết đang nắng hay mưa, không kể mùa hè nóng cháy hay mùa đông buốt da, Giang Hữu Tuyên vẫn chuyên cần mỗi tuần đi phát báo. Bài thơ nổi tiếng của Giang Hữu Tuyên chính là bài thơ nói về công việc này:

Trời Mưa Đi Phát Báo.

Chiều ngã năm đường năm bảy ngã Ngã nào cũng ướt giọt mưa rơi Bao mùa mưa đã im giông bão Sao nước trường giang vẫn khứ hồi.

Mười mấy năm làm tên phát báo Lòng buồn theo thành

quách xa xưa Những trang tin dội từ quá khứ Rớt ngập ngừng cùng những hạt mưa

Mưa lót ngót đời loi ngoi mãi Sáng chưa đi, chiều lại mưa về Mưa ngã năm từ năm bảy ngã Ngã nào cũng mưa và mưa thôi

Xấp báo trên tay vừa ướt hết Vậy mà cứ đứng dưới mưa bay Hình như những mùa mưa thuở trước Đang về làm ướt trái tim ai.

Khoảng một năm sau đi làm lao động trên đất Mỹ, tôi đã ý thức thật rõ vị thế của mình. Cái mà công việc nước Mỹ cần thì tôi không có, cái tôi có thì nước Mỹ không cần. Nước Mỹ cần người có trình độ chuyên môn, có học vị và nhất là có khả năng Anh ngữ trôi chảy, hay ít nhất thì cũng phải có một sức khỏe trai tráng để lao động. Tôi thì sao?

Suốt lứa tuổi thanh niên mới lớn thì lao đầu vào chiến tranh, sau chiến tranh thì suốt 20 năm ở lại quê nhà thì lao đầu vào miếng cơm manh áo, qua tới nước Mỹ khi gần tới tuổi 50, trình độ không có, sức khỏe suy sụp, khả năng Anh ngữ thì chỉ đủ sáng say Hi, tối say bye, cho nên chút khả năng còn có được về văn hóa Việt đã đưa tôi tới quyết định làm một tờ báo thương mại trong vùng.

Tờ báo Văn Nghệ ra đời năm 1997, và khác hẳn với cái thông lệ "Hai cô ca sĩ có yêu nhau bao giờ", Tuyên và tôi trở thành hai người bạn thân thiết.

Mỗi sáng, khi rời khỏi nhà để ra khu thương mại Eden mở đầu cho một ngày làm việc, bao giờ Tuyên cũng gọi điện thoại cho tôi. Nhưng khác với Tuyên là một người quen với việc ngủ sớm và dậy sớm, tôi thường sa đà vào internet tới khuya lơ khuya lắc nên thức rất khuya và dậy rất trễ. Cũng có những lần bật dậy lao vào vệ sinh sau đó thay đồ ra ngoài uống cà phê ăn sáng với Tuyên, nhưng thường là tôi ầm ừ rồi ngủ tiếp. Tuyên lại gọi, lần thứ hai, lần thứ ba... vẫn nằm trên giường, tôi trả lời với Tuyên ông ra trước đi, tôi đang trên đường ra.

Có lần, khi trả lời với Tuyên như vậy khi vẫn nằm trên giường, giọng Tuyên la lớn trong điện thoại: "ĐM, on the way cái gì, tui đậu xe trước cửa nhà ông nè." Tôi lồm cồm bò dậy, nhìn ra cửa sổ. đúng thiệt là chiếc xe van mầu xám đang đậu trước sân.

Giang Hữu Tuyên mê thơ và yêu thơ đến cuồng nhiệt. Khi làm được một bài thơ mới, hoặc có khi ngẫu nhiên nhớ về một bài thơ đắc ý, Tuyên kỳ kèo cho bằng được để lôi tôi lên xe, kết hợp với một công việc nào đó của tờ báo hay nhà in mà Tuyên làm chủ, trên xe, Tuyên say sưa vừa lái xe vừa đọc và tự phân tích về bài thơ mình làm.

Kỷ niệm đáng nhớ là một lần khi lái xe qua Maryland, Tuyên vừa đi vừa đọc bài thơ.

Bài thơ đang đọc giữa chừng khi xe đang chạy trên xa lộ, tôi cũng lim dim mắt nghe, bất ngờ một chiếc xe từ trong exit chạy ra, chiếc xe chạy ẩu change vào lane xe Tuyên đang chạy một cách bất ngờ, nên Tuyên hoảng hốt chửi thề và đạp thắng, cho nên bài thơ bỗng dưng thành:

Ta bỏ nước làm người lưu lạc
Nghe chim rừng ngọt giọng ca dao
Nghe trăng năm cũ về... Đù mẹ...

Rồi Tuyên tỉnh bơ đọc câu kế tiếp:

Nghe dáng ai xưa bóng lụa đào

Tôi ngạc nhiên, ủa sao thơ gì mà có chữ đù mẹ vậy. Tuyên cười ha hả. Chuyện chửi thề buột miệng của Tuyên thì nhiều lắm. Nhưng buột miệng trên micro và trước đám đông cả trăm người thì nhớ hoài chuyện này:

Khi đó, năm 2003, nhà thơ Phan Thị Ngôn Ngữ ra mắt tập thơ đầu tay trong một hội trường lớn ở thành phố Annandale. Phan Thị Ngôn Ngữ là một nhà thơ hạnh phúc, vì phu quân và các con của bà đều rất nhiệt tình cổ vũ cho bà trong buổi ra mắt này. Khách mời có lẽ tới hơn ba trăm người. Hai ca sĩ đến từ California là Anh Dũng và Ngọc Hạ. Bốn diễn giả mà nhà thơ Phan Thị Ngôn Ngữ mời là Kiệt Tấn đến từ Pháp, và ba người làm thơ trong vùng là Trần Nghi Hoàng, Giang Hữu Tuyên và Nguyễn Minh Nữu. Tuyên lúc đó là kẻ ngoại đạo với computer, chàng chỉ viết tay tóm lược những ý chính để khi lên diễn đàn thì vừa nói vừa liếc qua nội dung cho đủ thời khắc và tránh lạc đề. Những bài Tuyên viết chuyển qua cho chị Sương (bà Tuyên) đánh máy. Hôm đó, chị Sương đánh máy rồi, và khi in ra, bất ngờ máy hết giấy nên mới in được 3 trang trong tổng số 5 trang của bài viết. Đã tới giờ, nên Tuyên vội vàng chụp ba tờ giấy in xong bỏ vào túi, còn xấp bản viết tay thì một người bạn đi cùng là Vương Đình Thanh cầm theo.

Khi tới hội trường, chàng nói thao thao bất tuyệt giữa hội trường yên lặng lắng nghe, bất chợt khi bỏ trang thứ ba qua để bắt đầu đọc tiếp trang thứ tư. chàng ta mới phát hiện đâu mất những tờ sau. Tuyên nhìn quanh quẩn, rồi nhìn xuống chân nháo nhác tìm và buột miệng ơ. đù mẹ.. Cả hội trường bật cười ồ. Lúc đó, Vương Đình Thanh mới chạy lên đưa cho

Tuyên xấp giấy viết tay... và chàng lại hăng say nói tiếp. Vương Đình Thanh là võ sư, là người đi cùng với Tuyên vào cái ngày cuối tại phi trường Rigan, đỡ Tuyên trong tay khi gọi cấp cứu để sau đó chàng đi xa mãi mãi.

Tiếng chửi thề của Tuyên không phải là lời chửi tục, mà là lời buột miệng của người dân chất phác miền Nam, câu buột miệng như một lời nói đùa, nói ra xong cái gì nghiêm trang, căng thẳng bỗng dưng thành bọt bèo tan cả.

Giang Hữu Tuyên đột quỵ và đi xa vào đúng tuần lễ mà tuần báo Hoa Thịnh Đốn Việt Báo xuất bản tới số thứ tự 1000.

Về thơ, Giang Hữu Tuyên ngoài tác phẩm "Tuyển tập thi ca 1975 - 1977", do nhà xuất bản Bố Cái ở Nam Cali thực hiện năm 1978 với sự góp mặt của 8 nhà thơ gồm: Nguyễn Nam An,

Hoàng Phú Hoan, Hoàng Chính Nghĩa, Hoàng Khởi Phong, Cao Tần, Thi Thạch, Trần Mộng Tú, Giang Hữu Tuyên.

Năm 2002, anh có in một tập thơ mỏng, lấy tên một bài thơ của anh được nhiều người yêu thích làm tựa đề chung: Trời Mưa Đi Phát Báo. Tập thơ dày 74 trang, mang tính cách một bản thảo xuất bản trước, rồi sẽ tổng kết và in lại sau. Nhưng anh đã mất trước khi làm lại điều này. Nhận xét về thơ Giang Hữu Tuyên, nhà văn Nguyễn Mạnh Trinh đã mô tả rất chính xác như thế này: "Thơ Giang Hữu Tuyên có nét riêng của những người sinh trưởng từ Nam Bộ. Thơ, đầy những hình ảnh của thôn quê, của liếp rau bên ao, của con kinh trước mặt, của giậu mồng tơi tím, của ngọn cải đọt rau quê nhà. Ở tâm tình của một người tha hương, nơi để nhớ nhung về, dù là những cảnh tầm thường quen thuộc của quê hương. Trong nhiều trường hợp, Giang Hữu Tuyên vừa là người "tạo cảnh" vừa là người "tả cảnh". Tạo cảnh là dùng những nét chân thực để tạo thành một thế giới riêng chuyên chở tâm sự ý tưởng mình. Còn tả cảnh là dùng lời chân thực để phác họa những cảnh tượng có nét sống động của đời sống hiện thực. Nhà thơ đã dung hòa để có một thế giới mà trong đó có sự chân thực của đời thường mà lại chuyên chở được ý tưởng, tâm tư. Giang Hữu Tuyên tả cảnh vùng đồng bằng sông Cửu Long, và trong ngôn ngữ chân chất ấy gửi gắm theo tấm lòng hồn hậu của một người yêu tha thiết quê hương."

Cái mà tôi muốn nói thêm, là nói thêm về con người Giang Hữu Tuyên. Là người sinh trưởng và lớn lên từ đồng bằng Nam Bộ, Tuyên có những phong cách hồn nhiên, thoải mái, phóng khoáng và đôn hậu. Chẳng thế mà anh thường là khách mời, là diễn giả và nhất là làm người tổ chức các buổi sinh hoạt văn học ra mắt sách ở vùng Hoa Thịnh Đốn.

Tôi không thể nhớ cho hết được bao nhiêu lần tôi bị lôi vào cuộc khi Tuyên thoải mái nhận lời của ai đó từ phương xa để tổ chức cho họ một buổi ra mắt sách, thế là tự nhiên Tuyên cũng thoải mái nhận lời... là tôi sẽ làm người điều khiển chương trình.

Tuyên chỉ thông báo với tôi khi... đã nhận lời. Và có thể tôi vui vẻ đồng ý, và có thể tôi không chịu vì lý do nào đó. Nhưng cuối cùng thì vẫn phải cùng làm với Tuyên, bởi vì sự thân thiết và nể nang. Từ phương xa, tôi nhớ Tuyên đứng ra tổ chức ra mắt sách cho Hoàng Khởi Phong, Du Tử Lê, Ngô Thụy Miên, Yên Sơn, còn nhiều nữa. Trong những lần đó, cái mà Tuyên đóng góp vào chẳng phải là công không thôi, mà cả tài chánh ủng hộ và nhất là cả tấm lòng hồn hậu rộng rãi của người làm thơ đối với văn hóa nữa.

Giang Hữu Tuyên mất ngày 14 tháng 11 năm 2004. Đã 8 năm qua, chị Trương Ngọc Sương, phu nhân của anh vẫn tiếp tục duy trì và phát triển tuần báo Hoa Thịnh Đốn Việt Báo, bởi vì đó là nỗi mong ước lớn nhất của anh, mà thời sinh tiền anh vẫn thường bày tỏ. Làm tiếp tờ báo này, Chị Sương vẫn cảm thấy như đang làm việc với chồng, dù anh ở xa.

Còn đối với bạn bè trong vùng, hàng ngày ngồi và gặp nhau ở Phở Xe Lửa, vẫn nhắc tới anh như một kỷ niệm khó quên. Như ông chủ Phở Xe Lửa Nguyễn Thế Toàn vẫn gửi người đem về bày trên bàn thờ của Tuyên vào ngày giỗ một tô Phở Xe Lửa Tái Chín Nạm Gầu, vì đó là món ăn ngày xưa, có khi một ngày Tuyên ăn tới ba lần. Hai mắt lim dim khi tôi hỏi ông về Tuyên, ông gật gù: "Đó là một người chơi được." Là người kiệm lời, Nguyễn Thế Toàn nói về Tuyên như vậy nghĩa là ông đang nói về một người ông ta coi là bạn.

Còn riêng với tôi, tôi cũng có hỏi lòng mình là tôi yêu mến con người Giang Hữu Tuyên, hay yêu mến thơ của ông. Có lẽ cả hai, vì yêu thơ nên mến người, và vì mến người nên yêu thơ. Nhưng lớn nhất có lẽ chính là sự đồng cảm sâu xa của Giang Hữu Tuyên dành cho tôi. 8 năm sau ngày Giang Hữu Tuyên mất, xin gửi tới anh một chút tình trân trọng.

Tháng 3/2012

VIẾT VỀ HOÀNG KHỞI PHONG:
HÀO PHÓNG, LÃNG MẠN

Hoàng KHởi Phong tranh sơn dầu của Trương Vũ

Cái giao tình quen biết giữa Hoàng Khởi Phong và tôi đã hơn 40 năm, thân thiết như anh em ruột thịt và nhiều kỷ niệm mà kể lại giống như kể chuyện tiểu thuyết.

Hoàng Khởi Phong vừa về thăm lại vùng Hoa Thịnh Đốn, vào tháng 10 năm 2014. Đón tiếp ông là khá nhiều bạn hữu cũ từ ngày xưa như Trương Vũ, Đinh Cường, Đỗ Hùng, Đoàn

Viết Hoạt, Đặng Đình Khiết, Phùng Nguyễn, Phạm Cao Hoàng, Phạm Nhuận, Phương Thảo và tôi. Ngồi bên nhau kể chuyện ngày xưa, những kỷ niệm rào rạt trong lòng. Buổi tối, ngồi vào bàn viết, nhìn thấy tác phẩm Trăng Huyết của Anthony Grey và Nguyễn Ước, tôi bỗng muốn ghi lại vài kỷ niệm với Hoàng Khởi Phong.

Hồi đó là năm 1971, tôi đang là người lính thuộc Sư Đoàn 23 bộ binh. Chiến trận vùng Tây Nguyên lan rộng và khốc liệt, đợn vị tôi hành quân lên Pleiku và đóng quân ở căn cứ Hàm Rồng, cách thành phố Pleiku khoảng 20 km. Căn cứ Hàm Rồng là hậu cứ của Trung Đoàn 47 thuộc Sư Đoàn 22. Tối hôm đó, Nguyễn Quang (bây giờ là nhà thơ Mai Quang đang chủ trương trang Web Sông Dinh) rủ tôi tới hậu cứ của một Tiểu Đoàn, không nhớ tiểu đoàn mấy của Trung đoàn 47 để tìm gặp Thế Vũ, một người bạn văn nghệ. Lần đầu gặp nhau chúng tôi ngồi gần như suốt đêm chuyện trò về đủ thứ trên đời.

Nửa đêm đầu là ngồi uống trà để thức nói chuyện và kế tiếp nửa đêm còn lại là vừa nói chuyện vừa lần lượt đi xả, còn nhớ hoài nụ cười mỉm chi của Nguyễn Quang khi gọi cái trà mà Thế Vũ đãi là trà Thái Đức, nói lái lại là trà Thức...

Trong suốt thời gian đóng quân tại hậu cứ đó, tôi, Nguyễn Quang và Thế Vũ nhiều lần tụ hội chuyện trò. Có lần Thế Vũ nói cuối tuần này nếu còn ở đây, tôi sẽ đưa các ông ra Pleku uống cà phê, một quán cà phê mới mở rất văn nghệ. Thế Vũ kể thêm, quán do ba ông nhà thơ hùn nhau mở để làm chỗ cho anh em văn nghệ tụ hội, ba ông đó là Cao Thoại Châu, Kim Tuấn và Hoàng Khởi Phong. Cả ba đều là quân nhân, nên vụ mở quán này là chuyện làm thêm cho vui, quán sẽ có tên là Tay Trái.

Thế Vũ nhìn tôi và nói, "Tôi có nói với Hoàng KHởi Phong là có Nguyễn Minh Nữu đang hành quân ở đây nên anh Hoàng Khởi Phong nhắn rủ ông cùng ra đó cho vui."

Tôi vui vẻ nhận lời, Vì đã đọc thơ Cao Thoại Châu và Kim Tuấn nhiều, còn Hoàng Khởi Phong thì một tác phẩm thơ Mặt

Trời Lên vừa do Đại Nam Văn Hiến xuất bản cũng đang là để tài nóng để anh chị em trong văn nghệ bàn tán về tính cách phản chiến và nổi loạn. Cả ba thi sĩ ấy tôi đều mong có dịp làm quen.

Tiếc thay, cái hẹn hồi năm 1971 đó không thực hiện được. Giữa tuần đó, đơn vị tôi rời căn cứ Hàm Rồng để lên Kon Tum, rồi theo đơn vị di chuyển về Ban Mê Thuột, khi thì Quảng Đức, có lúc Phan Rang, cũng có lúc ghé Pleiku vài ba ngày nhưng cũng chẳng biết Cà Phê Tay Trái ở đâu để mà ghé lại...

Cho đến đầu năm 1973, khi đang tạm dừng dưỡng quân tại Pleiku, buổi tối tôi cùng đám bạn xuống phố, có cà phê., có rượu, và có cả quậy phá nữa, nửa đêm trên đường lái xe về đơn vị thì bị Quân Cảnh chặn lại và tống giam vào Đồn Quân Cảnh Pleiku.

Sáng hôm sau, cả đám bị lôi dậy tập họp trước sân chờ nghe lệnh, ba thằng bạn cùng đi được gọi lên, cảnh cáo và thả cho về đơn vị, còn tôi được lệnh chờ trình diện Trưởng Đồn. Tôi hỏi viên Sĩ Quan Trực tại sao vậy, vì trong đám bốn thằng cùng đi chung, tôi là thằng...vô tội nhất. Tôi không lái xe, không quậy phá, cập bậc cũng nhỏ nhất sao tôi phải trình diện Trưởng Đồn? Viên Sĩ Quan Trực lắc đầu không trả lời mà quay qua giải quyết những trường hợp khác.

Tôi ngồi chờ tới 10 giờ sáng mới được gọi vào trình diện Trưởng Đồn. Sau khi trình diện đầy đủ tên họ số quân, Ông Đại Úy Trưởng Đồn Quân Cảnh Pleiku ngước nhìn tôi, đôi mắt nheo nheo và hỏi:

- Cậu biết tôi là ai không?

- Dạ biết

- Tôi là ai?

- Đại Úy là Trưởng Đồn Quân Cảnh.

Ông Đại Úy Trưởng Đồn mặt khó đăm đăm đó bỗng bật cười:

- Mẹ, vậy mà nói biết. Tớ là Hoàng Khởi Phong.

- Trời.

Ông ta gọi ra ngoài cửa, có bạn nào ngoài đó không, xuống câu lạc bộ lấy cho tôi hai ly cà phê đá...

Buổi trưa đó, một tờ giấy gửi về đơn vị của tôi báo tin tôi vi phạm quân phong quân kỷ và bị tạm giam tại Đồn Quân Cảnh Pleku 7 ngày. Sau khi ký tờ giấy và chuyển qua cho văn thư gửi đi, Hoàng Khởi Phong quay qua tôi vui vẻ, trưa nay tôi dắt cậu đi ăn cơm Tàu, nhà hàng này mới mở ngon lắm, lát gọi Thái Tăng An ra ăn chung luôn. Thái Tăng An là họa sĩ vẽ rất đẹp, hiện nay định cư tại Hòa Lan.

Hào Phóng, Lãng Mạn, Sâu Sắc và Thẳng Thắn là những đặc điểm của Hoàng Khởi Phong. Bốn đặc tính đó trộn lẫn vào nhau tạo nên một phong cách đặc biệt riêng tư của Hoàng Khởi Phong mà bất cứ ai khi đã quen với ông đều thấy không thể trộn lẫn với bất cứ ai.

Cuộc chiến rồi đã tàn, chúng tôi không gặp nhau suốt mấy chục năm trời cho tới khi tôi định cư tại Hoa Kỳ năm 1995.

Lúc đó, nhà thơ Hoàng Khởi Phong đã không còn làm thơ nữa. Ông đã sống ở Hoa Kỳ hơn hai mươi năm, đã làm công nhân bán xăng, đã làm thợ tiện, đã làm cộng tác viên báo chí, đã làm chủ nhiệm tạp chí Văn Học và đã xuất bản hàng chục tác phẩm giá trị.

Sau tập thơ đầu tiên xuất bản trên đất Mỹ là Tuyển tập thi ca 1975-1977 in chung 8 nhà thơ do nhà xuất bản Bố Cái in năm 1978. Hoàng Khởi Phong đã không làm thơ nữa và những bài viết của ông về những ngày cuối của miền Nam là Hồi ký ngày N+ đã tạo cho ông một vị trí khác trong dòng văn học Việt Nam Hải Ngoại. Liên tiếp sau đó là các tập truyện ngắn, cho tới khi chúng tôi gặp lại nhau là ông vừa cho in xong phần đầu của bộ trường thiên tiểu thuyết Người Trăm Năm Cũ.

Khi hai cuốn 1 và 2 của bộ trường thiên Người Trăm Năm

Cũ in xong, Giang Hữu Tuyên và tôi đã tổ chức một buổi ra mắt sách tại nhà hàng Sài Gòn House với hơn 300 người tham dự. Lần đó số lượng sách mà Hoàng Khởi Phong đem từ Cali lên đã bán hết sạch, sau đó Hoàng Khởi Phong về lại Cali và phải gửi tiếp sách lên để bán tại vùng Hoa Thịnh Đốn.

Hai năm sau, khoảng năm 2004 tôi về Cali chơi và ở tại nhà Hoàng Khởi Phong. Lần đó anh đưa tôi một bộ sách khác, cũng hai cuốn, đó là cuốn Trăng Huyết của Anthony Grey và Nguyễn Ước. Đây là một tác phẩm lạ, vì nó là một tác phẩm có sẵn và hoàn chỉnh của một nhà văn Anh là Anthony Grey, tựa đề Sài Gòn dày hơn 800 trang, khi đến tay Nguyễn Ước, lúc đó là một thuyền nhân vượt biên còn đang ở tại đảo Galang, tác phẩm được viết thêm tới 400 trăm trang nữa, và như anh tôi, Giáo Sư Nguyễn Minh Diễm viết lời giới thiệu như sau:

"Năm 1982, một nhà báo Anh từng làm việc và trải qua tù đày tại Trung Quốc nhưng chưa bao giờ đặt chân đến Việt Nam tên là Anthony Grey xuất bản cuốn tiểu thuyết Sài Gòn dày gần 800 trang khổ lớn (bản in của Nxb Little, Brown and Company-Boston-Toronto năm 1982 dày 787 trang kể cả bạt). Có thể nói Sài Gòn trước hết là một tiểu thuyết lịch sử, vì nó dựa trên những sự kiện có thật, những diễn biến có thật, nhiều nhân vật có thật và các tình tiết của truyện trải dài theo dòng chảy của 50 năm lịch sử Việt Nam, từ 1925 đến 1975. Nó còn mang ý nghĩa lịch sử hơn khi mà để xây dựng tác phẩm, Anthony Grey đã phải bỏ ra suốt ba năm nghiên cứu sách vở tại các thư viện và thư khố ở Paris, Luân đôn, Washington D.C. và đại học Harvard. Ông đã tham khảo vài trăm cuốn sách và hàng ngàn tài liệu liên quan đến Việt Nam. Ông cũng từng gặp, trao đổi và xin ý kiến của các sử gia, nhà nghiên cứu và nhà báo nổi tiếng thế giới về những vấn đề của Việt Nam. Trong đó, có chuyên gia về Việt Nam trước thế chiến thứ hai Virginia Thompson; chuyên gia về Điện Biên Phủ Jules Roy, nhà nghiên cứu Mặt Trận Giải phóng Miền Nam Douglas Pike, tiểu thuyết gia Frank Snepp và nhiều người khác nữa, kể cả các chuyên gia về tình báo và quân sự ở Đông Nam Á. Tinh thần và cung cách làm việc như thế cho thấy tham vọng của Grey là dựng lại cả một giai đoạn lịch sử của Việt Nam như một tổng hợp, như một bức tranh toàn cảnh. Chính vì tinh thần làm việc nghiêm túc như thế mà Sài Gòn đã được dùng như tài liệu giảng dạy về hai cuộc chiến Đông Dương cũng như lịch sử Việt Nam cho sinh viên sĩ quan Học viện Hải quân Hoa Kỳ ở Annapolis. Tác phẩm cũng được dịch từng phần để làm sách tham khảo cho sinh viên sĩ quan của Học viện Quân sự Hà Nội, theo bức thư Anthony Grey viết cho Nguyễn Ước được in lại ở cuối sách.

Nhưng trước hết, Sài Gòn là một tiểu thuyết, cho dù nó có bám sát lịch sử đến đâu, và Anthony Grey khi viết cuốn truyện dài này đã có một mục đích rõ rệt, như ông xác nhận sau đó, là mang đến sự hoà giải, để "góp phần hàn gắn những vết thương khủng khiếp và những đau khổ mà người dân ở mọi phía trong xứ sở Việt Nam vốn đã bị tả tơi vì một cuộc chiến quá dài, dài hơn của bất cứ xứ sở nào". Chính vì hoài bão mục đích ấy, mà các nhân vật trong Sài Gòn đều được Anhony Grey cho một sức sống mãnh liệt, kiên quyết và có phần cực đoan, mê mị, lúc yêu đương cũng như lúc thù hận, lúc sống, cũng như lúc chết. Nếu coi Sài Gòn là một sân khấu, thì những con người mà Anthony Grey tạo ra và đưa lên sàn diễn đều đã sống hết mình, hoạt động hết năng lực và không nghỉ ngơi trước khi rời khỏi ánh đèn. Những tính cách mạnh mẽ, năng động và cực đoan ấy của nhân vật có thể là do bản tính cá nhân, có thể là do hoàn cảnh hun đúc, mà cũng có thể là do một thế lực nào đó cố tình huấn luyện để sử dụng, nhưng nhất định chúng là nguồn gốc sâu xa của tấn bi kịch kéo dài quá lâu nơi đất nước Việt Nam, và khiến dân tộc chúng ta đã phải trả một giá quá đắt.

Tuy nhiên, dù Anthony Grey tài ba cách nào thì ông cũng vẫn là một người phương Tây từ ngoài nhìn vào đất nước Việt Nam, ông có tài giỏi cách mấy thì ông vẫn không thể nhập vai người Việt Nam, và khung cảnh sống cũng như các nhân vật ông tạo ra vẫn không tránh khỏi có phần khập khiễng, lạc loài dưới con mắt phân tích của độc giả người Việt vì họ chỉ là "người Việt gốc ngoại", được xây dựng từ kiến thức, sách vở về đất nước, con người cũng như lịch sử và văn hoá Việt Nam. Tuy nhiên, giống như công chúa ngủ trong rừng, Sài Gòn đã gặp Nguyễn Ước, để khung cảnh và các nhân vật của nó được thổi một luồng sinh khí Việt Nam để chúng được tái đầu thai. Nguyễn Ước đã làm một công việc chưa từng có là viết thêm vào một cuốn tiểu thuyết đã xuất bản và đang lưu hành. Từ trên 800 trang của Sài Gòn, ông đã viết thêm khoảng 1/3 nữa để thành trường thiên tiểu thuyết TRĂNG HUYẾT dài hơn 1200 trang (Bản in của nhà xuất bản Nhân Văn, Canada năm 2004 gồm hai cuốn cùng khổ với Sài Gòn, dày 621 trang và 645 trang). Mặc dù giữ nguyên bố cục của Sài Gòn với tám phần, bắt đầu từ năm 1925 đời vua Khải Định, cho đến cuối tháng Tư năm 1975, Nguyễn Ước đã "viết chêm vào, khi thì trọn một chương, khi thì vài đoạn nghĩ tưởng, vài lời đối thoại, nhiều nhân vật phụ, v.v. để đính chính, minh hoạ; đào sâu tâm lý của các nhân vật người Việt, bổ túc nhiều chi tiết về hoàn cảnh chính trị, khuynh hướng cách mạng bản địa và thời đại, sự kiện lịch sử, nghi lễ cung đình, phong cảnh, nếp nghĩ, tục lệ và văn hoá dân tộc, v.v." và điều mà ông "chủ tâm hơn cả là cố gắng để nói lên Việt tính của nhân vật và sự kiện, đồng thời trình bày sao cho hợp với cảm quan của độc giả người Việt".

Chính trong ý nghĩa ấy, có thể nói là Nguyễn Ước đã góp phần sáng tạo các nhân vật, và cả khung cảnh sinh hoạt nữa để họ trở thành những người Việt Nam, sống trong xã hội Việt Nam với những nét văn hoá đặc thù và nhờ thế mà độc giả người Việt chúng ta có thể buồn vui theo họ. Nguyễn Ước quả nhiên cũng là một tác giả, và điều độc đáo đã được thực hiện: một tác phẩm tổng hợp của hai người chưa bao giờ gặp nhau, hoàn thành phần nọ cách phần kia hơn 20 năm đã ra đời như một tổng hợp của kiến thức, tài năng và cảm tính."

Hoàng Khởi Phong nói với tôi về quyển sách này:

- Anh cho rằng đây là tác phẩm viết về chiến tranh Việt

Nam hay nhất từ trước tới nay, tác giả cuốn này là Nguyễn Ước đang có một số trở lực nên không thể tự xuất bản được, hai bản in mà anh đang cầm đây là hai bản Nguyễn Ước lấy từ nhà in, đây là 2 trong tổng số 10 cuốn Nguyễn Ước lấy lén từ nhà in. Những bất đồng giữa Nguyễn Ước với nhà in đã không giải quyết được, và Nguyễn Ước thực sự cần tìm một người có thể giúp Nguyễn Ước in tác phẩm này. Em hãy đọc, và nếu được, hãy giúp Nguyễn Ước.

Trên máy bay đi từ Cali về Washington DC, tôi đã đọc một phần Trăng Huyết, và thấy rõ là bị cuốn hút về nội dung tác phẩm này đúng như lời Hoàng Khởi Phong nói, và sau đó ông ghi lại trong phần Bạt của tác phẩm Trăng Huyết khi tôi xuất bản mấy tháng về sau:

"Là một nhà văn tự học qua trường đời và qua các tác phẩm của những nhà văn đi trước, tôi không học Anthony Grey cách hành văn. Nhưng tôi học được trong tác phẩm Sài Gòn rất nhiều điều về cách sử dụng những chi tiết lịch sử cho một cuốn tiểu thuyết lớn, bao trùm một không gian rộng gồm những biến động xảy ra tại nhiều quốc gia và trải một thời gian dài suốt hơn nửa thế kỷ.

Sau cùng tôi muốn nói tới những đóng góp của Nguyễn Ước trong Trăng Huyết. Kể từ khi văn học Việt Nam chuyển từ văn chương Hán Nôm sang văn chương quốc ngữ đã được hơn một thế kỷ. Trong thời kỳ văn học mới ấy, văn chương Việt Nam, bằng những bản dịch, đã tiếp nhận rất nhiều tác phẩm của các nền văn học khác. Một trong những người tiên phong trong việc phỏng dịch các tác phẩm ngoại quốc có thể kể đến Hồ Biểu Chánh. Một số truyện của tác giả này là những phó bản của các tác phẩm viết bởi các nhà văn Pháp của thế kỷ 19. Điều đáng nói là Hồ Biểu Chánh không hề ghi chú rằng ông đã mượn cốt truyện của các tác giả ngoại quốc để chuyển đổi câu chuyện cho phù hợp với đời sống của người Việt ở trên đất Việt. Thời của Hồ Biểu Chánh là giai đoạn đầu của văn chương quốc ngữ. Cũng phải nói ngay là ông có công giúp cho các độc giả người Việt không có khả năng đọc tác phẩm ngoại quốc, có thể cảm nhận được các tác phẩm ấy. Sau Hồ Biểu Chánh một vài thập niên, cũng có một vài tiểu thuyết gia chuyên phóng tác các truyện ngoại quốc, vì nhu cầu của người đọc càng ngày càng tăng, tuy nhiên các cuốn sách này được ghi rõ là phóng tác, và phần lớn nhằm để giải trí cho người đọc hơn là những tác phẩm văn học. Sau cùng là những tác phẩm văn học được dịch đầy đủ với toàn bộ câu chuyện, đã giúp cho người đọc ở Việt Nam tiếp cận thật sự với nền văn học của các nước khác.

Tác phẩm Sài Gòn của Anthoney Grey được hoàn tất năm 1982, với chiều dầy khoảng bảy trăm trang, khi được Nguyễn Ước tiếp cận vào năm 2000 đã trở thành một cuốn tiểu thuyết khác, với một cái tên khác, là Trăng Huyết, có chiều dầy hơn một ngàn trang và khổ sách cũng lớn hơn. Để hình thành Trăng Huyết, bản thân Nguyễn Ước, theo như ông kể lại ở phần Tái bút, cũng bỏ ra nhiều năm trời sưu tầm, kiểm tra các tài liệu lịch sử và tham quan các địa điểm được dùng làm bối cảnh cho câu chuyện.

Nơi bìa trước của cuốn Trăng Huyết, người đọc nhận thấy hai tên tác giả Anthony Grey và Nguyễn Ước được đặt cùng một hàng. Trong các trang đầu của cuốn sách người đọc bắt gặp lá thư của Anthony Grey gửi cho độc giả của Trăng Huyết; ông viết không phải với tư cách của một tác giả cho phép dịch tác phẩm của mình sang một ngôn ngữ khác, mà là đồng thuận việc Nguyễn Ước cùng đứng tên với ông làm đồng tác giả của cuốn Trăng Huyết, bởi vì Trăng Huyết đã có những đóng góp đáng kể của Nguyễn Ước đến độ Anthony Grey không thể phủ nhận những đóng góp ấy.

Khi so sánh hai cuốn sách, người đọc có thể thấy trong khoảng bốn trăm trang đóng góp của Nguyễn Ước là những bổ túc cần thiết cho nguyên bản Sài Gòn, bởi vì sau hai chục năm tác phẩm này hoàn thành, đã có những tư liệu mới được các văn khố Pháp, Mỹ, Nga, Hoa cho công bố. Điều đặc biệt là những gì Nguyễn Ước đóng góp đã đan chặt lại với nguyên bản, như là một tấm lụa được dệt nguyên thủy, chứ không phải là một miếng vải khác đắp vào một tấm lụa bị hư hỏng vài đoạn. Trong Trăng Huyết có những đoạn được viết thêm vào trong các chương, hơn thế nữa Nguyễn Ước đã dựng thêm một số nhân vật, cũng như đôi khi đã viết hẳn một chương.

Điều thứ hai mà tôi bắt gặp trong tác phẩm này chính là chất văn chương trong toàn tác phẩm, dù được viết bởi nguyên bản Sài Gòn của Anthony Grey, hay là bản dịch và sự đóng góp thêm vào trong Trăng Huyết của Nguyễn Ước. Cả hai tác giả này đã cho người đọc thấy cách sử dụng ngôn ngữ tuyệt vời trong toàn cuốn sách. Với hơn 1000 trang sách của bộ tiểu thuyết Trăng Huyết, Anthony Grey và Nguyễn Ước đã làm được một kỳ công trước đó hầu như chưa một cuốn sách nào đáp ứng được, là gói trọn lịch sử và chiến tranh Việt Nam cận đại của năm chục năm từ 1925 cho tới 1975. Tất cả những biến động lớn nhất xảy ra cho Việt Nam trong nửa thế kỷ này, được ngòi bút tài ba, và tấm lòng ngùn ngụt của hai nhà văn này đúc lại thành một tác phẩm mà bất cứ ai quan tâm tới Việt Nam đều nên đọc.

Sau cùng tôi muốn nói về Trăng Huyết và những gì tôi học được ở Sài Gòn của Anthony Grey qua Trăng Huyết với sự đóng góp của Nguyễn Ước là những bài học quý giá cho một nhà văn không được đào tạo bởi trường ốc. Tôi chân thành ngưỡng mộ và cám ơn cả hai tác giả đã cho tôi đọc lịch sử cận đại của nước tôi, trong một cuốn tiểu thuyết hay nhất về chiến tranh Việt Nam."

Tác phẩm Trăng Huyết ấn bản đầu tiên do Kiến Văn Thời Đại xuất bản năm 2005 với lời giới thiệu của Nguyễn Minh Diễm, bạt của Hoàng Khởi Phong và phần phỏng vấn của Ngô Vương Toại, bìa của Nguyễn Trọng Khôi đã được thực hiện khởi đầu là như thế.

Buổi trưa, sau buổi cơm hội ngộ với nhau, nhìn Hoàng Khởi Phong nhanh nhẹn bước ra ngoài sân và rút điếu thuốc hút, Đinh Cường nhìn tôi gật gù, "Ở cái tuổi của Hoàng Khởi

Phong mà nhanh nhẹn như ông ta thật là quá quý". Bài viết này cũng trong tinh thần đó, tôi muốn gửi tới anh Hoàng Khởi Phong một lời khen ngợi về sức làm việc bền bỉ, hăng say trong văn học, những nhận định của anh về mọi vấn đề rất minh triết và rõ ràng, và vui hơn khi ở tuổi 70 mà sức khỏe vẫn như thời trai tráng. Chúc mừng anh khi biết Người Trăm Năm Cũ đang được viết những chương sau chót để trở thành bộ Trường Thiên Tiểu Thuyết Lịch Sử có khoảng thời gian trong truyện dài nhất: TRĂM NĂM.

Virginia, tháng 11. 2014

VIẾT VỀ HOÀNG KIM OANH:
HỒNG NHAN TRI KỶ

Cũng khoảng năm bẩy năm về trước, dường như 2014 gì đó không nhớ rõ, Tôi thấy và nghe Hoàng Kim Oanh nói chuyện lần đầu trong lần ra mắt Quán Văn kết hợp giới thiệu tác phẩm Một Phút Tự Do của Elena. Hoàng Kim Oanh là diễn giả thứ hai nói về tác phẩm này. Tà áo dài duyên dáng, tiếng nói chậm rãi và nhỏ nhẹ, và quan trọng là rất rõ ràng đã làm cả hội trường ngừng trò chuyện riêng để lắng nghe. Tôi thực lòng không nhớ rõ hết những gì Hoàng Kim Oanh nói hôm đó, chỉ còn cảm giác là diễn giả rất trân trọng với tác phẩm, và quyến rũ được người khác có chung lòng yêu thích này, nên hôm đó tôi đem về nhà hai thứ, cuốn truyện của Elena và lòng quý mến của Hoàng Kim Oanh.

Cơ duyên là trong những ngày ở Sài Gòn, tôi có dịp gặp Hoàng Kim Oanh nhiều lần hơn ở tòa soạn Quán Văn. Có hai điều ghi nhận là luôn luôn có trên tay của Oanh là một xấp tài liệu, có thể là giáo án giảng dạy, có thể là biên khảo văn chương hay tư liệu nghiên cứu gì đó, nhưng tập giấy trên tay làm tiếng nói của Oanh giữa đám đông vẻ vẻ mô phạm, có vẻ chuẩn xác và khả tín. Điều ghi nhận thứ hai là trang phục. Phụ nữ mà, ra đường thì phải trang điểm, chút phấn hồng trên má, chút hương thơm trên áo và một chọn lựa trang phục phù hợp. Thường thì mỗi lần gặp nhau, là một trang phục thật hợp khuôn dáng. Oanh thật khéo khi luôn chọn cho mình một trang phục bắt mắt, không cầu kỳ mà thật duyên dáng.

Dù ghi nhận những đặc điểm đó, nhưng cái làm tôi mến HKO lại là tài năng và kiến thức về văn học mà cô thủ đắc. Cô giáo Hoàng Kim Oanh tốt nghiệp Đại Học năm 1979. Khoá đầu tiên của ĐH Sư phạm Thành Phố. Dạy cấp 3 ở Trường Cấp 3 Vĩnh Thuận, tỉnh Kiên Giang - còn gọi là U Minh Thượng, cách SG 1 ngày xe, hơn nửa ngày đò. 1984 chuyển lên Cấp 3 Rạch Sỏi. Về lại Sài Gòn 1996 sau 18 năm "lưu lạc" miền Tây cho nên kiến thức về miền sông nước Nam Bộ ghi dậm nét trong ký ức của cô, và còn là ảnh hưởng vào tác phong bình dị của Oanh trong trò chuyện. Hoàng Kim Oanh am tường thơ văn miền Nam và đặt vào đó những trân trọng quý mến. Hoàng Kim Oanh có thể đọc ngay, phân tích và bình luận về thơ Tô Thùy Yên, Nguyễn Tất Nhiên, Nguyên Sa, Thanh Tâm Tuyền. Mai Thảo... và nhiều người nữa.. một cách tự nhiên như nằm sẵn trong đầu.

Sau khi rời miền Tây, Oanh về dạy Tiếng Việt, Văn học Việt Nam và Văn học nước ngoài tại ĐH Sài Gòn đến khi nghỉ hưu 2012. Hiện nay tiếp tục dạy đại học tại trường Huflit, và tham gia đào tạo sau ĐH cho các trường ĐH Khoa học Xã hội & Nhân văn Tp, Đh Văn Hiến, Đh Trà Vinh... Ngoài sự yêu thích, Hoàng Kim Oanh là một người chuyên nghiệp về giảng dạy văn học, cho nên bình luận, phân tích thơ văn là một khả năng đặc biệt của nàng. Bài viết này sẽ không sa lầy vào một phần việc mà tôi biết, tôi không thể làm được như Oanh. Bài viết sẽ nói về những ghi nhận của một người bạn, nói về một người bạn mà thôi.

Năm đó, tôi về Việt Nam và ở lại Sài Gòn ăn Tết. Thoáng thế mà đã gần hai mươi năm tôi không được hưởng cái không khí đón tết ở Sài Gòn. Cái không gian thật kỳ lạ của một chộn rộn náo nức, dường như tất cả mọi người đều chờ đợi trong ước mong sẽ tốt đẹp hơn trong năm mới, sẽ xóa đi thật hết cái nỗi buồn, nỗi lo của một năm sắp trôi qua. Xe cộ chạy ngập đường ai cũng hối hả, và tôi cũng lấy chiếc xe gắn máy của người cháu, chạy suốt từ đông qua tây, từ nam qua bắc, cũng xôn xao, cũng náo nức, cũng bận rộn dù thật sự không bận rộn gì cả. Nhưng cái chộn rộn đó cũng đột ngột biến đi như khi nó đột ngột tàn về hồi nửa tháng trước. Ngày sát cuối năm thành phố vắng hẳn. Xe cộ thưa thớt hơn, những gì cần thiết chuẩn bị cho cái ăn cái uống cái chơi của ngày Tết lắng xuống bên ngoài đường để chỉ còn xuất hiện trong từng mái nhà nhỏ. Người ta bày biện bàn thờ, lau chùi quét tước nhà cửa, chưng thêm bông hoa và có lẽ nhiều người đang ngồi thu dọn cửa nhà và suy nghĩ tổng kết cuối năm. Chắc Hoàng Kim Oanh cũng vậy, Có lẽ (nghĩa là do tôi nghĩ ra thôi) khi đang sắp xếp lại nhà cửa và bàn viết, nhìn những cuốn sách xếp ngổn ngang trên bàn, Hoàng Kim Oanh viết trên facebook: "Mỗi cuốn sách được tặng không chỉ mang nội dung mà tác giả muốn gửi gắm, mà khi còn gói cả một ân tình chất chứa trong đó. Nhìn những cuốn sách trên bàn, nghĩ tới từng tác giả ký tặng và có cảm giác ấm áp cũng như đang trực tiếp chuyện trò, câu chuyện tâm giao." Tự nhiên cảm thấy tiếc, năm này mình chưa kịp in một cái gì đó gửi Oanh, để những lúc cuối năm như thế này cô ta có dịp Nhớ, Nghĩ về mình.

Sáng 30 Tết, ngủ dậy, gọi cho Đoàn Văn Khánh và Nguyên Minh, rủ đi uống cà phê. Sài Gòn thật lạ, khi họ ăn Tết, họ kéo mọi người cùng nghỉ ăn Tết theo mình. Từ khu nhà Nguyên Minh ở Bình Thạnh, chạy qua Phú Nhuận rồi về quận 1, những quán cà phê thân quen đóng cửa im ỉm. Cả ba chạy vòng vòng một lát mới tìm gặp một quán cà phê đối diện nhà thờ Đức Bà mở cửa. Quán nằm ngay trung tâm thành phố và cũng gần nhà Hoàng Kim Oanh, Nguyên Minh gợi ý hay là gọi Oanh ra uống cà phê cuối năm đi.

Trời đã về chiều, khu vực bùng binh trước nhà thơ vắng tanh không người qua lại, thỉnh thoảng mới có một chiếc xe chạy ngang qua vội vã, còn có mấy tiếng đồng hồ nữa là bước qua ngày mới tháng mới và năm mới. Năm đó, Oanh vừa có cậu con trai đi du học Hoa Kỳ. Tấm lòng người mẹ nhớ con cộng thêm môi trường hoạt động ngành giáo dục, tạo cho Oanh những âu lo thật nhiều về đời sống bên Mỹ. Sợ con ham chơi bỏ học, sợ con ham học bỏ ăn, sợ con chao đảo vì đời sống mới lạ... Oanh kể nhiều chi tiết bất an và hỏi tôi nghĩ thế nào. Nghĩ gì chứ? Tôi nói với Oanh rằng khi con chim đủ lông đủ cánh bay ra khỏi tổ là con chim đã trưởng thành. Những câu của chàng trai đó nói với mẹ chứng minh được cái suy nghĩ độc lập và chỉ có sự suy nghĩ độc lập mới làm cho con người tự đứng được trên đôi chân của mình. Em là cô giáo, em có thể gửi tới chàng ta những lời hướng dẫn, nhưng đừng bao giờ mong rằng chàng ta sẽ là cái bóng của em để đi, bởi vì chẳng có cái bóng nào sống được khi không có hình đâu. Buổi trò chuyện cuối năm đó, mang rất nhiều tâm sự riêng tư, và thực sự đem lại cho tôi lòng tôn trọng thật sự với một người mẹ nhân hậu và một cô giáo đầy ắp tình yêu thương học trò.

Khi viết những dòng chữ này (2021), Chàng trai kỳ vọng của Hoàng Kim Oanh đã hoàn thành Đại Học tại Hoa Kỳ, đã trở về với Bà Ngoại, với Ba mẹ, mang theo tính cách trưởng thành đầy chững chạc và chỗ dựa thật vững chắc của một Hình chứ không hề làm Bóng cho một ai.

Chẳng phải mình tôi nhớ về cuộc chuyện trò chiều Ba Mươi đó, mà Hoàng Kim Oanh cũng ghi lại trong "Bâng Khuâng chiều Ba Mươi" đăng trên Quán Văn số 43:

"Ôi, kí ức chiều ba mươi cứ thế mà tuôn trào."

Một phút đắn đo.

- Dạ, em ra. Một chút chắc được.

Tôi muốn tặng mỗi anh vài búp trà sen đặc biệt Viên Trân vừa gửi đến. Tôi muốn gửi mấy anh nước mắm Phú Quốc Kiên Giang đượm nồng hương biển.

Chiều Ba mươi, Sài Gòn phố phường thênh thang. Người tứ xứ đã về cố quận vui đón xuân bên bếp lửa gia đình. Người Sài Gòn chánh cống không đi chơi xa thì bận rộn bao lo toan cho ngày đầu năm mới mọi thứ viên mãn tốt lành.

Quán café đối diện nhà thờ Đức Bà dường như toàn khách Tây. Ai cũng thong dong, thư thả ngược hẳn cái tất bật đông đúc ồn ào chen chúc khuân vác mua mua bán bán ở các khu dân cư, đặc biệt là các chợ của Sài Gòn. Chúng tôi nhìn quanh quất, Vietnamese hình như chỉ có mấy anh em nhà Quán Văn ngẫu hứng du xuân đột xuất chúng tôi. Bốn anh em mừng vui tíu tít đôi câu. Mỗi người gọi một thức uống. Chẳng hẹn mà tất cả đều gọi crème Chocolate. Món ruột của tôi. Anh Minh cũng vậy... Cuối năm, có lẽ để nhớ chút ngọt ngào.

Bóng chiều cứ thế từ từ buông.

Có cái gì xôn xao khó tả.

Tự nhiên tất cả đều lặng im.

Anh Nguyễn Minh Nữu hỏi thăm về con trai đi học xa. Bỗng dưng tôi bật khóc. Mẹ thì nhớ thì mong, có khi chỉ nghĩ đến con phương xa một mình nước mắt đã rơi, vậy mà nó email về: "Mẹ cứ vui, cứ sống cuộc sống của mẹ, đừng ủy mị như thế... Không lẽ mẹ của con lại tẻ nhạt như thế ư? Con ổn.

Anh cũng chia sẻ chuyện con cái phương Tây nói chung và chính anh sau khi kể câu chuyện cảm động về đứa con bị thương tật sau chiến tranh, khi trở về gọi điện báo con sẽ về đón năm mới cùng bố mẹ với một người bạn tàn phế đôi chân. Mẹ anh đã từ chối người bạn tàn phế ấy. Linh tính... ngay sau cú điện thoại ấy, bố mẹ anh chạy ngay đến khách sạn con ở. Trời ơi, một người lính mất cả chân tay vừa từ tầng cao nhất của khách sạn lao xuống tự vẫn. Con ơi. Sao con không nói đó là con. Dù con như thế nào, lành lặn hay mất hết tứ chi, con vẫn là con của mẹ. Thông điệp mà anh chia sẻ: Hãy nói cho con biết, lúc nào bố mẹ cũng bên con và yêu thương con cho đến hơi thở cuối cùng."

Hoàng Kim Oanh cộng tác với Quán Văn từ gần mười năm nay. Khởi đầu là tham gia bài viết, rồi gần gũi hơn là người tiếp tay làm Diễn giả trong các buổi ra mắt sách. Nhưng tôi nghĩ, đóng góp lớn nhất của Kim Oanh chính là đưa Quán Văn vào môi trường giáo dục mà cô đang hoạt động. Đầu tiên là Kim Oanh bỏ tiền túi ra mua mỗi kỳ phát hành chừng mươi cuốn, cô gửi tới các bạn dậy cùng Trường, dậy cùng khoa, hoặc gặp gỡ trong các sinh hoạt giao lưu giữa các Đại Học, rồi sau nữa là các học trò Trung Học cũ nay đã ra trường mà cô biết năng khiếu văn chương. Lần này gửi nhóm này, lần sau gửi nhóm khác... những người nhận được Quán Văn lần lần thì sẽ trở thành thân hữu, bạn đọc và có cả trường hợp là tác giả của Quán Văn sau này. Thực hiện tờ báo Văn Học thì đương nhiên là người hoạt động về văn học, nhưng với hệ thống phát hành như hiện nay, tờ tạp chí phải tìm được những người ham học, hay suy nghĩ và thích văn học cùng tiếp tay phổ biến thì sân chơi mới còn lưu giữ được. Năm 2019, Hoàng Kim Oanh đến Mỹ lần thứ hai. Lần đầu năm 2009 dự hội thảo quốc tế ở Philadelphia. Thì chúng tôi chưa biết nhau. Lần thứ hai này Kim Oanh tham dự Đại Hội cựu học sinh Trưng Vương, tổ chức tại vùng Washington DC và kết hợp tìm gặp những thân hữu văn học đã quen tên, và có khi chưa từng được gặp.

Dịp này, ngoài những buổi Kim Oanh gặp gỡ với các cựu nữ sinh Trưng Vương khắp nơi về dự đại hội, tôi có dịp đưa Hoàng Kim Oanh tới gặp gỡ các Anh chị như Trương Vũ + An, Phạm Cao Hoàng + Hoa, Nguyễn Tường Giang + Oanh, Nguyễn thị Thanh Bình, Lê thị Ý, Lãm Thúy, Nguyễn Minh Nữu + Mai. Phạm Thành Châu, Thúy Diễm, Phó Hồng Hà, Đinh

Trường Chinh. Và trên đường về Cali để lên chuyến bay về Việt Nam đã ghé thăm gặp gỡ anh chị Lữ Quỳnh, có những gặp gỡ với các anh Thành Tôn, Phạm Phú Minh.

Một cuộc thăm viếng nữa do bạn bè Trưng Vương của Kim Oanh đưa đi, sau đó Kim Oanh ghi lại thật đẹp và trân trọng, là khi thăm viếng một địa điểm văn học của thành phố Richmond, Tiểu bang Virginia:

Đó là: Poe in Richmond, VA.

"Một trong 4 nơi chốn được coi là quê hương của Edgar Alan Poe. Thi tài này ra đời ngày 7.10. 1809 ở Boston. Và mất ở Baltimore 19.1.1849. Nhưng Richmond là nơi Poe lớn lên trong u sầu côi cút sau khi chứng kiến cái chết lạnh lẽo của mẹ, nơi kết hôn bí mật cùng cô em họ 13t - nàng "Annabel Lee" xinh đẹp dịu dàng mà yểu mệnh; nơi những trang viết đầu tiên của ông ra đời và tài năng văn chương nảy nở, lan tỏa khg chỉ trên quê hương nước Mỹ mà còn vượt qua nhiều biên giới quốc gia Âu, Á. Năm 2009 dự hội thảo quốc tế ở Philadelphia mình đã đi thăm được 2 nơi: (1) Edgar Allan Poe National Historic Site ở Phily và (2) thành tâm tưởng tiếc đặt một bông hồng lên mộ EAP ở Baltimore. Lần này, tranh thủ đến nơi thứ ba lưu giữ bao nhiêu kỷ vật ấu thời buồn đau và sự nghiệp văn chương lừng lẫy qua từng trang viết... Một ngọn nến khi Poe viết "Annabel Lee". Vài vật dụng đơn sơ.... Chiếc ly, ngòi bút lông, những trang giấy úa vàng nguệch ngoạc... Xúc động làm sao vài sợi tóc của EA-Poe vẫn được trang trọng trưng bày...

Thảy làm chứng nhân cho một thiên tài Edgar ở Richmond...

Ôi Edgar Poe!

Người luôn tự nhận mình là một quý ông Virginian. Con người của đau thương nghiệt ngã côi cút đói nghèo bất hạnh ấy chắc đâu biết đâu ngờ cái bóng của mình sau khi mất, 170 năm nay đã, đang và mãi in sâu vào biết bao trang thơ, truyện trinh thám, kinh dị, viễn tưởng cũng như lý thuyết xây dựng truyện ngắn (short story) của văn chương thế giới...

Trong đó, có nhiều cây bút lỗi lạc của VN...

Thời gian có nhòa trong vô tận.

Dòng người vẫn tìm đến ngôi nhà lưu niệm này mỗi ngày, mỗi ngày, tìm lại từng dấu vết về một con người kỳ lạ, làm nên một phần di sản văn chương Mỹ.

Học sinh trung học, cao đẳng, đại học vẫn đến chốn này dựng lại những câu chuyện Poe từng tưởng tượng nhưng phản ánh cả một thời đại đổ vỡ của niềm tin và giá trị con người...

Nevermore Nevermore Edgar Allan Poe.

18.10.2019

Năm 2020 là năm của dịch bệnh, là năm của cách ly và cũng của cả chia ly. Tôi gửi tới bạn bè một thư: "là nỗi thèm khát được sống như ngày xưa. Nay thì mỗi người trong một góc riêng, tự phong tỏa mình và đối diện với im lặng, thanh vắng, cách ly với cuộc sống bên ngoài. Khi bị cách ly hay tự cách ly với xã hội, mỗi người trở thành một ốc đảo riêng tư và vô cùng tịch mịch. Chúng ta vẫn phải ăn, vẫn phải thở nhưng dường như rơi vào nhàm chán với chính mình. Mọi chia sẻ dù vui hay buồn đều như đối diện với bốn bức vách, và nỗi cô tịch kéo dài."

Và đề nghị mỗi người tự vị trí riêng mình, hãy viết xuống những suy nghĩ và cảm xúc để tập hợp chung thành một Ghi Nhận 2020. Hoàng Kim Oanh nhận lời ngay, và gần cuối thời gian nhận bài mới gửi tới một ghi nhận. Là một ghi nhận đắng lòng: Hoàng Kim Oanh ghi lại những cuộc chia tay của năm 2020.

Những cuộc chia ly mùa dịch, Hoàng Kim Oanh nhắc tới Nguyễn Chí Sơn, Nguyễn Dương Quang, Lê Phương Uyên, Nguyễn Đức Sơn, Hoàng Hương Trang, Mang Viên Long... Những chữ viết trong đoạn văn rời này làm não lòng quá, làm tiếc nhớ quá và cũng chí tình quá với người nằm xuống, và cho những người còn ở lại đây nhói ở tim mình.

Xin trích lại một đoạn ngắn Oanh viết về Lê Phương Uyên: Người đầu tiên của nhóm Quán Văn ra đi năm 2020:

"Thời gian từng giọt nặng nề,
Xa xăm đôi mắt bốn bề quạnh hiu.."

(Lê Phương Uyên)

Tôi sẽ mãi nhớ về anh với đôi mắt đăm chiêu, nụ cười hiếm hoi nhẫn nhịn một đêm Giáng sinh Sài Gòn ngày tôi biết anh lâm bệnh dữ. Tôi sẽ mãi nhớ về anh cùng hương Lavender tím ngát thuỷ chung bè bạn tiếp thêm nguồn năng lượng tích cực những ngày anh vuột khỏi tay Thần Chết mùa hè 2019 khi chúng tôi đến thăm anh ở điền trang. Tôi sẽ mãi nhớ về anh hình ảnh cảm động anh đang thiêm thiếp trên giường bệnh bệnh viện ĐHYD bỗng choàng mắt dậy và đòi ngồi lên khi anh Sông Ba nói vào tai anh "có chị HKO đến thăm nè". Niềm vui ngắn ngủi nhỏ nhoi. Nỗi buồn dài ở lại, anh Lộc Xuân ơi!

Dịch bệnh thế giới bùng phát dữ dội không chỉ một, hai mà tất cả các lục địa. Sài Gòn cũng "phong thành" từ 16.3.2020. Rồi 30.3.2020, mọi nẻo đường ra Bắc vào Nam đều phong toả đến 23.4.2020. Hai tháng cách ly. Mọi hoạt động dường như ngưng lại. Stay at home. Stay at home. Xin em ngồi yên đấy. Ở nhà là yêu nước. Đeo khẩu trang là yêu nước. Rửa tay là yêu nước. Vâng. Vâng. Việt Nam tội nghiệp của tôi. Bình thường, mọi thứ đã quá tải. Nhất là bệnh viện. Địa ngục cho những ai không có nhiều tiền. Cực hình cho những ai đi theo ân huệ ban phát của Bảo hiểm y tế suốt 30 năm làm lụng tích cóp đóng... Chỉ cần 1 ca lây, truy tìm đường đi cả 100 ca. Chỉ 100 ca dương tính nhân với 100 ca F1, F2, F3. Hệ thống y tế vốn đã thiếu và yếu của VN không biết sẽ đi về đâu hỡi em.

Không gặp lại nhau cả hai năm nay rồi, vẫn liên lạc qua facebook, Email mỗi khi cảm thấy cần, mỗi khi cảm thấy trống trải và mỗi khi cảm thấy cần chia sẻ. Một người bạn văn, có lần gửi tới tôi một đoạn Clip ngắn, bài phát biểu của Hoàng Kim Oanh trong một buổi sinh hoạt về đề tài Viết về Sài Gòn do Hội Nhà văn Thành phố tổ chức, Lần đó, Kim Oanh đề cập đến tập bút ký Thương Quá Sài Gòn của tôi với sự quý mến rất riêng, sau đó, chuyển tặng ban Tổ Chức tác phẩm này. Chợt nhớ có lần, Trần Dzạ Lữ nói với tôi rằng "Hoàng Kim Oanh không chỉ là bạn với ông, mà là một Hồng Nhan Tri Kỷ với ông trong văn học." Vâng, vậy thì bài viết này xin được đặt tên là Hồng Nhan Tri Kỷ Hoàng Kim Oanh, và xin kết thúc bằng một bài thơ mới nhất của Hoàng Kim Oanh, bài thơ như cùng tâm sự với rất nhiều người, vào thời điểm vẫn còn giãn cách xã hội này:

Tiếng còi tàu hôm nay không về ngang ga Bình Triệu 1h. 2h. 3h...
có chuyến tàu nào về ngang tôi không?
Chuông nhà thờ Thị Nghè hôm nay không rung 4h. 5h...
Ban mai bỗng không phải ban mai Cái ban mai quen thuộc đi đâu?
Sài Gòn đã thức.
Những chiếc xe tải từ ngoại ô đang vào thành phố tiếng bánh xe miết vào lòng đường nhựa. tiếng thắng rít trên đường như có gì rạn vỡ.
Sở thú hôm nay không nghe vẳng lại tiếng cọp gầm, vượn hú xa xa ừ. lâu rồi. không biết chúng còn sức để gầm để rú lâu rồi...
Chuông nhà thờ Thị Nghè hôm nay không rung Ban mai bỗng không phải ban mai Cái ban mai quen thuộc đi đâu?
Tôi chờ tiếng chim chích chòe chim sẻ chim sâu chút nữa thôi. 5h.6h...
sáng nào cũng thi nhau nhảy trên nóc nhà hàng xóm
nhảy nhót trên mái hiên cửa sổ nhà tôi
ríu rít hỏi han nhau
như đêm qua ai còn ai mất
như hôm nay lời chúc an lành

ríu rít. ríu rít.
Tôi cố thu mình thật nhỏ.
Tôi cố nín từng hơi thở ước gì có thể vô hình.
ước gì có thể biến mất khỏi những ồn ào phố chợ người xe
ít phút nữa thôi sẽ xé đêm yên tĩnh
để cuộc chuyện trò ban mai không ai phá hỏng
để ban mai còn là ban mai.
thanh khiết. vẹn nguyên.
từng âm thanh vạn vật giao hoà
như cuộc đời
chính nó
hồn nhiên bản năng trong trẻo ban sơ
Tôi soi gương khuôn mặt của đêm úa nhàu. xộc xệch.
tôi đánh phấn khuôn mặt của đêm
tô chút phấn hồng
vẽ thêm màu son mới
đánh lừa mình. vọng ảo chút thanh xuân.
ôi ban mai. có còn là ban mai.
phấn son cũng chỉ là son phấn
lạ lẫm cả khuôn mặt mình.
hay khuôn mặt của đêm.
sáng nay sao tất cả đều im lặng.
im lặng
im lặng
có phải bình minh không về không?
Chuông nhà thờ Thị Nghè hôm nay sao không rung? Thị Nghè,

04.03.2021

LÀM BÁO Ở WASHINGTON DC

Định cư tại Mỹ năm 1995. Ở tuổi 45, tôi có 5 năm thơ dại sinh trưởng tại Hà Nội, có 20 năm đi học, đi lính và sống với Việt Nam Cộng Hòa, sau 1975 có 20 năm lăn lộn kiếm sống với Việt Nam Cộng Sản, tôi còn bao nhiêu năm để sống với đất nước tự do Hoa kỳ nữa đây? Đến Mỹ ở lứa tuổi quá lứa cho đi học, những đam mê đọc và viết từ thời thanh niên đã tự giấu mình suốt mấy chục năm, một gia đình nhỏ những đứa con chưa đến tuổi trưởng thành, mọi đều tạm gác lại cho tương lai của lứa đời sau.

Khi định cư tại Hoa Kỳ, niềm mơ ước đầu tiên và lớn nhất của mình là được cầm bút trở lại. Không thể sống toàn thời gian bằng ngòi bút như khao khát, nên tôi tìm kiếm việc làm từ ngành báo chí. Trong vùng, đang có nhiều tờ tuần báo phát hành. Tất cả các tờ báo này đều là tập hợp của các bản tin thời sự, bình luận chính trị và quảng cáo. Trong đó, có 4 tờ báo mạnh, mạnh nghĩa là có nhiều quảng cáo, tờ báo dày và có một phong cách riêng như nhắm vào một thành phần độc giả thí dụ về Phụ Nữ, về Chính Trị, về Xã hội và về một ngành nghề như Nail. Nhưng Văn Chương hoàn toàn vắng bóng trong các tờ báo này. Bước khởi đầu là tôi gọi điện đến xin việc và bị từ chối vì đã đủ người. Sau đó, thấy một quảng cáo cần người đánh máy tiếng Việt, tôi gọi điện đến xin việc và được gọi tới phỏng vấn.

Người tôi gặp là Lê Khiêm. Khiêm còn trẻ, đang là người cung cấp các bản tin cho các báo Việt Ngữ trong vùng. Sau năm 1975, Hiệu trưởng trường trung học Văn Học tại Đà Lạt cũ là Chữ Bá Anh định cư tại vùng Hoa Thịnh Đốn. Ông hình thành một cơ quan thông tấn, chuyên nghiên cứu và dịch thuật các bản tin quốc tế liên quan đến Việt Nam từ các hãng thông tấn Mỹ, các tư liệu văn học cũ và các sinh hoạt người Việt khắp nơi trên thế giới, đúc kết thành một bản tin mỗi ngày, cung cấp cho những người có nhu cầu đặt mua, và các tờ báo Việt Ngữ làm tư liệu. Khi ông Chữ Bá Anh từ trần, người cộng tác với ông là Lê Khiêm tiếp nối công việc đó.

Lê Khiêm còn trẻ, năng động và nồng nhiệt. Khiêm hỏi tôi có biết đánh máy chữ tiếng Việt không? Tôi gật đầu, Khiêm đưa tôi một một xấp giấy viết tay, và chỉ cho tôi một cái Computer bỏ trống để làm việc thử. Khoảng hai giờ sau, Khiêm ghé lại nhìn qua những gì tôi đã làm, và mời tôi vào phòng riêng trò chuyện. Khiêm hỏi, thực sự anh muốn gì? Bởi vì nếu anh đến xin việc đánh máy thì em nghĩ là anh không sống được. Tiền lương lao động đơn giản hiện tay thấp nhất là 4.25 một giờ, còn ở đây, em trả tiền theo số trang đánh máy, giá mỗi trang là 1.50, anh đánh máy suốt hai giờ và chỉ được có 3 trang. Cho nên em cho rằng anh muốn một cái gì khác chứ không phải muốn đánh máy chữ kiếm tiền.

Tôi nói tôi vừa định cư tại Mỹ hơn một năm. Trước 75 tôi cầm bút viết văn, có làm việc cho một vài tờ nhật báo ở Sài Gòn, tôi yêu thích làm truyền thông vì phù hợp với khả năng của mình. Tôi nghĩ tôi có thể đọc, có thể viết và có thể trở lại được cái hào hứng sáng tác tôi có. Nhưng không tìm được công việc từ các tờ báo hiện tại ở đây, và tôi tưởng Hãng Tin này sẽ có một công việc cho mình.

Lê Khiêm vui vẻ, cái công việc ngày xưa anh làm là viết báo chứ không phải làm báo, rất gần gũi với việc biên tập và thực hiện một tờ báo chứ không phải là cặm cụi đánh máy ăn tiền. Anh thực sự có muốn tự thực hiện một tờ báo trong vùng này?

- Sao làm được khi mới qua Mỹ, tiền không có và vốn liếng Anh ngữ chưa đầy lá mít.

- Không phải đâu, tiền để thực hiện một tờ báo không nhiều và có thể xoay sở được, Anh Ngữ rất cần nếu đi vào thị trường Hoa kỳ, làm báo tiếng Việt lại không quan trọng mấy, anh đang có một thứ mà nhiều người làm báo ở đây không có đó là Đọc, đó là Nhận Định, đó là Phân Tích và Tổng hợp. Nếu anh muốn, em có thể giúp anh.

- Bằng cách nào?

- Em sẽ chỉ cho anh cách trình bày một tờ báo, cách nuôi sống tờ báo, địa điểm in ấn, cách phát hành và cung cấp cho anh bài vở tin tức, nghĩa trọn bộ để có một tờ tuần báo, còn có tìm được quảng cáo hay không là do khả năng giao tiếp của anh, tờ báo có độc giả hay không là do nội dung anh chọn lựa và đưa vào.

Bài toán đầu tiên là với kích thước khổ giấy Taploi, in 2 mầu, số lượng 2000 bản, giá phải trả cho nhà in là 450 đồng. Bản tin thì thay vì phải mua 7 bản tin cho một tuần để chọn lựa, mỗi bản tin 50 đồng thì Lê Khiêm nói em sẽ tính anh mỗi tuần 50 đồng thôi, Giá quảng cáo một trang là 50 đồng. Nghĩa là nếu lấy được 20 trang quảng cáo, còn 20 trang đi bài vở thì mỗi tuần sẽ có được số tiền cho công chọn bài vở, layout trình bày, phát hành báo tới các địa điểm kinh doanh. Nhưng quan trọng và thú vị là được làm công việc phù hợp với năng lực của mình và niềm mơ ước của mình.

Bản tin mà Lê Khiêm thực hiện là sự nối tiếp công việc dang dở của Giáo Sư Chữ Bá Anh sau khi ông từ trần, công việc của của Chữ Bá Anh là một bản sao của Thông Tấn Xã Việt Nam trước năm 1975. TTXVN là cơ quan của Bộ Thông Tin Việt Nam Cộng Hòa, có Tổng biên tập, và đội ngũ hùng hậu các phóng viên thời sự, phóng viên chiến trường, Quan sát viên chính trị, Dịch giả nhiều ngôn ngữ, hàng ngày, có khi phát hành một tới hai, ba bản tin tổng hợp Chính trị, Kinh tế, Thời sự trong và ngoài nước. Ngoài việc gửi tới các báo chí, phát thanh, truyền hình những tin đáng chú ý trong và ngoài nước, còn là cách hướng dẫn dư luận theo một đường lối chính trị. Cái cần nhấn mạnh là, hướng dẫn dư luận, chứ không phải Chỉ Đạo truyền thông như sau này chúng ta thấy ở trong nước sau 1975.

Thực hiện một tờ báo ở Vùng Hoa Thịnh Đốn, khác với thực hiện một tờ báo ở California, và tất nhiên là khác hơn rất nhiều việc thực hiện một tờ báo ở Việt Nam hồi trước 75. Khác như thế nào?

Báo chí ở Việt Nam trước, có tòa soạn với Chủ Nhiệm lo đối ngoại, một Chủ Bút hay Tổng thư Ký lo viết bài, đọc và chọn lựa bài của các bản tin và của các phóng viên gửi về. Có nhiều phóng viên thu thập tin tức, viết phóng sự xã hội, chiến trường, chính trị, thời sự, cộng với những mục thường xuyên mang tính biệt dị của từng tờ báo.

Báo chí Việt Ngữ ở California phát triển từ khoảng năm 1976 với một vài tờ Tuần báo với những tin tức thu lượm từ báo chí Hoa Kỳ, những bài vở văn thơ đa số ghi nhớ lại trước 1975, và một số tin tức cộng đồng người Việt. Sau đó càng lúc càng phát triển mạnh mẽ, khoảng thời gian khi tôi làm báo, thì ở California đã có trên 50 tuần báo, ba tờ Nhật Báo là Người Việt, Viễn Đông, Việt Báo, có tới ba Hãng thông tấn thực hiện bản tin hàng ngày và ít nhất là khoảng 5 wedside tiếng Việt được phổ biến và theo dõi. Báo ở Cali cạnh tranh rất nhiều, dù không thể như Việt Nam xưa, nhưng mỗi tờ báo cũng có ít nhất vài phóng viên viết phóng sự về người Việt, và căn bản là có một ban Biên Tập có thực lực viết bài bình luận thời sự, sáng tác thơ văn và Chọn Lựa Bài Vở Tin Tức giữa trùng trùng lớp lớp những bài trên các bản tin và trên mạng.

Còn làm báo tại Hoa Thịnh Đốn lại khác hơn nữa. Mỗi tờ báo chỉ có một người biên tập, viết bài và nhiều lắm là một nhân viên làm về Layout.

Làm tờ báo như thế, nghe có vẻ dễ dàng, nhưng không phải vậy.

Về tin tức, ngoài những bản tin mua có trả tiền để xử dụng chính thức, còn có những tin tức tiếng Việt trên các đài VOA, BBC, RFI và các wedsite tiếng Việt và người biên tập phải đọc tất cả để cân nhắc tin nào thật, tin nào giả, tin nào phù hợp với lập trường tờ báo, về các bài viết, cũng phải tìm đọc mênh mông các bài bình luận, tham luận, nhận định, và sáng tác Văn Học, để chọn ra để đăng trên báo của mình trùng với những điều mình ủng hộ.

Một kỷ niệm sẽ không quên dược về làm báo. Đó là thời điểm chuẩn bị để xuất bản. Một số bạn bè trong vùng chân tình khuyên nhủ là suy nghĩ lại, Làm báo là con đường dễ chết, vì thiếu bài, vì thiếu người, vì không đủ tài chính nuôi tờ báo và còn vì sự đánh phá từ nhiều phía như bạn cùng nghề, các thế lực chính trị không cùng quan điểm vì... vì... Sau đó, một buổi gặp gỡ với bạn bè, tất cả các câu hỏi về năng lực, về ý tưởng, lòng kỳ vọng, mọi người đều khuyên nên nghĩ lại. Khi quay về nhà, một mình trong đêm vắng, trằn trọc suy nghĩ và quyết định. Tự nhiên chợt nhớ đến một trận đánh trong truyện Tây Hán Chí. Trận đánh giữa quân của Tây Sở Bá Vương Hạng Võ và Phá Sở Nguyên Nhung Hàn Tín.

Trận đánh quyết liệt đó, Hàn Tín lập một trận thế kỳ lạ ngược hoàn toàn với các binh pháp cổ xưa, đó là đằng sau thế trận là một bờ sông lớn, nghĩa là tạo cho quân sĩ một tâm thế chỉ có một đường là Đánh chứ không có đường lui. Tự xét về hoàn cảnh thực tế của mình, và nóng bỏng khao khát muốn được sống và làm việc bằng khả năng mà mình còn có được giữa xứ người, tôi bật dậy, dùng bút đen nét lớn viết trên bức tường ngay trước mặt bàn làm việc của mình ba chữ thật lớn: BỐI THỦY TRẬN. Vâng, đó là một trận thế mà sau lưng không có đường rút chạy.

Hơn hai mươi năm sau ngày 30/4, cộng đồng người Việt ở Mỹ đã hình thành 4 khu vực đông đảo là 1/ California, 2/ Texas, 3/ Washington State và 4/ khu vực vùng Đông Bắc Hoa Kỳ, Đây là khu dân cư gồm Maryland phía bắc, Virginia phía nam, bao bọc thủ đô Washington DC ở giữa. Cả bốn khu vực đã có rất nhiều sinh hoạt về văn hóa, nhiều người cầm bút trước 75 đã bình tâm nhìn lại và viết lại, cùng với nhiều người mới hơn tham gia thực hiện các tạp chí mạng, tạp chí giấy. Các tạp chí văn chương như Văn do Mai Thảo thực hiện, rồi Nguyễn Xuân Hoàng tiếp nối, Hợp Lưu với Khánh Trường, Văn Học với Nguyễn Mộng Giác, Hoàng Khởi Phong, Trịnh Y Thư, Thế kỷ 21 với Lê Đình Điểu, Đỗ Quý Toàn và những bài tham luận chính trị trên nhật báo Người Việt của Ngô Nhân Dụng, Vũ Ánh, Cao Thế Dung, là những tư liệu quý hiếm mà các tờ báo địa phương sưu tầm phổ biến lại trong quan niệm về chính trị và nhân bản.

Chọn lựa tờ báo sẽ đi theo hướng bài vở như thế nào, và tờ báo phải có những đặc điểm riêng nào và để cho độc giả cũng như các đơn vị kinh doanh nhìn thấy được cái khác biệt với những tờ báo có sẵn.

Một tờ báo về văn chương nghệ thuật? Hay một tờ báo về thương mại dịch vụ? cái cân nhắc chọn lựa chính là thiên hướng về phía nào, Hướng đi tôi chọn lựa là một phương tiện kiếm sống bằng báo thương mại, nhưng nghiêng bài vở về Nhân văn và Văn Học Nghệ Thuật để gửi tới một phần trong đám đông đọc giả còn tha thiết khoảng trống này. Văn Học Nghệ Thuật không phải điều giải trí, mà hành trang để tới nhân bản nhân văn.

Tôi chọn tên là Tuần Báo Văn Nghệ, khi chưa có khả năng làm về văn học, thì hãy làm văn nghệ trước đã. Tờ báo sẽ có 4 chuyên mục mỗi tuần thật riêng tư mới lạ với báo chí trong vùng. Thứ nhất là bài viết ở trang 3, đặt tên là Tản Mạn Đời Thường do Chủ Nhiệm viết mỗi tuần, nói về đủ thứ nghe thấy, nhìn thấy, nghĩ về... trong tuần đó, một lời tâm sự nho nhỏ. Có lẽ đây là mục mà tôi trân quý nhất, vì đó chính là nơi nói được cái ước ao khi làm tờ báo ở vùng Hoa Thịnh Đốn. Ý tưởng này không phải do tôi sáng tạo ra, mà là một bản sao từ trước 1975 của nhật báo Tiền Tuyến. Đó là mục Tạp Ghi do Ký giả Lô Răng tức nhà văn Phan Lạc Phúc thực hiện hàng ngày trên trang 2 tờ báo. Mục Tạp Ghi này thực phong phú những đề tài nói tới bao gồm văn học, nghệ thuật, chính trị, quân sự, xã hội, được nhìn qua ngòi viết đa tài và sâu sắc của Lô Răng, sau đó còn có nhiều người tham gia như Thanh Tâm Tuyền, Trần Hoài Thư. Tản Mạn Đời Thường là một cách thực hiện như thế, nhẹ nhàng hơn và gần gũi hơn với độc giả miền Đông Hoa Kỳ, bởi người viết đang thực hiện điều mà tôi khao khát là tôi đang ở đây và tôi nghĩ điều gì.

Mục thứ hai là Một Bông Hồng Trong Đời Sống, sưu tầm những tiểu truyện khoảng một trang về tình người, tình bạn, tình cha, tình mẹ, tình thầy trò, tình chiến hữu đa số sưu tầm từ loạt bài Chicken Soup, Học làm Người, Quà Tặng Cuộc Sống, Những bài viết đã gây xúc động sâu sắc trên toàn thế giới, và thật hữu ích cho những người có dịp đọc được.

Mục thứ ba Thế Giới Nghệ Sĩ, mua lại tác quyền của nhạc sĩ Trường Kỳ, đăng tải hàng tuần về tiểu sử và quá trình của các tài năng trong âm nhạc, Và mục thứ tư là Lang Thang Trên Web, sưu tầm từ khắp nơi các tin rất ngắn các điều mới lạ vừa phát hiện ra trên khắp thế giới về thiên văn, địa lý, khoa học, đặc biệt lồng vào hành trạng và tác phẩm các tác giả văn học.

Những mục thường xuyên đó là câu chuyện văn học tản mạn mỗi tuần, là cung cấp các bài học nhân bản cho các bậc cha mẹ dạy dỗ con cái, là nhắc nhớ những tiếng hát, ca khúc đi theo ta suốt nửa đời người, và sau chót là phổ biến tổng hợp những kiến thức mới nhất bằng các bản tin ngắn gọn. Nội dung đó, thật vui vì đáp thỏa được nhu cầu của rất nhiều gia đình người Việt trong vùng, họ đến các cơ sở kinh doanh tìm xin báo Văn Nghệ, và kích động các cơ sở đó đăng thông tin kinh doanh trên tờ tuần báo họ yêu thích. Tôi tin rằng chính nội dung riêng biệt mà tờ báo chọn lựa đã tạo sức sống cho tờ báo suốt bao nhiêu năm.

Bài viết ngắn này, xin gửi tới ba người đã cho phép Văn Nghệ thường xuyên được sử dụng bài vở trên Văn Nghệ là Ký Mục Gia Bùi Bảo Trúc với loạt bài Thư Gửi Bạn Ta, Nhà văn Tưởng Năng Tiến với loạt bài Sổ Tay Thường Dân và Bình Luận Gia Chính Trị Đại Dương. Với tôi, và cho đến bây giờ, vẫn cho rằng đó là những loạt bài rất thời sự, rất văn chương và sắc sảo nhất về những đề tài mà họ nhắc đến.

Tuần báo Văn Nghệ phát hành được 18 năm, từ 1997 đến 2014. Đình bản tháng 8 năm 2014 vì nhiều lý do, thứ nhất kinh tế lúc đó trì trệ sau bùng vỡ quả bóng địa ốc, các cơ sở kinh doanh người Việt đóng cửa, hoặc có mở cửa cầm chừng cũng thu gọn quảng cáo, tờ báo không còn đủ chi phí in ấn, thứ hai, lớp độc giả ngày xưa mỗi cuối tuần lái xe ra các trung tâm thương mại xin báo về đọc càng lúc càng hiếm hoi vì tuổi già, vì mắt yếu và đôi khi đã mãn phần. Lớp trẻ hơn tìm đọc tin tức bài vở trên hệ thống internet nhanh hơn, đa dạng hơn và dễ dàng hơn. Và ngay người chủ trương cũng ý thức được tuổi già đã tới, khoảng đời còn lại không nhiều, muốn dành thời gian cho những tâm nguyện khác, mà thời gian làm báo bận rộn cho kinh doanh đã không thực hiện được mơ ước của mình.

Dù đóng góp nhiều hay ít, dù thành công hay thất bại, cũng đã là kỷ niệm. Dù sao thì cũng đã một thời.

Dec 28/2021

VIẾT VỀ LÃM THÚY:
NGƯỜI LÀM THƠ MỘT ĐỜI CHO TÌNH MẸ

Tháng 10.2014 vừa qua, nhà thơ Lãm Thúy tổ chức ra mắt sách và giới thiệu tới người đọc hai tập thơ khá dày. Tập Từ Mẫu (432 trang với 203 bài thơ), và tập Thâm Tình (284 trang với 148 bài thơ).

Đây là lần thứ hai ra mắt thơ của Lãm Thúy. Lần trước cách đây 10 năm, Lãm Thúy đã giới thiệu tác phẩm đầu tay "Còn Nguyên Nỗi Ngậm Ngùi". Ở lần thứ hai này, mọi người đều có cảm giác choáng và ngợp trước sức làm việc, lòng yêu thơ của Lãm Thúy. Cho đến nay, Lãm Thúy đã viết trên năm trăm bài thơ!

Khi tập thơ đầu tiên "Còn Nguyên Nỗi Ngậm Ngùi" xuất bản, nhà văn Phạm văn Nhàn đã viết về thơ Lãm Thúy trên trang web Vanchuongviet.org:

"Ở trang sau của bìa sách, tác giả ghi vài dòng tiểu sử thật giản dị nhưng cũng đủ để cho người đọc biết được một phần đời của tác giả.

Sinh tại Nhơn Ái, Phong Điền, Cần Thơ. Tốt nghiệp Đại học Sư phạm Cần thơ. Định cư tại Mỹ năm 1992. Biết được một ít thông tin về thân thế của nhà thơ nữ này, đọc tiếp nơi trang Lời ngỏ tác giả ghi: "Lãm Thúy làm thơ, tức là dàn trải tâm hồn mình, diễn tả những cảm xúc, những rung động với cái buồn, cái đẹp, nỗi yêu đương bằng chính những gì thành thực trong trái tim và thường là nghĩ sao viết vậy, không sửa đổi, không trau chuốt; vì thế chắc là thiếu phần tinh xảo và đặc sắc..."

Đó là những gì tôi đọc được trong "lời ngỏ" của thi tập. Nhưng, càng đi sâu vào những trang thơ của tập thơ, có lẽ đây cũng chỉ là những lời "khiêm tốn" đáng trân trọng của một nhà thơ nữ, có lẽ mới in tập thơ đầu tay này?

Thơ hay, dễ làm cho đọc giả dễ nhớ hơn là những bài thơ dở. Điều này, rõ ràng như một quy luật dành cho người đọc thơ và thích thơ. Nhưng với tập thơ "Còn Nguyên Nỗi Ngậm Ngùi" của Lãm Thúy thì chưa có bài thơ nào làm tôi chán, khi đọc.

Với 124 bài thơ nằm gọn trong 153 trang. Có bài dài hai trang. Nhưng số nhiều, những bài thơ chỉ "gói trọn" trong một trang. Ngắn. Dễ đọc. Đúng như những gì nhà thơ Lãm Thúy đã viết trong "lời ngỏ": nghĩ sao viết vậy, không sửa đổi, không trau chuốt. Nhưng xuyên suốt 124 bài thơ tôi đọc, ít ra cũng "gây một cảm xúc mạnh" đối với người đọc khó tính, khi đọc thơ Lãm Thúy."

10 năm trước, khi đọc tập thơ "Còn Nguyên Nỗi Ngậm Ngùi" tôi đã có được cái cảm giác giống như Phạm Văn Nhàn là những lời ngỏ của tác giả chỉ là những lời nói khiêm tốn. Thực ra thơ Lãm Thúy không phải là những lời "... nghĩ sao viết vậy, không sửa đổi, không trau chuốt; vì thế chắc là thiếu phần tinh xảo và đặc sắc..." mà ngược lại, chính cái nghĩ sao viết vậy không sửa đổi không trau chuốt lại là yếu tố làm cho câu thơ

tinh xảo và đặc sắc.

Tôi không còn nhớ trọn bài thơ này, nhưng hai câu đầu bài thơ này làm tôi cảm thấy thú vị một cách bất ngờ:

Sáng nay thức dậy hết hồn...
Người xa ta vạn dặm đường còn đâu.

Trong hai câu thơ này, cái bàng hoàng đầu tiên là cái bàng hoàng của tác giả, cảm xúc bất ngờ hụt hẫng đã thốt ra lời tự thân, đơn giản "Nghĩ sao viết vậy, không sửa đổi không trau chuốt" và cái bàng hoàng thứ hai là cái bàng hoàng của người đọc, một câu nói thảng thốt bình dị mà ai cũng có thể từng nghe từ người miền Nam, thế mà khi vào trong thơ nó lại long lanh như hạt ngọc. Cảm giác đó làm tôi yêu thích và gần gũi với thơ Lãm Thúy cho tới bây giờ.

Tập thơ đầu, dường như Lãm Thúy làm cho tình yêu và nỗi thương nhớ vô bờ về một vùng đất đã rời xa, hai tập sau này viết về gia đình và bạn bè.

Khi dự buổi ra mắt tập thơ của Lãm Thúy, họa sĩ Đinh Cường đã xúc động viết:

"Với tôi ai yêu thương Mẹ là anh hùng chiều với Từ Mẫu, nhà thơ Lãm Thúy là anh hùng thôi, cô con gái út lên giới thiệu Mẹ thật là hay. Cảm động thấy nhà thơ đứng bên hai cháu ngoại nay đã lớn từ ngày người con gái đầu mất.

Cảm ơn mái tóc còn xõa dài mượt mà của người thi sĩ vẫn luôn yêu mầu tím tôi nhìn cả ra con sông Tiền, Sông Hậu Những chuyến phà qua, lục bình trôi..."

Còn nhà thơ Phạm Cao Hoàng thì cho rằng MẸ ƠI VĨNH BIỆT của Lãm Thúy là một trong số những bài thơ hay nhất viết về mẹ.

Phạm Cao Hoàng đặc biệt chú ý lại chính là một câu thơ viết chân chất nhất, viết lại những gì chính mắt nhìn thấy "Nghĩ sao viết vậy, không sửa đổi không trau chuốt":

*Thân xác vùi trong lòng đất Mẹ nằm giữa một đồi hoa Mẹ
ơi, mộ vừa mới lấp Từ đây đất lạnh là nhà.*

Thơ Lãm Thúy hay và lạ.

Hay vì ý thơ chân thành, lời thơ tha thiết, nhạc thơ dìu dặt...
Hãy đọc nho nhỏ một bài thơ của Lãm Thúy:

*Cây buồn từ thủa chim bay Rừng buồn thủa lá rụng đầy
sườn non Cha buồn theo nắng hoàng hôn Mẹ buồn từ thủa lũ
con chia bầy Hoa buồn từ thủa hương phai Con buồn từ thủa
cha gầy mẹ đau Con buồn từ thủa xa nhau Chân trời góc bể địa
cầu chia hai...*

Nỗi buồn của Lãm Thúy theo dòng thơ đã đưa phong cảnh
cô tịch, qua con người cô liêu, về tới suy nghiệm cô đơn và về
dần tới cô độc...

Lạ là ở chỗ những đề tài Lãm Thúy viết là những đề tài
quen thuộc, Tình mẹ với con, tình con với mẹ, tình cha, tình anh
chị em, tình bằng hữu, tình vợ chồng..., thế mà những dòng thơ
viết xuống lại là những cảm nhận sâu xa ghi chú từ những tình
huống bất ngờ, cái nhìn về một sự kiện giản đơn, bỗng long lanh
thơ hóa:

*Bây giờ mẹ đã không còn Con về bến cũ nghe hồn nát tan
Bến sông, một cõi thiên đàng Lê chân viễn xứ hồn quan san về...*

hay:

*Mẹ không hề biết đêm hôm ấy Trăng ở nơi đâu lúc mẹ về
Chỉ biết, sau này, ngồi nhớ lại Trăng tròn mười sáu, lúc con đi...*

Thơ của Lãm Thúy, từ thi tập đầu "Còn Nguyên Nỗi Ngậm
Ngùi" hay sau này hai tập thơ nữa là Từ Mẫu và Thâm Tình đều
mang chung một nét chí tình. Thiết tha với nỗi nhớ thương, sâu
sắc với lòng yêu mến và tinh chất mộc mạc có vẻ như nghĩ gì
viết thế mà thật ra là chắt lọc từng lời, chọn lựa từng ý để đưa
thơ mình vào rung cảm người đọc người nghe. Nghĩ suy tưởng
của Lãm Thúy về cuộc đời, về tình yêu là những khám phá sâu

lắng từ trong một tâm hồn nhạy cảm, khát khao yêu đời sống và yêu con người. Những khám phá đó được Lãm Thúy đưa vào thơ, và Lãm Thúy đã thành công vì Lãm Thúy đã chuyển được cảm xúc của mình vào lòng người đọc.

November 30, 2014

VIẾT VỀ NGÔ MẠNH THU:
MỘT LẦN BAY, LÀ BAY ĐẾN MUÔN TRÙNG

Buổi chiều thứ ba 17/8/2004, trong lúc đang lái xe từ Eden center về tòa soạn, điện thoại reo vang và một tin được thông báo, Anh Thu đang mê man trên giường bệnh.

- Anh Thu? - Phải, Anh Ngô Mạnh Thu.

- Từ lúc nào? Đang khỏe mạnh bình thường mà.

- Đêm hôm qua, lúc 2 giờ sáng.

Đầu giây bên kia là Huynh Trưởng Đặng Đình Khiết, Trưởng Khiết còn nói thêm một vài câu gì nữa, dặn dò tôi theo dõi tin tức ở Cali, và thông báo tin này tới một vài người. Nhưng tôi không còn nghe rõ. Xe đang dừng lại ở ngã tư đường Heritage Dr và đường Little River chờ đèn xanh đèn đỏ. Tôi nói cám ơn, tắt điện thoại và chậm chậm ghé xe vào khu parking của tiệm Seven Eleven ngay đầu đường. Tắt máy xe. Ngồi im lặng một chút.

Ở tuổi chúng tôi, những tin tức thông báo với nhau theo nội dung như thế này, không phải là điều bất ngờ gì cho lắm. Những chiếc lá xanh tươi của mùa xuân năm nào, tất nhiên sẽ sẫm màu hơn khi mùa hạ tới, và cũng tất nhiên sẽ chuyển qua vàng, qua úa khi tới độ thu sang. Nhưng kiềm chế lòng mình trước những mất mát chia xa mới là khó khăn cho người ở lại.

Huynh Trưởng Ngô Mạnh Thu được nhiều người biết tới là một Nhạc Sĩ có tài, là một trong những người đầu tiên xây dựng phong trào Du Ca Việt Nam cùng với các Trưởng Nguyễn Đức Quang, Hoàng Ngọc Tuệ, Hoàng Kim Châu, Đỗ Ngọc Yến. Là một Huynh Trưởng kỳ cựu trong hệ thống tổ chức Gia Đình Phật Tử Việt Nam, và cho đến cuối đời, vẫn tiếp tục khoác trên người tấm áo mầu Lam trong các công tác của Ái Hữu Gia Đình Phật Tử Vĩnh Nghiêm Hải Ngoại. Nhưng dường như với tôi, đó chỉ mới là những cái bên ngoài. Thâm sâu hơn trong lòng mỗi người là cái chất riêng của Trưởng Ngô Mạnh Thu, cái điềm đạm, tế nhị, sâu lắng nhưng nồng ấm của tình anh em toát ra từ Trưởng mới thật sự là cái kết dính của trưởng với những người chung quanh.

Tháng Hai năm 2004, tôi về Cali để chịu tang người anh ruột. Trưởng Thu đến với tôi, nhẹ nhàng nói rất ngắn vài lời chia buồn, sau đó, cùng với Phạm Quốc Bảo, anh đưa tôi đi thăm một số người. Không, thực ra anh đưa tôi đi thăm một số mộ trong khu nghĩa trang của thành phố Wesmingter. Đầu tiên là ngôi mộ của Huynh Trưởng Đỗ văn Phố, rồi với nắm hương đang nghi ngút khói, trưởng dắt tôi đi thắp hương ở các mộ quen biết trong khu vực, đây là nhạc sĩ Trầm Tử Thiêng, đây là nhà văn Mai Thảo, kia là họa sĩ Long Ân. .

Sau đó khi ngồi ở một chỗ uống tách cà phê, Trưởng Thu vẫn giữ nụ cười, nháy mắt bảo tôi, này, hay ta ra ngoài làm tí khói cái nhá. Tôi nghĩ rằng Trưởng Thu không thèm một tí khói, nhưng trưởng Thu biết tôi thèm. Cái chia sẻ được với người khác phát xuất từ sự thật sự quan tâm tới nhau. Đi bên cạnh Trưởng Thu, tôi luôn tìm được cảm giác bình an, thanh thản và một hòa điệu không bày tỏ được bằng lời. Chỉ biết rằng luôn luôn, mọi việc mình làm, mọi lời mình nói luôn luôn được cổ vũ bằng tất cả sự độ lượng và cảm thông. Điều mà tôi nhận được từ Trưởng Thu là mọi hành xử của mọi người chẳng bao giờ sai, mà chỉ đôi khi chưa đúng lắm mà thôi. Đó chính là một khích lệ lớn lao để tôi có thể nói ra tất cả mọi điều, kể cả những điều kín đáo nhất.

Khi viết những giòng này, chưa có tin chính thức từ Cali để biết cơn bệnh có nguôi ngoai hay không. Nhưng cái hoang mang buổi chiều vẫn còn vướng vất. Tất nhiên chúng ta chờ đợi một tin lành, nhưng cũng sẵn trong lòng chuẩn bị cho một tin khác hơn.

Vào những lúc cận kề với sự mất mát. Tôi bỗng giật mình thấy rằng chúng ta đã làm quá ít những việc cần làm cho những người chung quanh. Dường như chúng ta chưa có sự chuẩn bị gì đối với tuổi 60. Và ngay chính chúng ta, khi lao mình vào cuộc sống, đã có ai một giây dừng lại, xem lại mình và xem lại chung quanh.

Bài viết trên đăng trên Tuần Báo Văn Nghệ số ra ngày thứ Sáu 20/8, nhưng thật sự đã được đua đi in từ sáng thứ tư 18/8. Đưa báo đi in xong, ghé qua Phở Xe Lửa uống ly cà phê buổi sáng, Anh Toàn hỏi tôi cậu biết tin gì chưa, anh Ngô Mạnh Thu mất rồi, bản tin của Nhật báo Người Việt Online vừa phổ biến bản tin. Tôi ngồi lặng người. Ly cà phê hờ hững và cổ họng như cái gì đó nghèn nghẹn.

Tôi hiểu rằng cái mất mát đã là có thật, và bây giờ, những điều cần làm là lưu giữ lại và phổ biến thật rộng ra những gì anh Ngô Mạnh Thu đã để lại cho đời, trong suốt 67 năm để được mọi người nhìn nhận là một Nhạc Sĩ, một Huynh Trưởng Gia Đình Phật Tử đạo đức và trách nhiệm, một nhà Giáo và một Nhà Văn Hóa.

Dường như cái chung của những người nghe tin chuyến đi xa này của anh Ngô Mạnh Thu là một nỗi tiếc nuối, xót xa, nhưng ở riêng từng góc, lại là những tưởng tiếc về các góc cạnh khác nhau về một cuộc đời.

Là một cư sĩ Phật tử đạo hạnh, một Huynh trưởng Gia đình Phật tử nhiệt thành, một nhà hoạt động Giáo Dục đầy năng lực, một nhà truyền thông kinh nghiệm và yêu nghề, một nhạc sĩ sáng tác tài ba. Nhưng nếu gom tất cả những cái đó lại, có phải là chúng ta có được một cái nhìn về con người của Ngô Mạnh Thu hay không? Tôi thấy dường như đã đầy nhưng mà chưa đủ. Mặc dù chỉ là một trong những nghiệp danh trên đã nhiều khi với tôi đã bơi mãi chưa đến được bờ. Cái mà tôi nhìn thấy từ nơi anh là một cái khác hơn, đơn giản hơn và cũng gần gũi hơn nhiều,.

Quen biết với anh từ những ngày cuối năm 1974, do Nguyễn Quyết Thắng đưa đến chơi với Du Ca, Lúc đó Phong trào Du Ca Việt Nam tổ chức đêm gói Bánh Chưng cho đồng bào tỵ nạn Cộng Sản tại trại tạm cư Phú Văn Bình Dương. Tác giả ca khúc nổi tiếng "Từ Một Cơn Mơ" xuất hiện trong bộ quần áo màu nâu, bên cạnh đống lửa trại để bắt nhịp cho chúng tôi một bài ca sinh hoạt, tiếng nói trầm ấm và phong cách tác động đám đông đã lập tức lôi cuốn chúng tôi vào vòng tròn của say mê, và nồng nhiệt cùng anh trong các tình ca quê hương, nhận thức ca, sinh hoạt ca tiếp theo nhau. Câu chuyện bên ánh lửa tàn tại Trung Tâm Liên lạc Sinh Viên Quốc Nội Hải Ngoại số 19 đường Kỳ Đồng quận 3 Sài Gòn đã làm tôi gần gũi với anh hơn.

Cuốn hút từ anh để tôi bước vào thế giới Du ca và trở lại với màu áo Lam mà tôi đã bỏ quên, hình như sau thời gian sinh hoạt Oanh Vũ ở Gia Đình Phật Tử Giác Hoa hồi còn thơ ấu.

Biết tên tuổi của anh là vì anh là một Nhạc Sĩ có tác phẩm

mà mình yêu thích, nhưng từ khi quen biết và kết thân với anh, để trở thành một đứa em của anh, cho đến nay, khi nghe tin bất ngờ anh đi xa, tôi mới bàng hoàng nhận ra là mình đã quên hẳn cái nghiệp danh nhạc sĩ của anh từ lâu lắm. Anh luôn luôn có mặt trong tôi như một người anh, một chỗ dựa tinh thần, một người chia sẻ, an ủi, khuyến khích và chỉ bảo cho tôi ở bất kỳ một sự việc nào trong đời sống.

Như chiếc áo len bỏ quên trong góc tủ, bất ngờ được lục ra khoác trên người khi trời trở rét, như cái quạt tay bỏ quên trong bên bàn viết, bỗng được lục tìm khi hơi nóng bức mùa hè bắt đầu. Anh Ngô Mạnh Thu trong suốt hơn ba mươi năm quen biết vẫn thường xuyên nằm yên đâu đó trong ký ức, để bất ngờ tôi lục lọi tìm kiếm mỗi khi đụng chuyện cần có người chỉ bảo. Vẫn nồng nhiệt chào đón khi gặp lại, vẫn thân mật trữ tình khi tiếp đón, vẫn ân cần nhẫn nại khi nghe trình bày và vẫn bao dung và nhẹ nhàng khi phân tích và khuyên bảo. Giống hệt chiếc áo len ngày xưa trong góc tủ, vẫn sẵn lòng tỏa ấm khi mùa đông đến, giống hệt như chiếc quạt lá cầm tay, vẫn sẵn lòng cho hơi gió khi hè về. Anh Ngô mạnh Thu vẫn nhẹ nhàng từ trong ký ức bước ra, xòe đôi cánh độ lượng tăng cho tôi những khuyên bảo hợp lý hợp tình.

Sau 1975, các sinh hoạt thanh niên dừng hẳn lại. Tôi và anh thỉnh thoảng mới có dịp gặp nhau. Cuối thập niên 80, hay đầu thập niên 90 gì đó bỗng một lần anh ghé lại thăm và gọi tôi lên sinh hoạt với Gia Đình Phật Tử Vĩnh Nghiêm, đầu tiên là tham dự khóa huấn luyện huynh trưởng A Dật Đa ở Chùa Vĩnh Nghiêm.

Mười năm rồi tôi mới có dịp gặp lại các cháu, con của anh, Những Xì, Xịt, Xiu, Xìu ngày xưa, nay đã là các Huynh Trưởng trẻ, năng động của Gia Đình Phật Tử với tên thật ngoài đời: Ngô Lê Trọng Tú, Ngô Lê Trọng Thuấn, Ngô Lê Trọng Tường, Ngô Lê My Uyên... và tôi cũng đã có con để trở thành các Oanh Vũ, thiếu niên trong GĐPT Vĩnh Nghiêm.

Những Huynh Trưởng trẻ dẫu khả năng chuyên môn cao, nhưng kinh nghiệm cầm đoàn chưa vững lắm, và khác biệt giữa tổ chức Gia Đình Phật Tử với các tổ chức thanh niên khác chính là cái giới hạn tuổi tác. Với các tổ chức thanh niên khác, khi qua khỏi một giới hạn tuổi tác nào đó, họ trở thành phụ huynh, hoặc bạn đoàn, nhưng tổ chức Gia Đình Phật Tử chúng ta có Bác Gia Trưởng, thì tự nhiên hình thành không chính thức một hàng lớp các Huynh Trưởng cao niên, Không còn là Anh là Chị của đoàn sinh nữa, mà là Chú, là Bác, là Ông, là Bà của các Thiếu niên, Oanh Vũ trong Gia Đình.

Đứng chung trong một vòng tròn, người điều khiển sẽ khó khăn khi thưa gửi, chẳng lẽ dài dòng thưa quý Chú, Quý Bác, Quý Ông, Quý bà, Quý Cô Quý Dì... Chính Anh Ngô Mạnh Thu đã tạo ra một phương thức xưng hô ngắn gọn: Hãy gọi các Huynh Trưởng chung bằng một chữ thưa Trưởng, và thêm vào chữ Huynh Trưởng cao niên nếu trong văn bản. Giải quyết của Anh Ngô Mạnh Thu đã lập tức trở thành thông dụng. Chữ Trưởng Thu mà bây giờ ai cũng gọi đã xóa hẳn chữ Anh Thu trong trí nhớ nhiều người.

Năm 1994, Trưởng Thu và gia đình rời Việt Nam, trước lúc chia tay, một cuộc trại tổ chức tại Hòn Một Vũng Tàu, Trại Tuệ Tạng 3, với các Gia Đình Giác Long, Giác Ngạn, và Vĩnh Nghiêm. Tôi là Huynh Trưởng Điều Hợp cho buổi trại, khi đại diện cho tất cả các Huynh Trưởng Đoàn Sinh nói lời chia tay với Trưởng Thu, tôi không kiềm được cảm xúc của mình khi nói tới những thiếu vắng mất mát Trưởng Tâm Hòa đối với chúng tôi trong lần chia xa ấy. Trưởng Tâm Hòa Ngô Mạnh Thu đã đứng lên, trầm ấm và nhẹ nhàng như thói quen cố hữu, Trưởng nói là "Sao lại có chuyện chia xa là mất mát, dẫu rằng không đứng chung một vòng tròn như bây giờ với các em, nhưng lúc nào anh cũng vẫn chung một suy nghĩ, chung một nỗ lực trong tình Lam như từ bấy đến nay với các em"

Mười năm qua, Trưởng Thu luôn chứng tỏ lời nói ấy trong rất nhiều công việc cụ thể với tập thể áo Lam.

Năm 1995, tôi cùng gia đình cũng rời Việt Nam để định cư tại Hoa Kỳ. Tôi ở miền Đông, Trưởng Thu ở miền Tây. Ngay khi vừa đến Mỹ, món quà của Tổ Chức Ái Hữu Vĩnh Nghiêm Hải Ngoại gửi tới với lời nhắc của Trưởng Thu "hãy mau mau ổn định đời sống và bắt tay vào các sinh hoạt với GĐPT Vĩnh Nghiêm Hải Ngoại" Ở cách xa nhau ba ngàn dặm, mà hầu như gần gũi cận kề.

Năm 2001, khi dự Đại Hội Lưỡng Niên Gia Đình Phật Tử Việt Nam Hải Ngoại ở Chùa Pháp Quang, Texas. Chúng tôi lại có dịp ngồi vòng tròn chuyện trò suốt đêm với nhau. Tôi có dịp hồi tưởng lại lần đầu gặp gỡ ngày xưa. Cái tôi ghi nhận được là thời gian có thể làm trán người ta nhăn lại, mắt người ta mờ đi, nhưng dường như lòng người ta đầm ấm hơn, trí tuệ người ta thâm trầm sâu lắng hơn. Cái nhìn cái nghĩ của Huynh Trưởng Tâm Hòa Ngô Mạnh Thu không chỉ là Gia Đình Phật Tử Vĩnh Nghiêm nữa mà là phương hướng hoạt động sao cho hợp với thời đại của tổ chức Gia Đình Phật Tử Việt Nam. Cái nhìn cái nghĩ của Huynh Trưởng Tâm Hòa Ngô Mạnh Thu không chỉ thu gọn trong màu áo Lam, mà còn nhìn tới cả thế hệ tuổi trẻ Việt Nam trong và ngoài nước, Niềm ước mơ của Trưởng tỏa rộng ra cho tất cả Thanh Thiếu Niên Việt Nam, Những lời ca thật đơn giản cho các cháu tập học tiếng Việt như: "a, con chào Ba, a, con chào Má"… Những bài viết hướng nỗi nhớ về quê nhà trong loạt bài phát thanh " Chúng Ta Đi mang Theo Quê Hương" Những sưu tập tác phẩm bạn bè như góp tay biên soạn tập ca khúc của Trần Đình Quân, của Nguyễn Đức Quang, tham gia các hoạt động của các Trung Tâm Việt Ngữ, những sắp xếp cho các buổi sinh hoạt văn nghệ tại Hội Trường Nhật Báo Người Việt, và rất nhiều công sức với các tổ chức Áo Lam.

Những hoạt động thật đa dạng và bận rộn, nhưng nhìn chung lại là những hoạt động trong một phạm trù Văn Hóa mà thôi. Những vị trí của Trưởng Thu đứng trong mọi công việc cũng thật quá nhiều, nhưng nói chung vẫn là người tạo chất kết dính nhiều người, và tác động để công việc đến nơi đến chốn.

Tôi gọi mỗi công việc mà Trưởng Thu làm là mỗi chuyến bay, Mỗi lần cất cánh bay lên là mỗi lần chung với nhiều người tạo ra những điều mới lạ trong niềm say mê về sự nghiệp văn hóa dân tộc. Nhưng khác với các chuyến bay ngày trước là đáp xuống sau khi công việc kết thúc. Chuyến bay này của Trưởng là chuyến bay dài hơi hơn nhiều, chuyến bay đi vào các thế hệ Việt Nam tiếp nối mãi mãi cho đến vô cùng. Kết quả của những công việc Trưởng làm hôm nay, không chỉ gặt hái kết quả bây giờ, mà còn về lâu, về dài ngày sau, đời này còn có đời sau mỗi khi nhắc tới.

Có điều, họ sẽ không nhắc tới như chúng tôi bây giờ khi thân ái gọi là Trưởng Ngô Mạnh Thu, mà họ sẽ gọi là Nhà Văn Hóa Ngô Mạnh Thu (1938-2004).

VIẾT VỀ NGUYỄN ĐỨC QUANG:
NHỚ VỀ BÀI HÁT "TRÊN ĐỒI ARLINGTON"

Nguyễn Đức Quang (ký họa Tạ Tỵ 1972)

Trong lần về vùng Hoa Thịnh Đốn khoảng giữa năm 2004, anh Nguyễn Đức Quang ở tại nhà tôi, đón anh ở phi trường, Người nhạc sĩ đến với hành trang chỉ là một cái va li nhỏ và cây đàn cầm tay. Anh cho biết sẽ ở đây 4 ngày với 8 cái hẹn liên tiếp nhau, trong đó cá biệt có ngày có tới ba cái hẹn, bận rộn và tất bật nhưng cái phong cách của anh vẫn thật thong dong như một chuyến rong chơi. Ngay khi bước lên xe, là lời anh căn dặn:

"Em sẽ đưa anh đi dự buổi họp với Hướng Đạo ở nhà Huynh Trưởng Bác Sĩ Nguyễn Đức Tùng vì có một trưởng Thuốc ở Úc qua, sau đó tối ngày hôm sau sẽ đưa anh tới Cafe Montmartre, ở đó Giang Hữu Tuyên và Lê Thiệp có chuẩn bị một buổi họp mặt với anh em, sinh hoạt văn nghệ hát nhạc của anh, ngày hôm sau thì anh đi với Bùi Mạnh Hùng thăm DC suốt ngày, sau đó anh sẽ về ở nhà của Lê Thiệp." Đó chỉ là một trong những sinh hoạt, cái chính của chuyến này là một đêm Du Ca tổ chức tại nhà hàng Sài Gòn House mà số vé bán phổ biến đã gần 500 rồi. Chương trình lần này sẽ do Ngô Vương Toại làm MC.

Trước đó 4 năm, Thanksgiving năm 2000, Anh Nguyễn Đức Quang cũng đã có một buổi sinh hoạt ca khúc cộng đồng thật náo nhiệt, Bốn năm trước, khi Trưởng Ngô Mạnh Thu còn khỏe, chuyến ghé về DC, các tổ chức thanh niên như Hướng Đạo, Gia Đình Phật Tử, Tổng hội sinh viên, và các Vietnamese Club của các trường trung học chung tay làm một buổi hát cộng đồng. Chuyến hát vui đó, Trưởng Nguyễn Đức Quang có ghi lại trong một thư gửi anh chị em Du ca trên Web Du Ca

"... Trở lại với khách gặp thì phải nói đến Nguyễn Minh Nữu, đầu tuần rồi lếch thếch từ Washington DC xuống đến toà soạn tôi: "Thưa trưởng, em là..." Cái anh chàng lốp bốp đó ngày nay đang làm văn hoá, văn nghệ với tờ báo cũng mang tên đó "Văn Nghệ" cũng sống được, thở được trên vùng thủ đô nước Mỹ.

Tôi nhớ năm 2000, dịp Thanksgiving lên thăm xứ này với buổi hát cho các bạn trẻ ở trong vùng. Các bạn trẻ là các đoàn Hướng Đạo, Phật Tử, Sinh viên, Học sinh, 400 con người chiếm hết nhà hàng Galaxy hát một buổi đã điếu. Nữu là MC chính cho khách đến là tôi, Nhuận, Thu và Kiệt (San Jose). Cái ban tứ ca bất ngờ này thế mà lại sinh hoạt vui ra phết.. Giờ gặp lại nghe báo tin vui công việc Nữu tốt thế là vui. Anh em nói chuyện được đúng 10 phút tới giờ ra phi trường."

Sau chuyến đi đó, anh Ngô Mạnh Thu về Cali và bất ngờ từ trần sau đó không lâu. Cuộc ghé lại Hoa Thịnh Đốn của anh Quang để lần đầu tiên hát cho chúng nghe những ca khúc nhạc tình anh mới viết. trong đó, những ca khúc thật lạ như "trên thành phố San Francisco" mà sau này tôi cố tìm lại nhưng chưa thấy anh Quang cho in lại ở đâu.

Nói về Nguyễn Đức Quang, thì phải nói ngay đó là một Huynh Trưởng Hướng Đạo. Bởi vì chất Hướng Đạo Sinh từ thời thiếu niên thấm đẫm trong suốt cuộc đời của ông. Từ Hướng Đạo Sinh lại là một Nhạc sĩ sáng tác và yêu thương thiết tha với quê hương mình, đã dẫn đường để ông cùng bạn bè cùng trang lứa thành lập Phong Trào Du Ca Việt Nam.

Trong một bài viết, Huynh trưởng Hướng Đạo Hoàng Kim Châu, một bạn chí cốt từ thời trai trẻ, sát cánh cùng Nguyễn Đức Quang trong nhóm Trầm ca, để khởi đầu thành ra Phong trào Du Ca sau này, Trưởng Châu viết rằng:

"Quang là một Hướng Đạo Sinh đã thể hiện được tài lãnh đạo của mình với các bạn đồng tuổi nên từ một đội sinh, đội phó rồi đội trưởng của đội Voi, Quang đã trở thành một "Đội Trưởng Nhất" phụ tá cho các Trưởng để điều khiển Đoàn. Quang là một Hướng Đạo Sinh giỏi, đạt được đẳng hiệu "Hướng Đạo Hạng Nhất" mà rất ít Hướng Đạo Sinh thời đó đạt được."

Cũng trong bài viết đó, khi nhắc đến Du Ca và Nguyễn Đức Quang, Trưởng Hoàng Kim Châu ghi lại:

"Có thể nói Du Ca là một Phong Trào tự phát mà khởi thủy là do nhu cầu thưởng ngoạn tự nhiên của đám đông được lựa chọn và có ý thức, nhất là của những người Trẻ Việt Nam. Khi cuộc chiến càng ngày càng leo thang thì lý tưởng chỉ là thứ chữ nghĩa phù phiếm được tung hê bởi các phe nhóm được mạ bằng vàng giả, ngụy trang thành những ý thức hệ xanh đỏ mà Tuổi Trẻ Việt Nam không có tiếng nói. Trong lòng Tuổi Trẻ Việt Nam chất chứa u uất, phẫn nộ lẫn đắng cay. Du Ca đã là lối thoát cho họ."

Thêm một Trưởng Du Ca trong nhóm sáng lập là Hoàng Thái Lĩnh kể lại trong tuyển tập "Em Đã Đến" dưới đây:

"Lúc bấy giờ, vào khoảng 1965, trong dịp Hè, tôi về thăm gia đình ở Đà Lạt và gặp Quang. Sau đó tôi và vài anh bạn theo dự một kỳ trại công tác (Quang làm trại trưởng) tại một ngôi làng Thượng nằm cách Đà Lạt khoảng hai, ba chục cây số đường về hướng Nam. Kỳ trại này nằm trong một chương trình lớn là "Chương Trình Công Tác Hè 1965." Đây là lần đầu tiên tôi tham dự một kỳ trại công tác, và do đó, mọi sự đều mới mẻ đối với tôi. Những kỷ niệm hào hứng của kỳ trại công tác đó đã lôi kéo tôi vào cái trào lưu "công tác xã hội" đang lớn mạnh hồi bấy giờ. Tôi về Sài Gòn với Quang và sau đó tham gia trại công tác, gặp gỡ Phạm Duy để rồi bắt đầu bước vào con đường du ca." Sau khi Chương Trình Hè 1965 kết thúc qua năm 1966, tác giả bài viết này được đổi về làm tại Bộ Thanh Niên phụ trách kế hoạch và huấn luyện. Dựa vào ngân sách của bộ có sẵn, tôi mời Ban Trầm Ca cộng tác soạn một chương trình huấn luyện ngắn ngày, lấy tên là Chương Trình Huấn Luyện Thanh Ca và Tác Động gồm tám khóa."

Những ca khúc Sinh Hoạt Ca viết trong tinh thần Hướng Đạo, những ca khúc Nhận Thức Ca viết cho Du Ca in dấu trong lòng các thanh niên nhiều thế hệ như Việt Nam Quê Hương Ngạo Nghễ, Không Phải Là Lúc, Người Yêu Tôi Bệnh... Hướng Đạo là một phần đời sống, Du Ca là tâm nguyện và là con đường đã chọn để đi cho tới cuối đời, Nguyễn Đức Quang còn có một mãng khá đậm sâu trong lòng người yêu nhạc nữa, đó là mảng tình ca.

Ngoài những ca khúc Vì tôi là Linh Mục (Phổ thơ Nguyễn Tất Nhiên), Bên Kia Sông (Phổ thơ Nguyễn Ngọc Thạch), Chỉ tại anh (phổ thơ Nhất Tuấn) Ông còn khá nhiều bài tình ca trữ tình như Lìa Nhau, Lời Nguyện Cầu Hạnh Phúc, Như Mây Trên Cao...

Viết về Nhạc của Nguyễn Đức Quang, và đời của Nguyễn Đức Quang thì đã có nhiều người viết, hơn nữa, trong một hồi tưởng ngắn này, cũng không thể nói hết, cho nên chỉ nhớ và nhắc tới một ca khúc ông viết vào khoảng gần cuối đời, mà tôi tâm đắc bởi vì hàm ý về cuộc chiến tranh đã ngưng tiếng súng từ hơn 40 năm qua, đó là bài hát:Trên Đồi Arlington".

Sau khi rời Washington DC, cả năm sau, dường như khoảng giữa năm 2006. Một hôm nhận được điện thoại của anh Quang, anh hỏi, em còn nhớ năm ngoái anh ghé DC không?

- Nhớ chứ, chuyến hát ở Sài Gòn House.

- Đúng rồi, những ngày ở đó anh có dịp đi thăm nhiều nơi của DC, mà đặc biệt nhất là Nghĩa trang Arlington...

- Nhớ rồi, hôm đó Bùi Mạnh Hùng đưa anh đi phải không?

- Anh đi với Bùi Mạnh Hùng một buổi, và một buổi với Lê Văn Phúc, Cai Phúc đó.

Anh Quang kể về chuyến thăm nghĩa trang Arlington, và anh hết sức xúc động khi nhìn những hàng mộ bia đều dặn, giống hệt nhau từ ông Tướng, cho đến hàng binh sĩ, những tử sĩ của thời Nam-Bắc chiến tranh, họ được mang về đây, nằm cạnh bên nhau, và cùng được ngợi ca là Anh Hùng, cùng được Tổ Quốc Ghi Công.

Anh Quang hát cho tôi nghe một đoạn ca khúc đó, và khuyến khích tôi nên đến thăm, và viết về Nghĩa trang Arlington này, hãy đặc biệt dành suy nghĩ về nhân vật tướng Lee.

Một xúc động tức thời, nhưng những gửi gắm trong đó, anh Nguyễn Đức Quang đã dành hơn sáu tháng sau để viết bài hát "trên đồi Arlington".

Nội chiến Hoa Kỳ bắt đầu năm 1861 Abraham Lincoln đắc cử tổng thống và muốn thay đổi dự luật để xóa bỏ thể chế nô lệ. Trước ngày ông nhậm chức, bảy tiểu bang miền nam Hoa Kỳ phản đối chính sách cởi mở này và tuyên bố ly khai chính phủ liên bang, thành lập chính phủ riêng do Jefferson Davis làm tổng thống [1]. Chính quyền Abraham Lincoln không công nhận chính phủ Liên minh miền Nam này. Khi quân miền Nam tấn công đồn Sumter, Nội chiến Hoa Kỳ bùng nổ và thêm 4 tiểu bang khác gia nhập phe miền nam chống lại lực lượng Liên bang miền Bắc.

Cuộc phân tranh Nam-Bắc kéo dài 4 năm và chấm dứt khi quân miền Nam đầu hàng năm 1865.với con số tổn thất của cả hai miền Nam Bắc là 970.000 người. Trong đó trận chiến lớn nhất xảy ra ngày 01 tháng 7 năm 1863 ở Gettysburg nằm ở tiểu bang Maryland, trong ba ngày chiến đấu, quân hai bên đã thiệt mạng lên tới gần 50.000 chiến binh.

Chỉ huy quân Miền Nam là Tướng Robert E. Lee ra đầu hàng tại Richmond, thủ phủ tiểu bang Virginia, và được quân sử Hoa Kỳ ca ngợi như một nhân vật Anh Hùng. Ngày nay, ở bất cứ thành phố nào của Hoa Kỳ, cũng có ít nhất một con đường chính mang tên vị tướng này.

Bài hát mang âm hưởng tự sự, mà dòng suy tưởng của tác giả khi nói tới người lính đứng nghiêm gác trước đài tử sĩ của nghĩa trang quốc gia Arlington, đã đưa người nghe về quê hương mình, về những xót xa của cách cư xử không công bình cho người lính Việt Nam Cộng Hòa ở nghĩa trang quân đội Biên Hòa.

Xin hãy nhớ Nghĩa Trang Quốc Gia Hoa Kỳ nằm trên đồi Arlington là nơi yên nghỉ của Tổng thống Kenedy, của hàng trăm ngàn tử sĩ vô danh trong cuộc nội chiến Nam Bắc, nơi yên nghỉ của rất nhiều chiến sĩ Hoa Kỳ tử trận tại Việt Nam, và gần đây, còn là nơi yên nghỉ của những chiến sĩ gốc Việt, tử trận trong các cuộc chiến ở Irac, Afghanistan...

Đây là lời của bài hát:

Này bạn, mang găng trắng,
bồng súng gác trên đồi Arlington
Chiều nay trời sẽ mưa hay sương gió lạnh lùng
có còn vững đôi chân?
Chào tay nhìn thẳng nhé!
Đập gót cho oai hùng!

Hồn dưới kia hả dạ, xác thân này đã chết
Cho một đất nước chung
Này bạn, cùng chiến đấu,
cùng gục ngã viên đạn ngược đường bay
Về đây, cùng tới đây, chia nhau nghĩa trang này
không lời hờn oán đắng cay
Bắc Nam cùng mạch sống!
Thắng thua đều anh hùng !
Bốn mùa hoa nở rộ, dưới mộ đài hùng tráng chung dòng
"Tổ Quốc Ghi Công"
Xin giới thiệu hồn này từ cầu Đồng Hới,
hồn kia cuối Trường Sơn
Đồng lúa xanh, có lắm anh đi nhẹ nhàng,
có người thịt nát xương tan
Nay mộ phần, rào quanh bằng oán thù,
một lần thành thiên thu,
sống hay là đã chết đều mất lối bơ vơ.
Làm sao tin thế được?
Làm sao gọi là vinh quang?
Cuộc chiến vùi sâu dân tộc, khơi dậy những hờn căm Thắng
ngoáy dài mũi kiếm- Thua xuống cuối biển đông Sao gọi
anh hùng được- Hồn lệ sử thấu chăng?
Đã bảo vết thương không nhắc nữa- Mà sao thấy sẹo cứ
bâng khuâng. Ừ nhỉ, xưa kia thành quách đổ- Thắng bại
anh hùng có xứng chăng?
Này bạn, chuyện tôi nói,
chuyện xưa ấy xin thả giòng sông trôi
Đời tôi là đớn đau,
cay đắng băn khoăn ưu phiền,
xin ngừng lời ca tiếng khen
Triệu linh hồn oan khuất-
Chiều nay xa quê nhà
Còn chỗ không người lính gác,
chúng tôi về đây nằm,
trên đồi Arlington!

Muốn nghe bài hát này do tác giả hát, xin vào http://www.ducavn.com/. Trưởng Nguyễn Đức Quang thân kính.

Ngày Chủ nhật 27 tháng 3, em đi làm về khuya, 12 giờ đêm mở hộp thư thấy email của Nguyễn Quyết Thắng với ghi chú đầu trang là Nguyễn Đức Quang... em đã hiểu chuyện gì đã xảy ra. Trưởng đã đi xa.

Từ những lời nói với người sống trong hùng ca "Việt Nam quê hương ngạo nghễ", tới những lời nói với người đã chết trong "Trên Đồi Arlington", tới những trăn trở với bạn bè chung quanh trong "Không phải là Lúc", xót xa với quê hương trong "Người Yêu Tôi Bệnh" Hàng mấy trăm ca khúc đã được viết xuống, đã được hát lên, đã truyền tải đi khắp các châu lục, đã đi vào tâm tư của người Việt khắp nơi,. Những ca khúc nhân danh cái Chân, cái Thiện, cái Mỹ để luôn đòi công bằng nhân ái cho mọi người.

Nước mắt em nhạt nhòa trên bàn phím, nhưng vẫn hiển hiện thấy hình ảnh của Trưởng với cái cười hào sảng. nhớ những câu trong bài hát của Trưởng:

Đã bảo vết thương không nhắc nữa, mà sao thấy sẹo cứ bâng khuâng.

29 tháng 3/2011, Viết thêm vào tháng 10/2021.

VIẾT VỀ NGUYÊN MINH:
NGƯỜI GHI QUÁ KHỨ

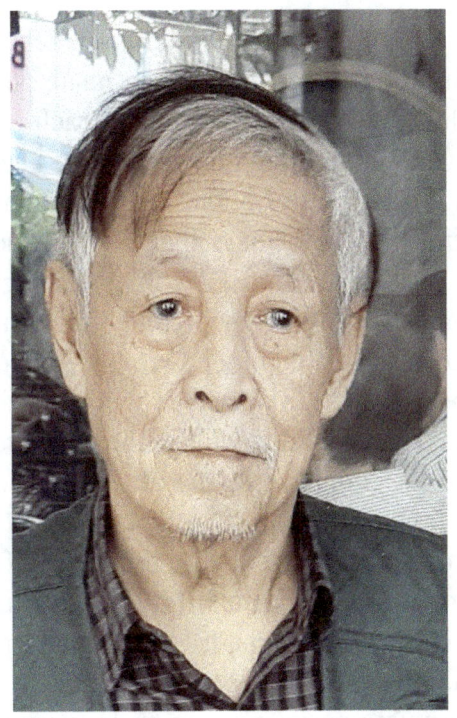

Nói về Nguyên Minh là nói về nhóm Ý Thức và tập san Quán Văn, bởi vì cuộc sống của ông hầu như dành toàn ý để nhớ về Ý Thức ngày xưa và toàn tâm để thực hiện Quán Văn bây giờ. Nói chuyện với Nguyên Minh thì dẫu khởi đầu từ bất cứ đề tài gì thế nào rồi cũng quay về Ý Thức và Quán Văn.

Tôi gặp và làm quen với Nguyên Minh từ một người bạn thân thiết là Đoàn Văn Khánh. Khánh nói về Nguyên Minh với sự quý mến và trân trọng đặc biệt trước khi đưa tôi tới căn nhà trong ngõ nhỏ bên hông phi trường Tân Sơn Nhất. Tôi biết về Ý Thức trước 75 như là một nhà xuất bản ấn phẩm văn chương của một số tác giả trẻ (thời bấy giờ) nhưng lại chưa bao giờ có dịp đọc tạp chí Ý Thức. Tôi có hỏi Khánh hồi đó sao mình không biết tạp chí này vậy ta? Câu hỏi này được tự trả lời sau khi gặp Nguyên Minh.

Tôi kém Nguyên Minh 7 tuổi, khoảng cách tuổi tác đó khi bước vào tuổi 60 thì già chẳng khác gì nhau, như ở thời điểm Nguyên Minh 25 thì tôi mới 18, khoảng cách tuổi tác và môi trường sinh hoạt văn nghệ lúc đó cách nhau khá xa. Tôi sống ở Sài Gòn, Nguyên Minh và nhóm bạn thực hiện các sinh hoạt như tạp chí, in ấn và xuất bản ở Phan Rang và nối tay ra miền trung như Nha Trang Tuy Hòa, Huế... Đến khi Nguyên Minh về Sài Gòn lập nhà in, xin giấy phép chính thức thực hiện tạp chí vào năm 1970, lại là thời điểm tôi đã rời xa Sài Gòn, sống ở cao nguyên Ban Mê Thuột, mỗi tháng về thăm phố vài lần, nối được chút sinh hoạt văn nghệ chỉ là vài tạp chí văn chương mà có lúc có tiền mua có lúc chỉ nhìn thấy bìa trên giá sách. Ý Thức (như lời NM kể lại) cũng chưa vào được hệ thống phát hành rộng rãi toàn quốc. Nhưng có điều vui là thời lưu lạc đó, tôi lại quen khá nhiều người mà sau này mới biết họ là những người cộng tác với Ý Thức ngày xưa như Phạm Cao Hoàng, Trần Hoài Thư, Lê Văn Ngăn, Hoàng Khởi Phong, Thế Vũ, Chu Trầm Nguyên Minh... Chính những người này cho tôi lòng yêu mến về tờ tạp chí ngày xưa đó.

Nguyên Minh có mái tóc lười, bạc trắng, đôi mắt to long lanh rất hồn nhiên, và đặc biệt là phong cách chuyện trò gần gũi thân tình. Ngay lần gặp gỡ đầu tiên, với những gợi nhớ từ những quen biết chung, câu chuyện lập tức trở thành thân tình và tín cẩn. Khi chia tay, giữ trong lòng tôi cái cảm giác quý mến .

Tháng 10 năm 2011, Nguyên Minh đứng ra chủ trương

cùng một số người cầm bút nữa ra mắt Tập san văn học Quán Văn. NM nhắn với Khánh gọi tôi ra uống cà phê và đề nghị tôi cùng với Khánh đứng ra điều khiển chương trình ra mắt Tập san Quán Văn số 1 này. Tôi nhận lời và nghĩ rằng tôi làm khá tốt nhiệm vụ cầu nối giữa người viết và người đọc Quán Văn, giữa người tổ chức và người tham dự buổi sinh hoạt đông đảo đó. Ngay sau buổi ra mắt, bước xuống lề đường, nhà văn Hoàng Khởi Phong (mà tôi coi như một người anh thân thích) vỗ vai tôi: "Cậu liều thật, nhưng cậu làm được lắm".

Tôi cũng chợt nhận ra mình ham vui nên liều lĩnh thật. Trong con số cả trăm người có mặt hôm đó kể cả ban tổ chức và khách tham dự, có lẽ tôi chỉ biết tên biết mặt khoảng hơn chục người, Tôi xa Việt Nam đã hơn 15 năm, không có điều kiện để đọc các tác giả trong nước, và đôi khi về nước cũng chỉ rong chơi với bạn bè quen biết cũ nên không biết những người ngồi đó là ai, là độc giả hay là tác giả, hay là người thưởng ngoạn, hay là... Cầm cuốn Quán Văn số ra mắt trên tay còn thơm mùi mực mới, tôi chỉ đọc và làm quen với những tên tuổi bằng cách đọc bài họ viết thế mà dám đứng ra giới thiệu... Tôi liều thật, nhưng có lẽ người đề nghị tôi làm MC mới thực sự là người liều hơn tôi.

Nhiều người đã nghĩ và cả nói ra không tin lắm về đường dài mà Quán Văn mong đi tới, bởi khó khăn nhìn thấy như khối lượng độc giả, hệ thống phát hành, và cả các văn hữu viết bài. Nhưng quả thật cách Nguyên Minh làm, cái Nguyên Minh nghĩ đã đưa Quán Văn từng bước gần gũi, quen thuộc với sinh hoạt văn học đến nay đã bước vào năm thứ 8.

Từ đó, thật nhiều lần tới chơi toà soạn Quán Văn, chuyện trò và thân thiết với những người đang cộng tác tích cực với Quán Văn, ngoài Đoàn Văn Khánh là bạn cũ, tôi gặp và quen với Nguyễn Sông Ba, Trương Văn Dân, Elena, Hoàng Kim Oanh, Nguyên Cẩn, Từ Sâm, Hiếu Tân, Ngô Thị Mỹ Lệ... nên mấy năm sau, có dịp viết về Nguyên Minh như thế này:

"Tòa soạn Quán Văn" thực ra chỉ là một căn phòng nhỏ, diện tích khoảng vài chục thước vuông, ở đó là sách vở, computer, máy in. Vòng quanh vách là mấy băng ghế để anh em ngồi chơi trò chuyện, khung cửa sổ nhìn xuống một khoảng sân mênh mông vắng lặng của một góc phi trường Đây là một nơi gặp gỡ của rất nhiều người cầm bút, là nơi làm việc của nhà văn Nguyên Minh, một nhà văn cao tuổi nhưng có đôi mắt như trẻ thơ và một cái đầu mơ mộng chất chứa biết bao nhiêu dự án hết sức mộng mơ.

Nguyên Minh cầm bút từ đầu thập niên 1960. Năm 1970, anh sáng lập tạp chí Ý Thức, với sự đồng hành của Đỗ Hồng Ngọc, Lữ Kiều, Lữ Quỳnh, Trần Hữu Ngũ, Châu văn Thuận, Trần Hoài Thư, Phạm Cao Hoàng... Sau đó, trải mấy mươi năm sống với ngành in ấn, năm 2011, anh chủ trương một tuyển tập văn chương lấy tên là Quán Văn. Với 4 tác phẩm văn xuôi, mọi người gọi anh là nhà văn, nhưng ngay lần đầu tiên được gặp và làm quen với anh hồi năm sáu năm về trước, tôi nhìn thấy từ anh là một nhà báo - một nhà báo văn học.

Một người viết văn làm báo thì chỉ có thể làm một loại báo: đó là báo văn học vì tờ báo loại này đòi hỏi những khả năng khác với báo thông thường. Tờ báo bình thường đòi người chủ biên phải nhạy bén với kinh doanh, am tường chính trị, hiểu biết đời sống và nhất là thích nghi với thị hiếu độc giả. Những đòi hỏi đó Nguyên Minh không có, hay nói một cách khác là anh không mặn mòi gì với những thứ đó. Nguyên Minh có cái khác, đó là lòng yêu thích chữ nghĩa văn chương, và niềm đam mê với những sản phẩm in ấn.

Có một bất ngờ nào đó khi bắt gặp Nguyên Minh bên cạnh một tác phẩm văn chương mới được in ra, còn long lanh vết mực và ngát thơm mùi giấy mới, thì mới thấy được hết cái hạnh phúc của anh bên những sản phẩm mới làm. Xuất bản được Quán Văn và duy trì Quán Văn suốt năm năm qua là do một thiên khiếu riêng chỉ có ở Nguyên Minh. Suốt hơn 60 năm sống với chữ nghĩa, anh có giao tình, quen, biết rất nhiều người cầm bút, cộng thêm cách sống hòa nhã và chia sẻ, nên anh giữ được mối thân tình với anh em gần xa. Nguyên Minh có khả năng cảm nhận và phân tích rất nhanh cái đúng sai, hay dở của một bản thảo gửi về. Và quan trọng hơn cả là anh chấp nhận các dị biệt trong văn chương, các dị biệt trong ứng xử và cả những dị biệt trong cách nhìn, để rồi, trong căn phòng nhỏ làm tòa soạn Quán Văn đó, mọi dị biệt vẫn có thể trộn lẫn một phần riêng vào phần chung cho một ham thích thực hiện một sân chơi văn chương của mọi người.

Cái nổi bật nhất là sự chất phác và chí tình của Nguyên Minh đối với mọi người, nhiều nhất là những bằng hữu văn nghệ. Tác phẩm Mầu Tím Hoa Mua (nhà xuất bản Thanh Niên - 2014) là 12 tùy bút viết mênh mông từ thời thơ dại bên dòng sông Dinh ở Phan Rang, qua các đoạn đời viết văn làm báo ở Sài Gòn, lãng đãng những chuyến đi trong nước, ngoài nước trong đó những mối tình ghi lại rất nhạt nhòa, nhưng lại rất thấm thía là tình bạn chữ nghĩa với văn chương.

Sẽ không gì ngạc nhiên, nếu trong một buổi họp mặt mà mọi người xôn xao chuyện trò cười dùa, Nguyên Minh chỉ góp vui với nụ cười hiền lành, nhưng cũng sẽ không gì ngạc nhiên nếu đề tài đó chuyển qua một tác phẩm văn chương, hay một tác giả văn học, Nguyên Minh mắt sáng lên, tham gia nồng nhiệt với những góp ý, những kỷ niệm gợi mở và các câu chuyện thú vị bí ẩn... luôn luôn khởi đầu bằng câu: "Để nói nghe chuyện này vui lắm nè..."

Nghĩ về Nguyên Minh là nghĩ đến một kho tàng ký ức văn học với những tác giả (Thơ, Văn, Nhạc, Kịch, Họa...) mà ông quen biết từ hơn nửa thế kỷ trước quây quần bên nhau trong một thú chơi tao nhã là văn chương.

4/2020

VIẾT VỀ NGUYỄN NGỌC LINH:
SƠN CA TÓC TRẮNG

Nguyễn Ngọc Linh dáng người cao, gầy, đen và rất đa
tài. Mới đầu quen thì Linh là người chuyên trách về
kỹ thuật, chỉnh sửa máy móc một cách chuyên nghiệp, sau đó
thấy anh vẽ trang trí sân khấu cho các buổi trình diễn, thế rồi có
dịp lại nghe Linh lên sân khấu hát, có những ca khúc mà chỉ có
Linh mới truyền được cái hồn bài hát như bài Lớn Mãi Không
Ngừng của Miên Đức Thắng. Thật vậy, khi Linh nói chuyện,
thường là nói nhỏ, đôi khi phải lắng tai, hay phải yêu cầu Linh
nói lại, nhưng khi ôm đàn lên sân khấu và cất tiếng hát... Ôi có
giống dân nào lớn mãi mãi không thôi... thì tiếng hát lồng lộng
cả hội trường.

Gặp nhau nhiều lần vào thời điểm đầu năm 1973 tại số 19 Kỳ Đồng: Một tòa biệt thự được sử dụng làm chỗ sinh hoạt thanh niên tên là Văn phòng Liên lạc Sinh viên Quốc Nội và Hải Ngoại. Chỗ này là nơi sinh hoạt thường kỳ của Ca Đoàn Trung Ương của Phong trào Du Ca, là nơi gặp gỡ của nhiều hội đoàn thanh niên sinh viên, và là nơi tổ chức sinh hoạt văn nghệ cuối tuần. Ở đó có một số sinh viên làm việc bán thời gian phục vụ cho các sinh hoạt, trong đó tôi còn nhớ tên vài người như Đinh Việt Hùng, Nguyễn Ngọc Linh, Lương Văn Tự, Nguyễn văn Thanh....quen với nhau tại đó, có những lần chúng tôi ngồi với nhau uống cà phê ở hội trường trên lầu, nghe Linh hát và quý mến nhau, hời hợt vậy thôi. Khi biến cố 30 tháng 4 làm văn phòng đóng cửa, lúc đó thì Ngọc Di là một thành viên sinh hoạt thường xuyên trong văn phòng làm cầu nối kéo Nguyễn Ngọc Linh, Đinh Việt Hùng, Bùi Công Bằng với tôi tham dự một sinh hoạt ca hát khác, thời gian không dài, sau vài ba tháng thì tan hàng, mỗi đứa đều nháo nhào tìm một hướng sống riêng, và chẳng ai liên lạc với nhau.

Dường như khoảng hai ba năm sau, đầu năm 1978 thì phải, tháng Chạp ta, vợ chồng tôi đi thăm mộ bà chị ở Bà Quẹo. Năm 1978 phương tiện đi lại hết sức khó khăn, từ quận 5 đón xe lam ra chợ Bến Thành, rồi đổi xe đi ngã tư Bảy Hiền, rồi đổi xe đi Bà Quẹo, xuống khỏi ba chuyến xe lam là đón xe thổ mộ đi vào khu vực nghĩa trang, đang chờ xe ngựa thì gặp lại Nguyễn Ngọc Linh, lần này, khuôn mặt tươi rói, người nữ bên cạnh ông có nước da trắng, tươi trẻ và xinh đẹp, Linh giới thiệu bà xã mình.

Sau này, có lần Linh tâm sự về cuộc tình tuyệt đẹp này.

Nhà nàng ở cạnh nhà tôi,
Cách nhau cái giậu mùng tơi xanh rờn... (Nguyễn Bính).

Nhà Linh và nhà chị Hoa ở cạnh nhau, nhà Linh là một căn nhà bình thường trong khu xóm nhỏ ở đường Hoàng Đạo, nằm sát bên ga xe lửa Sài Gòn. Cạnh bên là một khu vườn rộng, chính giữa có căn nhà ngói xưa, trong đó gia đình chị Hoa sống kín cổng cao tường với các người con du học bên Pháp, chỉ còn ông bà già và một cô con gái tiểu thư. Linh nhiều lần đã nhìn thấy cô gái đó đi học thướt tha, hoặc đôi khi thấp thoáng giữa những luống hoa trong khu vườn đầy hoa trái. Nhưng mà... *hai người sống giữa cô đơn dường như nàng có nỗi buồn giống tôi...* (Nguyễn Bính).

Cơ hội đến khi ông cụ bị bệnh nan y, cần người chăm sóc đặc biệt, Linh tình nguyện làm điều đó, tận tâm khuya sớm từng bữa ăn giấc ngủ cho cụ ông, làm xúc động cụ bà, và mềm lòng cô tiểu thư gần nhà. Cụ ông mất và cụ bà chủ động gọi Linh cho cưới, rồi cho về ở chung, cắt hẳn một khúc vườn quay ra mặt hẻm cho hai vợ chồng xây dựng cơ ngơi là một quán cà phê.

Gặp lại Nguyễn ngọc Linh, nối lại mối giây liên lạc với Bùi Công Bằng và Đinh Việt Hùng, chúng tôi có nhiều hơn những gặp gỡ và hiểu nhau nhiều hơn. Cho đến một buổi, khi Linh ôm đàn hát một ca khúc lạ, lại là một ca khúc hay. Lúc đó mới biết Linh viết nhạc đã lâu.

Là một mẫu người năng động, thích hoạt động, ngoài sinh hoạt với phong trào sinh viên, Linh là một Du Ca Viên và là một Hướng Đạo Sinh. Sinh hoạt Hướng đạo là sinh hoạt Linh tâm huyết nhất. Ngay từ lúc mới quen hồi năm 1972 cho đến bây giờ (2018) dù là Linh vẽ tranh, viết nhạc, trình bày ca khúc, trang trí nội thất, trồng lan, làm thợ mộc... dường như lúc nào cũng là một con người Hướng Đạo với tất cả sự tận tâm, cần mẫn và tinh thần trách nhiệm cao. Tên rừng của Linh là Sơn Ca Cẩn Thận.

Tên Rừng là một truyền thống đặc biệt và hấp dẫn của Phong Trào Hướng Đạo Việt Nam. theo lời giới thiệu của Huynh Trưởng Sáo Lý Luận Diệp Hoàng Mai, thì nguồn gốc và mục đích của tên rừng là: "Huân tước Robert Baden-Powell, người sáng lập ra phong trào Hướng Đạo thế giới, đã nhận thấy được những điều hay qua các tập tục của dân bản xứ châu Mỹ trong các nghi lễ đặt tên rừng. Ông liền áp dụng vào trong phong trào Hướng Đạo của mình, bằng một trò chơi sáng tạo chứ không sao chép hoàn toàn tập tục đó. Trò chơi được lên kế hoạch tỉ mỉ, nhiệm vụ được phân chia rõ ràng. Trò chơi được qui định nhiều thử thách, thường thì rất táo bạo và đầy lý thú. Hội đồng Rừng giữ bí mật địa điểm, nội dung lẫn chi tiết trò chơi, cốt để người tham gia trò chơi bị bất ngờ mà bộc lộ hết tính cách của họ.''

Tên Rừng thường có hai phần, phần một là một con thú có hình dáng bề ngoài, hoặc khả năng đặc sắc của người được đặt và phần hai là tính tình tổng quát. Tên Rừng là niềm tự hào của một Hướng Đạo Sinh. Sơn Ca Cẩn Thận tỏ rõ ham thích hay ca hát và làm việc cẩn thận của Nguyễn Ngọc Linh.

Từ khi Linh hát cho bạn bè nghe những sáng tác của mình, thì cũng là lúc Linh bắt đầu tìm thơ bạn bè phổ nhạc, Linh phổ nhạc 7 bài thơ của Đoàn Văn Khánh và 9 bài thơ của Nguyễn Minh Nữu.

Bài thơ đầu tiên Linh phổ từ thơ tôi là một kỷ niệm đẹp. Thực ra đó không phải là bài thơ tình. Chữ Người tôi dùng trong thơ là bóng bẩy nói về đấng tối cao, và lời thơ là bày giải một tỉnh ngộ sau biết bao chao đảo, tuyệt vọng giữa đời thường, sau biết bao tìm kiếm sự bằng an cho tâm hồn, để rồi một lúc nào đó, ngồi lại một mình và thấm thía lẽ vô thường. Khi Linh bắt gặp bài này và phổ nhạc, thì Linh lại có một đồng cảm kỳ dị khi cũng nghĩ đến một tình yêu bao la hơn tình yêu con người, trong đó tình yêu là cứu chuộc, và bao dung, thánh tẩy con người để trở về hoàn thiện. Khi Linh hát cho tôi nghe lần đầu, và nói cái cảm giác đó, chúng tôi như hòa nhập vào nhau niềm cảm xúc.

Cuối Cùng Người Cũng Yêu Tôi

Rất có thể tôi vẫn chờ vẫn đợi Hạnh phúc nào vời vợi cuối chân mây Ước mơ nào vẫn lọt giữa khe tay và khao khát một điều không có thật.

Lòng mê vọng muộn phiền đan lớp lớp

Rất có thể những trở trăn thao thức Những ngại ngùng day dứt nối dài đêm Những nỗi buồn theo tuổi sẽ dầy thêm Và oan khuất vòng đời không thoát được

Rất có thể giữa đời người mê ngất giữa giòng chen, chật vật một đường tơ Nợ cơm áo một giòng thơ bất chợt Trong trăng rằm như thoáng chút tình mơ

Rồi Người đến bàng hoàng như ánh chớp Bóng hình Người choáng ngợp cả hồn tôi Tôi hiểu ra tôi, tôi cảm ơn Người Cảm ơn cả từng giọt đời mặn đắng.

Đêm có bóng đen, ngày còn sợi nắng Không bao giờ tôi xa vắng người đâu.

Nghiêm tĩnh muôn đời có tự bao lâu? và Vĩnh viễn một màu hoa Vô Thường

Tháng 3/2018, Khi nhìn thấy tấm hình Linh chụp với Bằng và Hùng. Tôi tưởng hình mới chụp vì biết tin Linh bệnh lâu rồi, nay thấy tấm hình khí thế khi cùng bạn bè đứng trước chợ Đà Lạt, nên vội gửi lời thăm và chúc mừng. Ngờ đâu, bạn trả lời đó là hình hồi 4 năm về trước còn bây giờ thì: Bệnh hoạn đã tàn phá sức khỏe tôi, đến giờ còn da bọc xương đi lại không nổi, bệnh zona hơn một năm mà di chứng của nó vẫn còn hành hạ tôi như sống trong địa ngục . Đã vậy còn phải thở Oxy tại nhà. Nhưng cuộc đời đã cho tôi gặp được những người bạn thân chân tình đã mấy chục năm nay. Xin cám ơn đời, cám ơn những người bạn thân của tôi. Người thân, bạn bè rồi cũng vơi đi. Nên hãy trân trọng những lúc còn gặp được nhau biết đâu đó là lần sau cùng (Ngọc Linh Sơn Ca trả lời trên facebook).

Tôi không đồng ý với chữ Sau Cùng của Nguyễn Ngọc Linh nên nhắn tin với Đoàn Văn Khánh, Bùi Công Bằng, Đinh Việt Hùng và rủ "Hay tụi mình làm một cái gì đó Ngọc Linh Sơn Ca đi". Khi gửi ra lời rủ rê đó, một người bạn Du Ca khác ở New York là Hoàng Văn Phượng nhắn tin "cho em tham gia với", thế là một dự án được thành hình, chưa có tên chính thức, sẽ là một CD nhạc, gồm 12 ca khúc nhạc của Nguyễn Ngọc Linh trong đó có một số phổ từ thơ bạn bè, với tiếng hát của những bạn bè thân thích với Linh từ đó đến giờ. Bùi Công Bằng biên tập, Đoàn Văn Khánh giới thiệu, các tiếng hát mãi xanh Đinh Việt Hùng, Hương Giang, Minh Hương, Carol Kim Phước...

Sẽ mãi mãi bên nhau Sơn Ca Tóc Bạc Nguyễn Ngọc Linh nhé.

Virginia, April 7, 2018

VIẾT VỀ NGUYỄN QUYẾT THẮNG:
CÁI THỦA BAN ĐẦU VỚI DU CA

Chỗ tôi đang đứng là một ngã bảy, tên tiếng Mỹ là Seven Corner. Đây là khu vực trung tâm của thành phố Falls Church, tiểu bang Virginia. Con đường phía tay mặt là Arlington Blvd, con đường chia thành phố Falls Church thành hai khu vực, Bắc Fals Church và Nam Falls Church. Con đường này chạy về phía đông khoảng 5 dặm, là trung tâm của Thủ đô Hoa Thịnh Đốn. Và ngay phía trước mặt tôi đây là Khu thương mại Eden với hơn hai trăm gian hàng của người Việt tỵ nạn.

Tôi vừa cùng một người bạn uống cà phê trong quán Star-burg trong khu shoping bên kia, và trời trong vắt, gió nhè nhẹ làm nổi máu giang hồ, tôi không theo xe người bạn để đi về, mà tự mình muốn thả bộ băng qua hai ngã năm, ngã bảy để vào Khu thương mại Eden, nơi đó, giờ này, khá nhiều những thân tình quen biết đang ngồi trong Phở Xe Lửa để cùng tôi chuyện trò đủ thứ chuyện trên đời, cho qua đi một ngày cuối tuần thanh thản.

Hàng cây xanh lá, mùa xuân đã đến rồi, con dốc thoai thoải và lớp đất đỏ mới bị cào xới lên bên vệ đường, bỗng làm tôi có cảm giác thật quen thuộc, ở đâu và lúc nào tôi đã nhìn thấy hình ảnh này, và sao hình ảnh không có gì gọi là đẹp như thế này lại gợi trong lòng tôi những hoài niệm lâng lâng như thế nhỉ?

Tôi tìm hoài trong đầu... và thực lòng không nhớ ra. Cho tới khi đứng đợi dòng xe xuôi ngược không ngớt ở ngã bảy, tôi mới chợt bàng hoàng nhớ lại những ngày đầu tiên ở thành phố miền cao nguyên đó.

Ban Mê Thuột, hay như chúng tôi thường gọi tắt là Ban Mê. Nơi đó, ngày xưa, suốt trong một thời thanh niên rực rỡ, suốt trong một khoảng trời mây rộng rãi và chất ngất đam mê đó, chúng tôi đã sống, đã yêu thương, đã đắm mình vào sức chảy của ngút ngàn của rừng núi tây nguyên. Có lẽ, nhắc đến Ban Mê mà không nhắc đến Nguyễn Quyết Thắng mà một thiếu sót không thể lấp bằng.

Năm 1969. Chiến trận đã phủ lên hầu hết các thành phố miền nam. Mặt trận Tết Mậu Thân đợt 1 hồi tháng giêng âm lịch vừa tạm yên lắng, là Mặt trận tết Mậu Thân 2 với những trận tấn công bằng quân chủ lực miền bắc vào các thành phố trong điểm như Quảng Trị, Thừa Thiên, Bình Long, Kon Tum. Chiến tranh thật quen thuộc qua tai nghe, nhưng vẫn thật ngỡ ngàng qua mắt nhìn trong veo của chàng lính mới. Tôi ra trình diện đơn vị là Sư Đoàn 23 Bộ Binh, hậu cứ đóng tại thị xã Ban Mê Thuột. Những ngày đầu tôi nhận nhiệm vụ tại Bệnh Viện Bộ Tư Lệnh Sư Đoàn 23 Bộ Binh là những ngày đầu tiên tôi gặp Nguyễn

Quyết Thắng. Thắng rất trắng trẻo và công tử bột, mặc dù chàng đang khoác trên người chiếc áo hoa rừng thêu bảng tên Chiến ở bên trái và Thắng bên phải của anh. Buổi chiều Ban Mê gió thường đột ngột trở lạnh, Thắng ôm cây đàn ở một góc sân dạo những khúc nhạc lạ tai, nhạc không lời.

Chúng tôi làm quen với nhau dễ dàng như trong truyện Thủy Hử kể lại những tay hảo hán tự động tìm đến với nhau như có sức hút tự nhiên của những người cùng chung nỗi đam mê. Tôi có hỏi Thắng là bảng tên của ông thêu như thế này thì đọc là Thắng Chiến chứ không phải Chiến Thắng. Thắng cười, giải thích, mình thêu tên Chiến phía tay trái, bởi vì bên tay trái là bên có trái tim. Chiến là cô bạn gái của mình.

Tôi ồ lên thú vị. Đó cũng là thời gian Thắng phổ bài thơ đầu tiên của tôi. Bài thơ in trong tập thơ quay ronéo, tập thơ thì nhem nhuốc, và những câu thơ ngày xưa bây giờ đọc lại thấy vụng về, khuôn sáo làm sao. Cái làm tôi và Thắng nhớ hoài là một bất ngờ tập thơ tôi trao tặng Thắng lại là tập thơ thiếu mất hai tờ, cho nên bài thơ Thắng chọn để phổ nhạc lại là khúc đầu của bài này bốn câu và khúc cuối của bài khác bốn câu. Khi Thắng hát tôi nghe lần đầu, tôi ngạc nhiên! Ủa sao từ bài này Thắng lại kéo qua bài kia? Thắng lấy tập thơ ra dẫn chứng mới hay rằng tập thơ đã bị mất hai trang ngay vào chỗ bài thơ Thắng chọn.

Cái duyên sơ ngộ đó đã kéo tôi ra chơi với nhóm anh em trong Đoàn Du Ca Lòng Mẹ của Thắng, Nhiều người lắm, tôi chỉ còn nhớ một vài tên như Nguyễn Đức Tấn, Huỳnh Trọng Đạt, Nguyễn Đình Cường, Nguyễn Đình Hiếu,... Rồi chương trình Nhạc Quê Hương trên làn sóng Đài Phát Thanh Ban Mê Thuột, cuộc chơi dài hơn khi tôi tham gia Phong Trào Du Ca với Thắng để về Sài Gòn tham dự Đại Hội Du Ca toàn Quốc ở số 4 Duy Tân (Đại hội thứ mấy tôi không nhớ) Cái tình Du Ca đó đã cho tôi những tình bạn kéo dài cho đến bây giờ đối với các Huynh Trưởng như Ngô Mạnh Thu, Nguyễn Đức Quang, Phạm Tuấn Ngọc, Đỗ Ngọc Yến, Hoàng Ngọc Tuệ, hay với những bạn đồng trang lứa như Phan Ni Tấn, Đoàn Văn Khánh, Nguyễn Hữu Nghĩa, Võ Thị Xuân Đào, Võ Thị Bích Ngọc....

Ba mươi năm quen biết và chí cốt với nhau, nhưng chẳng có thời gian nào gần gũi nhau nhiều. Ngay tại Ban Mê, khi tôi còn đang ở đó, Thắng đã về Sài Gòn làm việc và sinh hoạt với anh em ở Thủ Đô, tới khi tôi về Sài Gòn thì Thắng lại đi làm việc ở Bình Dương, cho tới khi mất nước, Thắng chao đảo chạy về Ban Mê tìm kiếm gia đình và ở lại Ban Mê. Thắng về Sài Gòn rất ngắn ngày để rồi vượt biên, định cư tại Hòa Lan và tôi ở Hoa Kỳ.

Cái kỳ lạ là chỉ trong khoảng hai năm hay hơn một chút gì đó ở gần nhau và chơi chung với nhau tại Ban Mê, sau đó, hai đứa như chơi trò đuổi bắt với nhau suốt mấy chục năm dài, mà sao tôi luôn cảm thấy Thắng thật gần. Có phải bởi vì chúng tôi có với nhau khá nhiều bài hát chung, kể từ bài đầu tiên Thắng phổ nhạc thơ tôi, bài Giòng Ăn Năn, cho tới bài mới nhất Thắng gửi qua cho tôi xem, và nghe cách đây hai năm là bài Hát Rong Giữa Đời, tổng kết thử, chúng tôi đã có với nhau mười hai ca khúc, cho nên mỗi khi hát lên hoặc bất ngờ nghe ai đó hát lại, lập tức hình ảnh và cá tính nhau hiện lên như một khúc phim đầy ắp kỷ niệm.

Nhưng có lẽ đó không phải là tất cả, mà tại vì một điều khác hơn, Thắng là người đã đưa tôi đến với Phong Trào Du Ca Việt Nam, và quả thật tôi yêu thích Phong Trào qua hình tượng những Huynh Trưởng và các bạn đồng hành. Từ đó, tôi có khá nhiều những thân tình với họ. Cuộc sống tôi đã nối kết với họ bằng một mối dây không thể tách rời. Và mối dây đó, trên mỗi cái gút giữ lại, đều mang dấu của một người đầu tiên. Cái thủa ban đầu đó, Nguyễn Quyết Thắng người Du Ca Viên đầu tiên đó đã cho tôi một ký ức tuyệt vời.

Nhận được tập nhạc kèm với CD từ Nguyễn Quyết Thắng gửi về. Tập nhạc mang tên Tuyển tập nhạc Tình Yêu- Quê Hương và Thân Phận, với kích thước 8.5 x11 inch, và dày hơn

100 trang, tập nhạc thu trong lòng mình 50 ca khúc và năm lời cảm nhận của thân hữu về nhạc của Nguyễn Quyết Thắng.

Bìa tập nhạc là một tấm hình chụp cảnh đồng quê Việt Nam, ruộng đồng xanh tươi mầu lúa mới, giữa cánh đồng có một nông phu đi trước, con trâu theo sau, xa xa là những bờ cây vườn tược, không có mặt trời, nhưng có những tia nắng chiếu tới từ phía đối diện.

Hay thật, người chọn tấm tranh bìa này thật là một người đồng cảm rất sâu sắc với tác giả, hay nói chính xác hơn, là đồng cảm tới độ gần như là một với tác giả khi chọn cánh đồng Việt Nam là tiêu biểu cho quê hương, tia sáng mặt trời lan phủ khắp nơi như tình yêu bát ngát mênh mông và anh chàng nông phu đi trước con trâu theo sau mường tượng như mô tả thân phận một con người.

Khi đọc vào trong, tôi biết người trình bày bìa cho Nguyễn Quyết Thắng là Minh Chiến. và Minh Chiến là người mà bài viết của Đỗ Quý Toàn ở trang 2 tập nhạc này đã nhắc tới: "... Sau khi nhập ngũ, bị thương trở về thành phố cũ, Nguyễn Quyết Thắng thành hôn với người yêu Minh Chiến và cùng các bạn hữu ở Ban Mê Thuột thành lập một nhóm văn nghệ lấy tên là cơ sở văn nghệ Con Người."

Vậy thì chúng ta hoàn toàn hiểu được, còn người nào có thể hiểu và chia sẻ với Thắng nhiều hơn Minh Chiến nữa. Người nữ sống bên hồ Lắc xanh ngắt ngày xưa ở Ban mê Thuột đã kề vai sát cánh với Thắng qua biết bao cuộc bể dâu của quê hương, qua bao chìm nổi của thân phận con người và vẫn còn tiếp tục chơi vơi trong một tình yêu đắm say giữa lời ca và tiếng nhạc, giữa hạnh phúc đời thường.

Nhắc tới Minh Chiến, xin kể một kỷ niệm nhỏ. Khi chúng tôi ở Ban Mê Thuột, Thắng ấn hành tập nhạc đầu tay Lá Xanh Đời. Người trình bày bìa là Trần Bê, Thắng đề nghị tôi viết lời giới thiệu, tôi về doanh trại, nhớ và ôn kỷ niệm về Thắng, những lần ngồi nghe Thắng ôm đàn say đắm hát và người chung quanh lắng lòng, im lặng sẻ chia, sau đó lời tựa viết xong với câu cuối kết luận là câu tôi rất thích: "Tất cả đam mê, nồng nhiệt, thiết tha của Thắng đều hiển hiện ra trong mắt Thắng, khi Thắng ôm đàn". Khi tập nhạc in xong, cả bọn quay quần trong nhà mở ra xem, Minh Chiến nhìn tôi gật đầu, anh viết về Thắng hay lắm nhưng có một chi tiết sai. Tôi ngẩn người, sai chỗ nào? Minh Chiến cười, anh để ý kỹ sẽ thấy, khi Thắng hát say mê là hai mắt chàng khép lại. Ôi trời... Tôi thấm được cái say mê đuối của Thắng, cái diễn tả thiết tha lãng đãng của Thắng, nhưng mà cái Thấm đó lại không hiện thực là thường xuyên chàng bày tỏ cảm xúc bằng hai mắt lim dim khép hờ... Tôi không sửa lại bài viết vì tôi nghĩ, dẫu khép hờ, nhưng đó cũng là một cảm xúc mà chàng trao gửi cho chúng ta, khi chàng ôm đàn.

Nhạc sĩ Trần Quang Hải trong một lời giới thiệu về nhạc của Nguyễn Quyết Thắng, đã tổng kết tạm vào thời điểm 2005 là Thắng sáng tác hơn 100 ca khúc, mà tuyển tập này in lại được 50 bài trong tổng số hơn trăm bài đó. Người chọn lựa các ca khúc này là các ca sĩ. Đó là những Julie Quang, Doãn Hương, Dương Thái Dũng, Bạch Thảo, Kim Tuấn, Thái Hiền, Ngọc Huy, Phương Duy, Cung My, Tuấn Hùng, Ngọc Thanh và cả Minh Chiến cùng với Nguyễn Quyết Thắng nữa . Nói như vậy nghĩa là các ca sĩ đã tự chọn bài mình yêu thích để hát trước, và tuyển tập nhạc này được in ra kèm với CD là do:..." ý kiến đóng góp chọn lọc của các bằng hữu và những người thân quen yêu thích được sự hỗ trợ của anh chị Hoàng Ngọc Tuệ - Hoàng Vĩnh - Bích Hạnh "như lời ghi chú mở đầu trong tập nhạc của tác giả ghi lại.

Nhưng ở một góc nhìn khác, thì tất cả các ca khúc in trong tập này, đều là những ca khúc đã được hát lên từ một người nào đó, đã được hát khi thu thanh, khi trình diễn, khi giữa đám đông sinh hoạt cộng đồng và ngay cả giữa những hội ngộ thân tình giữa anh em. Và đó là một niềm vui, vì chắc chắn còn có dịp chúng ta Đọc và Nghe tiếp những ca khúc khác của Thắng trong tập nhạc và CD tiếp theo. Tôi mong là vậy.

Tập nhạc được sắp xếp theo thứ tự ABC chứ không theo thứ tự ngày tháng, nhưng dò theo dòng nhạc có ghi năm sáng tác, ta thấy ca khúc Vắt Tay Lên Trán viết năm 1967 là xa nhất và ca khúc Đừng Quên viết năm 2012 là gần nhất.

45 năm trước, một anh chàng thanh niên 18 tuổi sống ở cao nguyên Ban Mê Thuột, với sáng tác đầu tay, đã được chọn làm nhạc phẩm chính trong tác phẩm điện ảnh Trường Tôi, Nguyễn Quyết Thắng đã bước vào âm nhạc như thế, bước vào và ở lại với âm nhạc như một định mệnh suốt đời. Nguyễn Quyết Thắng sinh năm 1949 tại Hà Nội, di cư vào nam năm 1954 và cư trú tại Ban Mê Thuột suốt thời thanh niên. Nhập ngũ và bị thương trong trận chiến tây nguyên năm 1970 khi mới vừa 20 tuổi, được giải ngũ vì thương tật, Thắng về lập gia đình với Hồ Minh Chiến là người yêu thời học trò vào năm 1971. Thắng và Chiến có ba người con đặt tên là Cung My, Cung La, và Cung Đô. Tôi chỉ biết các cháu khi còn thơ ấu từ Ban Mê Thuột về Sài Gòn để chuẩn bị cùng với mẹ đi đoàn tụ với cha ở Hòa Lan. Gần 40 năm rồi, ngày nay các cháu đã là những người thành đạt ở Hòa Lan, đã lập gia đình và có con cháu... thấp thoáng ghi nhận được là tiếng hát trong suốt của Cung My trong vài ca khúc của Bố Thắng, nghe được từ internet.

50 ca khúc trong "Tình Yêu, Quê Hương và Thân Phận" của Nguyễn quyết Thắng gồm có:

- 8 ca khúc Nguyễn Quyết Thắng soạn nhạc, bằng hữu viết lời,

- 15 ca khúc Nguyễn Quyết Thắng phổ nhạc từ Thơ

- và 27 ca khúc Nguyễn Quyết Thắng viết nhạc và lời.

Các ca khúc Thắng viết nhạc và bạn hữu viết lời là một thể hiện khá lạ, vì cách thực hiện thường từ hai khung cảnh khác biệt, hai tâm trạng riêng tư và cái tạo ra những hòa nhịp thuộc về tâm giao khó bày giải, cho nên tôi muốn dành một bài viết khác cho loạt ca khúc này.

Các ca khúc Thắng phổ thơ là sự rung động của người nhạc sĩ với một bài thơ mà chàng yêu thích, nên nếu phân tích là phân tích về nhạc, mà tôi lại không có khả năng về nhạc nên cũng sẽ không nói gì tới các ca khúc này. Bài viết ngắn này, chỉ nhắm vào các ca khúc nhạc và lời của Nguyễn quyết Thắng.

27 ca khúc Thắng soạn nhạc và viết lời chính là dòng chảy xuyên suốt của chàng nhạc sĩ tài hoa và đa tình này.

Tôi lập lại là tôi không phải là người am tường về nhạc lý để phân tích những dòng nhạc Thắng viết xuống hay hát lên, tôi thưởng ngoạn nhạc của Thắng chỉ bằng sự rung động của một người nghe đúng nghĩa, bị cuốn hút bởi sự trầm bổng của âm thanh, lúc nhẹ nhàng thanh thoát, lúc cuồng nhiệt mê say, lúc tê đắng rã rời .

Có lúc nghe như lời vuốt ve trìu mến (Lời Chim, Chiều Buồn Ban Mê), có lúc nghe như nghe như lời trách móc xót xa (Gọi Tên Đất Mẹ, Những

Nụ Bông Cau, Trên Đỉnh Zermat), và ở một số ca khúc, lòng bỗng rộn ràng như những bước nhảy của chim non giữa trời xuân rực rỡ (Đứa Học Trò Trở Về, Vắt Tay Lên Trán, Hát Từ Tim Hát Bằng Hơi Thở).

Bài viết này không có cao vọng phân tích nhạc Nguyễn Quyết Thắng, mà là bài viết cảm nhận và cộng hưởng với Thắng qua các tác phẩm mà mỗi lần nghe... lại là mỗi dào dạt trong lòng những cảm xúc khó quên.

Tôi gặp và kết thân với Thắng khi chúng tôi vừa bước qua tuổi Hai Mươi. Tôi là người lính xa nhà lúc đó đóng quân ở Ban Mê Thuột vào thời đầu năm 1971. Khi đến chơi với Thắng lần đầu, trên bàn khách nằm bề bộn là vài ba ca khúc Thắng viết ra trước đó không lâu mới vừa được in ấn bằng kỹ thuật Roneo, Thắng giới thiệu và hát tôi nghe. Đó là Vắt Tay Lên Trán, Gọi Tên Đất Mẹ, Những Nụ Bông Cau. Lúc đó, Phim Trường Tôi vừa mới phát hành mà bản nhạc chính trong phim là ca khúc Vắt Tay Lên Trán của Thắng với tiếng hát Thái Hiền.

Cái cảm nhận của tôi về nhạc của Thắng ngay lúc bấy giờ là âm hưởng trong sáng và lạc quan. Thực vậy, ngay cả những ca khúc lời lẽ xót xa buồn bã, trong dòng nhạc của Thắng vẫn ánh lên một cái gì đó tin tưởng, hy vọng và phấn chấn chứ không bi thiết và ủy mị. Dường như ngay cả tới bây giờ, với chiều dầy hơn 40 năm, dòng nhạc của Thắng dù đã tinh tế hơn bội phần, nhưng cái nền tảng của mọi ca khúc vẫn là những âm hưởng của sự lạc quan yêu đời này.

Chính cái chất rất riêng đó mà hầu như các ca khúc của Thắng được mọi người thuộc lòng và hát lên nhiều nhất là những ca khúc viết về quê hương, viết về thân phận bằng cái nhìn "Đau xót bây giờ nhưng tin tưởng và đợi chờ một tươi sáng ngày sau"

Hãy nghe ca khúc Thắng viết năm 1967, đó là những lời chân chất nhất của thời mới lớn và tuyệt vời nhất là những lời chân chất này Thắng đã mang theo mãi cho những tâm sự về sau:

Nằm vắt tay lên trán, ta nghĩ đến chuyện cuộc đời Ngồi bấm đốt ngón tay ta nghĩ đến chuyện ngày qua Nằm vắt tay lên trán ta nghĩ đến chuyện bây giờ Ngồi bấm đốt ngón tay ta nghĩ đến chuyện ngày sau

Yêu biết mấy đóa hoa vườn trầu sau lũy tre già Một vườn mùa hoa trái lên mùi lúa chín phơi sân Yêu như yêu những đàn gà con lượn bước sau hè Đêm khuya bên bếp hồng niềm vui mượn khói bay xa...

(Vắt Tay lên Trán- 1967)

Hay những ca khúc Thắng viết vào thời gian cao điểm của quá trình sáng tác là thời 1969 -1974. Đây là thời gian hừng hực của tuổi thanh niên, nhận thức được đất nước và vị trí của mình, Giai đoạn ghi dấu hàng loạt ca khúc thành công nhất của Thắng mà ngay trong tập nhạc này, chúng ta ghi nhận được 30 trên tổng số 50 bài của tuyển tập. Chỉ trong 5 năm đó thôi, số nhạc Thắng viết xuống có lẽ nhiều hơn con số 50, vì có những ca khúc Thắng viết giai đoạn đó mà tôi còn nhớ nhưng không có mặt trong tuyển tập này.

Chính giai đoạn sáng tác mạnh mẽ và hăng say nhất này, Thắng đã nồng nhiệt chuyển tới người nghe những lời tâm huyết:

- Hãy đến từ lòng người và đến chính nơi ta đến với lòng thật thà, đừng dối trá điêu ngoa Hãy nói cùng tình người cuộc sống qua bôn ba Ôi con tim dung tha là tiếng khóc nhạt nhòa...

(Hát Từ Tim Hát Bằng Hơi Thở- 1971)

- Xin hãy cùng chúng tôi cùng cất cao lời hát Xin hãy cùng nắm tay và nói lên tình thương Tình yêu thương con dân trong một nước đọa đầy Triệu từng triệu bàn tay vươn trong lửa khói...

Xin hãy cùng chúng tôi về xóm xa đào giếng Xin hãy cày đất khô và cấy lên mạ non

Tình yêu thương vươn nhanh sẽ tràn lấp hận thù Nhà từng nhà Việt Nam vang lên câu cười.

(Hãy đến với Chúng Tôi- 1971)

Ai qua đây? cho xác vướng ven rừng
Ai qua đây? cho mái lá bỏ hoang
Người hay Thú? bên sông máu trôi về nguồn
Người hay tôi? nước mắt nào luân lưu
Xin loài người, xin bình yên đêm nay...

(Xin Bình Yên Đêm Nay- 1971)

Một ca khúc Thắng viết, khi được hát lên lần đầu tiên ở một giảng đường đại học tại Sài Gòn năm 1973, đã lập tức cuốn hút mọi người hòa chung giọng hát, và phổ biến rộng rãi, nằm trong tâm, trong trí nhớ mọi người. Bài hát đó, mới đây thôi, năm 2012, một lần trên xe đang chở Đinh Quang Anh Thái ra phi trường, khi nhắc đến Thắng và nhắc tới tập nhạc mới in. Tôi và Thái cùng như trở lại cái thời thanh niên của 40 năm về trước. Chúng tôi cùng hát vang trong xe, nhưng chủ yếu là nghe lại tiếng hát hào sảng của chàng thủ lãnh Sinh Viên ngày xưa đang hào hứng hát một ca khúc nằm lòng của cả một thế hệ thời chúng tôi mới lớn đó:

Nhìn diều đang lên cao, nghe sáo trúc reo Nhìn về nơi thôn xa, trái tim con nở hoa Nhìn đàn em thơ qua, nghe chúng múa ca Nhìn vào lòng yêu thương, ngậm lúa thơm quê nhà Nhìn về trường xưa im bóng trơ vơ Đường về say sưa bước trên cỏ thưa Nhìn thấy thân yêu tóc trắng phôi pha Phấn trắng vẫn bay bay, tiếng nói vẫn đều đều Chào thầy con đã về... Thầy cười vui hả hê...

(Đứa Học Trò Trở Về- 1973)

Cũng xin mở một cái ngoặc về cơ duyên sự ra đời của ca khúc này. Vào khoảng thời gian 1972-1973 đó. Cuộc chiến đang ở đỉnh cao nhất của Việt Nam. các mặt trận lớn như Kon Tum, Bình Long, Quảng Trị Thừa Thiên bùng nổ với sự tổn thất lớn lao của cả hai bên quốc cộng. Nào phải đâu chỉ là những thành phố đó, mà khắp nơi, từ thành phố tới thôn quê, nơi nào cũng có thể là chiến trường. Lớp thanh niên mới lớn chúng tôi vừa hoang mang nhìn về tương lai, vừa bàng hoàng nhìn máu xương ruột thịt đổ vỡ khắp nơi. Tâm trạng của cả một thế hệ bấy giờ là u uất, ly tán, chán nản, và có cả buông xuôi nữa. Giữa lúc tinh thần tan nát vì chiến tranh, chua xót vì thân phận và tuyệt vọng về tương lai đó, ca khúc Đứa Học Trò.

Trở Về thực sự là mạch nước khác, trong lành và thơm ngọt đi vào lòng thanh niên sinh viên thời đó nhen nhóm lên thương yêu và hy vọng cho một viễn cảnh hòa bình, đoàn tụ và không hận thù. Tiếc thay, mấy năm sau thì có chấm dứt chiến tranh bằng súng ống thật. nhưng có ai ngờ rằng lại từ đó phát sinh một cuộc chia ly lớn lao và bi thiết nhất trong lịch sử dân tộc Việt Nam.

Bằng vào một trái tim nhân hậu, bằng vào một tình yêu bền bỉ với quê hương, bằng vào một ngôn từ mộc mạc và bằng vào một ý tưởng nhất quán từ những sáng tác, 45 năm sau ca khúc đầu tay, Nguyễn Quyết Thắng lại nhắc lại với chúng ta vào năm 2012:

Dù cho nguy nan gian khó đang vờn quanh Niềm tin trong ta mang đến cơn mộng lành Dù cho thương đau che khuất những hoài mong Đừng quên trong ta đang có bao hy vọng Đừng quên nghe anh... đừng quên nghe em Đừng quên...

(Đừng quên - 2012)

Khi đề cập tới nhạc tình ca quê hương của Nguyễn Quyết Thắng, nếu chưa nói tới thành phố Banmê Thuột thì đúng là chưa đủ. Banmê Thuột ngày xưa hầu như chan hòa trong hầu hết ca khúc của Thắng viết về quê hương, Nỗi nhớ, tình yêu và hoài niệm của Thắng trong 7 ca khúc viết về Banmê trong tập nhạc. Dường như chưa một nhạc sĩ hay một thi sĩ nào viết về vùng đất này nhiều như thế. Banmê là nơi định cư của chàng nhạc sĩ này suốt thời thanh niên rực rỡ nhất của đời người, nơi đây đã ghi dấu mối tình đầu, đã cho chàng những nhận thức đầu tiên về cuộc đời, về thân phận. Nơi còn Cha già mẹ yếu, nơi còn chị còn em, nhưng quan trọng nhất vì chính Banmê là biểu tưởng khi chàng nhớ về, nghĩ về quê hương. Trong nhạc của Thắng, chúng ta thấy nào Lũng, nào Đồi, nào Rừng, thấy Thác thấy cả trái tim yêu thương trải dài con đường đất đỏ tây nguyên:

Ta ngồi nơi đây viết nên bài ca Mơ về phương xa hát rong quê nhà Nơi hàng Phượng Vĩ rợp đầy bướm hoa.

Nơi hàng giậu thưa có nắng ban trưa.

(Ban mê về nhớ -1997)

Banmê buồn hiu hắt Banmê lá thu vàng Banmê gầy tiếng nói Banmê nhuộm dáng em.

Banmê vào mưa Lũ Banmê bụi bay đỏ Banmê nằm im thở Banmê buồn như ta (Banmê và Ta- 1972)

Với mầu áo nâu của Đoàn Du Ca Lòng Mẹ Đắc Lắc, đơn vị Du Ca do Nguyễn Quyết Thắng thành lập và sinh hoạt thủa đầu đời với Sinh hoạt Xã Hội kết hợp cùng Âm Nhạc. Thắng đã "Nói Với Người Du ca Banmê" những lời chí thiết:

Hỡi người bạn Du Ca ôm sách ôm đàn Những người trong cộng đồng màu áo nâu Với bàn tay trắng với bàn chân yếu Dựng quê hương đi qua bao làng Hỡi người bạn hôm nay hãy gắng yêu đời.

Những người không hẹn hò, tự dấn thân Bao lần ta vỡ bao lần nguy khốn Dựng quê hương, tương lai trong bàn tay.

(Nói Với Người Du ca Banmê- 1974)

Nguyễn Quyết Thắng là như thế đó. Nhẹ nhàng đơn giản khi giao tiếp với bạn bè, kiên trì với niềm đam mê âm nhạc, chung thủy với tình yêu và lý tưởng Du Ca suốt đời.

Là bạn của Thắng từ lâu, yêu mến tài năng và kính trọng tư cách Con Người của Nguyễn Quyết Thắng, tôi thực lòng xúc động khi cầm trên tay tập nhạc mới nhất của Thắng. Tập nhạc có thể nói là một tập hợp lớn của Thắng từ đó tới giờ, được in ấn trang trọng và tuyệt đẹp, lại đính kèm theo một CD Audio trọn vẹn đầy đủ 50 ca khúc trong tập nhạc .

Nhạc Nguyễn Quyết Thắng không phải dòng nhạc thị trường, không phải chỉ nhạc tình yêu đôi lứa không mà là những giai điệu trong sáng, mạnh mẽ phù hợp với sức sống mãnh liệt của tuổi thanh niên, đặc biệt nhất là những con người mang tâm huyết hoạt động xã hội, yêu mến tình tự quê hương và nhận thức chân tình cho thân phận con người Mừng cho Nguyễn Quyết Thắng và kỳ vọng rằng tương lai gần, anh sẽ còn có dịp công bố những tập kế tiếp. Tôi thực sự tin rằng với những ca khúc đã có sức sống như từ bấy lâu nay, sẽ còn đọng lại trong lòng người nhiều thế hệ sau chúng ta.

VIẾT VỀ NGUYỄN THỤY ĐAN:
NHỮNG ĐIỀU MỚI LẠ TỪ CỔ ĐIỂN

Tháng 1 năm 2021, Thư Quán Bản Thảo do nhà văn Trần Hoài Thư chủ trương phát hành số 91, với chủ đề Đầu Xuân Lộc Mới, đề cập và giới thiệu tới độc giả một người viết trẻ ở hải ngoại là Việt Thạch Nguyễn Thụy Đan.

Lời mở của tòa soạn, Thư Quán Bản Thảo nhắc tới truyền thống ngày xưa của Tạp chí Văn, mỗi năm dành số số báo đầu tiên vào mùa xuân mang tựa đề Đầu Xuân Lộc Mới giới thiệu những tài năng mới tới độc giả, và lần này TQBT giới thiệu: "… một lộc quý hiếm trong sinh hoạt văn học ngoài nước: Nguyễn Thụy Đan."

Với các bài viết của Tô Thẩm Huy, Nguyễn văn Sâm, Trần Đông Đức, Nguyễn Thị Mai Quyên, Hạt Cát, Dương Nguyên Khang lần lượt giới thiệu, đề cập, phân tích một tác giả rất trẻ, Một số hoạt động văn hóa rất lạ và một số tác phẩm thơ văn khác thường so với văn học hiện thời. Thực sự tạp chí TQBT số 91 này tạo cho người đọc một thú vị thật nhiều. Khởi đầu là tò mò, tìm kiếm rồi đi đến ngạc nhiên, và đọc nhiều nảy sinh lòng khâm phục và yêu thích một tài năng mới lạ này.

Bằng văn phong cổ, với lời trân trọng, Tô Thẩm Huy đã viết tiểu sử của Nguyễn Thụy Đan như sau:

"Tiên sinh chào đời ở thủ phủ Sacramento, tiểu bang California, năm Giáp Tuất, 1994. Niên tuế nay đã tam cửu chính phương niên, 27 tuổi. Theo dương lịch thì vừa tròn 26 tuổi Tây. Tuổi thơ ấu tiên sinh theo gia đình dọn về sống tại một vùng rừng núi hẻo lánh ở mạn bắc California. Năm 13 tuổi tiên sinh theo cha mẹ về thăm Việt Nam, đi khắp ba miền Bắc Trung Nam.

Đến Hà Nội mua được một quyển tự điển chữ Nôm và bắt đầu tự học, làm quen với cổ ngữ từ đấy. Đồng thời nhân dịp ấy học thêm chữ quốc ngữ. Tại đây, một tối nọ tiên sinh tình cờ được nghe một thiếu nữ họ Trần đọc thơ Bà Huyện Thanh Quan mà đâm ra sinh mê âm điệu cổ thi. Khi trở về Mỹ bắt đầu tìm hiểu về niêm luật thi ca, lại bị quyến rũ bởi ma lực của Đường thi và thi ca tiền chiến Việt Nam qua thơ Bích Khê, Hàn Mặc Tử, Đinh Hùng, Phạm Hầu... Hai năm sau, lúc vừa 18 tuổi, Việt Thạch gặp chuyện đau buồn đến độ bị khủng hoảng tinh thần. Nhưng nỗi bất hạnh ấy lại là cơ duyên làm bừng lên một động lực mạnh mẽ nhất quyết thúc đẩy việc tu học Hán văn, trau dồi kiến thức cổ nhân. Từ đấy tiên sinh bắt đầu tìm đọc Hán thư, từ cổ phong Hán Ngụy đến Đường thi, Tống từ, lại quay sang đọc Khổng, Mạnh, Lão, Tứ thư, Đạo Đức Kinh đủ cả. Đọc đến đâu vỡ đến đấy. Đến là kỳ lạ. Trong một mùa hè đã đọc thạo cổ văn Hán ngữ."

Theo đó, sau khi tốt nghiệp phổ thông ở California, Đan theo học Đại học ở Houston và hoàn thành hai bằng Đại học về Âm Nhạc và Văn Chương Anh năm 2016. Trong đó, về âm nhạc Đan đã chọn Dương Cầm, sau chuyển qua đàn Clavecin (tiền thân của piano) và đại phong cầm (pipe organ), là các loại đàn cổ, nay chỉ còn được dùng trong các thánh đường nhà thờ Công giáo cổ"

Ngoài thời gian học chính khóa tại trường, Đan bỏ công tự học và nghiên cứu về Thần Học và Chính Thống Giáo, song song với chuyên sâu về tư tưởng Tống Nho, đặc biệt tìm hiểu về văn chương Hán Nôm đặc thù của Việt Nam qua thơ, văn, phú, đối, trướng (trượng). Cho tới nay (2021), ở tuổi 28. Đan đang là Trợ giảng sau đại học tại Đại học Columbia ở Thành phố New York và Nghiên cứu sinh tại Đại học Columbia ở Thành phố New York. (Đan đang là Trợ giảng và Nghiên cứu sinh trong khoa Ngôn ngữ và Văn hóa Đông Á tại Đại học Columbia ở Thành phố New York.) Thời gian còn lại, Đan dành cho nghiên cứu Hán Nôm, mở lớp dạy Online Hán Nôm và mưu sinh bằng việc điều khiển nhạc cụ phụng sự thánh lễ nhà thờ.

Những dòng tiểu sử ngắn mà tôi tìm được từ internet về Đan, chỉ hiển lộ một chàng trai thông minh, chịu khó, có sở học khác người và có những sở thích không trùng lấp với ai (Nhất là những người có độ tuổi như Nguyễn Thụy Đan).

Sở học khác người là vì khởi đầu Đan yêu thích chữ Nôm, muốn đọc được chữ Nôm thì phải am tường chữ Hán, không tìm được thầy nên Đan mày mò tự học bằng tự điển và sách để rồi trở thành một người hiểu biết về văn hóa Hán Nôm, chẳng những đọc viết thông thạo mà còn chuyên sâu về xử dụng trong việc nghiên cứu, sáng tác bằng ngôn ngữ này. Kiến thức của Đan về văn học cổ xuyên qua Đường thi, Tống Từ qua tới các danh gia nổi tiếng thực sự là rất uyên bác và thâm sâu.

Sở thích của Đan về sáng tác văn học cũng khác người. Khi minh định rõ được những nét đặc sắc của Thơ Việt Nam là Lục bát, Song thất lục bát với lối gieo vần giữa câu mà trong thi ca Trung Hoa cổ đại cũng như các nên thi ca các nước khác, không nơi nào có được, Đan đã xử dụng cách gieo vần Việt đó để viết những bài thơ bằng chữ Hán.

Chẳng những thế, sở thích của Đan là đi rộng ra để sử dụng các thể loại khác thuần Việt để bày tỏ suy nghĩ của mình như Hát Nói, Lẩy Kiều, Tập Cú hoặc các lối hành văn cổ đại Trung Hoa như Điền Từ, Phú Lục (từ khúc, ca phú, tùy bút). Những sở thích đó, Đan thú vị khi gọi là thú vui tao nhã.

Trong Thư Quán Bản Thảo số 91 Đầu Xuân Lộc Mới có đăng tải một số bài Hát Nói. Theo Tự Điển ViKi thì: "Hát Nói là một điệu hát ca trù (tức hát ả đào hay hát cô đầu) có nhạc kèm theo và có một hình thức thơ riêng được gọi là thể thơ hát nói. Đây là thể thơ cột trụ của hát ca trù, đặc biệt thịnh hành vào thế kỷ XIX. Xét về mặt văn học, hát nói là một thể thơ cách luật. Bố cục một bài thơ hát nói đầy đủ (hát nói chính cách hay chính thể) gồm mười một câu chia làm ba khổ (hay ba trổ). Các khổ và các câu trong bài hát nói thường được gọi theo tiếng chuyên môn của nhà trò như sau:

- Khổ đầu: bốn câu, gồm hai câu "lá đầu" và hai câu "xuyên thưa".

- Khổ giữa: bốn câu, gồm hai câu "thơ" (ngũ ngôn hoặc thất ngôn) và hai câu "xuyên sau".

- Khổ xếp: ba câu gọi là câu "dồn", câu "xếp" và câu "keo".

Nói rõ hơn, Hát Nói là những bài thơ mà các nho sĩ Việt Nam ngày xưa viết xuống để các theo một nhạc điệu quen thuộc để các Đào Nương có thể hát lên theo nhịp Sênh, nhịp Phách trầm bổng ngân nga bày tỏ chí khí, bày tỏ tâm tình trong đó thường mở đầu là hai câu lục bát, rồi tới đoạn giữa có hai câu Thất Ngôn hoặc Ngũ ngôn và đoạn kết thường là ba câu, một câu Dồn, một câu Xếp và một câu Keo.

Xin thí dụ một bài Hát Nói nổi tiếng của Dương Khuê

có trong chương trình giảng dạy Việt Văn trước 75: Bài Hồng Tuyết:

Hồng Hồng, Tuyết Tuyết
紅 紅 雪 雪
Mới ngày nào còn chưa biết chi chi
Mười lăm năm thấm thoát có xa gì
Ngoảnh mặt lại đã đến kỳ tơ liễu.
Ngã tích du thời quân thượng thiếu
我 昔 遊 時 君 尚 少
Quân kim hứa giá ngã thành ông.
君 今 許 嫁 我 成 翁
Cười cười nói nói sượng sùng
Mà bạch phát với hồng nhan chừng ái ngại
Riêng một thú Thanh sơn đi lại
Khéo ngây ngây dại dại với tình
Đàn ai một tiếng Dương tranh.

Nói tới bài hát Nói của Dương Khuê để hiểu được rằng viết xuống một bài Hát Nói không chỉ là viết xuống một bài thơ, mà còn là viết ra một bài nhạc. Người viết phải nghe được tiếng Tom, tiếng Chát của người cầm chầu, tiếng Sênh trên tay Đào Nương và tiếng Phách trong tiếng đàn nhạc công nữa. Những âm giai đó, thực ra từ lâu đã trở thành hiếm hoi vì không còn thông dụng, thế mà một chàng trai trẻ đang sống trên nước Mỹ đã hiểu, đã ngấm và đã viết được những bài tâm sự thật là hiếm quý. Xin giới thiệu theo đây một trong số rất nhiều bài Hát Nói của Nguyễn Thụy Đan:

Mộ xuân hữu cảm
Ngoài song mưa tạnh gió vờn,
Khắp sân tàn tạ hoa hờn xuân đi.
Chữ rằng vật hoán tinh di,

Hoa thì héo rụng người thì già nua.
Canh khuya vắng ngắt,
Giễu thân quèn luống buộc chặt bang gia.

Tựa song thưa ngán cảnh phồn hoa,
Khách muôn dặm sa đà chừng biết đủ.
Vạn sự bất như bôi tại thủ,
萬 事 不 如 杯 在 手
Nhất niên kỷ kiến nguyệt đương không.
一 年 幾 見 月 當 空
Khoá buồng mây mặc chuyện bụi hồng,
Bầu bạn có chén quỳnh cùng điệu nhã.
Quân bất kiến: Lưu thuỷ lạc hoa xuân khứ dã,
君 不 見 流 水 落 花 春 去 也
Học người xưa bính chúc khá quên âu.
Màng chi thế sự đâu đâu.

Xin hãy lắng lòng, tưởng như nghe được tiếng giữ nhịp phách, nhịp sênh để ngân nga theo tâm sự cảm hoài của bài Hát Nói: "Chữ rằng vật hoán tinh di, hoa thì héo rụng người thì già nua"…

Lẩy Kiều là một loạt bài viết khác của Đan. Lẩy Kiều là gì? Truyền Kiều của Nguyễn Du là một tác phẩm văn học thuần khiết Việt Nam viết bằng chữ Nôm gồm 3254 câu, gồm 1627 câu lục và 1627 câu bát. Truyện Kiều đi vào đời sống dân gian quen thuộc từ lúc nằm nôi nghe lời mẹ ru, tới lớn lên dùng thay lời nói tỏ tình, về già ngâm nga nghĩ cuộc nhân sinh. Ai ai là người Việt cũng thuộc dăm ba câu, cá biệt nhiều người thuộc lòng truyện Kiều, sống với Kiều, và suy nghĩ bằng Kiều. Suy nghĩ bằng Kiều cho nên có những thú vui như Bói Kiều, tập Kiều và Lẩy Kiều. Lẩy Kiều là lấy một Lục nào đó bất kỳ, ráp với một câu Bát bất kỳ nào đó đúng Vần, và hợp với ý mình muốn bày giải, ráp lại thành một bài bằng thơ Kiều nhưng lại mang một ý tưởng mà mình muốn. Thí dụ như chuyện kể về một nhà nho khi xuống xóm cô đầu, bất ngờ gặp một Đào Nương đã bỏ nghề đi lấy chồng từ lâu, nay bỗng lại trở về làm nghề lại, nhà nho lẩy hai câu Kiều hỏi thăm:

Bấy lâu khăng khít dải đồng,
Sâm thương chẳng vẹn chữ tòng tại ai?

Cô đào cũng là người thuộc Kiều, đã trả lời cũng bằng hai câu lẩy Kiều:

Cũng là lỡ một lầm hai,
Cơ duyên âu cũng có trời ở trong.

Dẫn chứng này để hiểu rõ hơn Lẩy Kiều chính là sử dụng các câu Lục, câu Bát của Kiều, nhưng lại mang một tình ý khác. Nguyễn Thụy Đan lẩy khá nhiều bài xuất sắc, như bài Thuật Hoài sau đây:

Quyết lời dứt áo ra đi (2229)
Sao chưa thoát khỏi nữ nhi thường tình (2220)
Nghĩ người thôi lại nghĩ mình, (1075)
Một phen mưa gió tan tành một phen. (1742)
Quá chơi lại gặp hồi đen, (807)
Hay đâu địa ngục ở miền nhân gian. (1706)
Bây giờ gương vỡ người tan, (749)
Mảnh gương còn đó phím đàn còn đây. (2934)
Xót vì cầm đã bén dây, (1963)
Rào cây lâu cũng có ngày bẻ hoa. (2018)
Ngại ngùng một bước một xa, (561)
Tuần trăng điểm đốt nay đà thèm hai. (288)
Mơ màng chợt tỉnh hồn mai, (1715)
Tiếc cho đâu bỗng lạc loài đến đây. (1066)
Đêm sầu một khắc một chầy. (803)
(30.10.2020)

Và đây là bài Hữu Sở Tư:

Một vùng cỏ áy bóng tà, (97)
Hoa trôi man mác biết là về đâu. (1050)
Nỗi niềm tưởng đến mà đau, (109)
Bỗng không mua não chác sầu nghĩ nao. (236)
Một lời vừa gắn tất giao, (359)
Mặt tơ tưởng mặt, lòng ngao ngán lòng. (252)

Ngập ngừng thẹn lục e hồng, (787)
Đời người thôi thế là xong một đời. (856)
Họa bao giờ có gặp người.. (2415)
19.05.2020

Xử dụng lời thơ xưa, những lời thơ đã mang sẵn cảm xúc tất có, rồi ghép vào với lời thơ từ đoạn ý tình khác để bày giải được tâm trạng của mình không phải là chuyện mà ai cũng làm được. Phải thuộc Kiều, yêu thích Kiều và sống với thơ Kiều nhiều lắm, mới đi vào được cái tình ý của mình vào dòng lục bát Nguyễn Du đó. Đan tâm sự rằng: …"Những lúc tôi có tâm sự hay niềm ngậm ngùi trăn trở nào đó không nói thành lời, hoặc vì cảm xúc quá mãnh liệt, hoặc vì sợ gây tổn thương đến người trong cuộc, không muốn đem lời của chính mình để gieo những vần tiếc nuối ai oán, tôi hay ghìm lòng ngẫm lại Kiều, mượn lời của Nguyễn Tố Như để ngụ ý thân thế chính mình."

Cái sở thích kỳ lạ thứ ba của Đan mà tôi ngạc nhiên là quý trọng là Điền Từ. (Hai cái trước là Hát Nói và Lẩy Kiều).

Điền Từ là một thú vui tao nhã phát xuất từ đời nhà Đường và thịnh hành vào đời nhà Tống. Khoảng thời gian đó, Trung Hoa sống an bình. Đất nước rộng lớn đó với rất nhiều địa phương xa cách nhau nên có rất nhiều các làn điệu dân ca có dịp lan tỏa khắp nơi, những làn điệu đó có khi là dân ca, có khi là một khúc nhạc nổi danh khi truyền bá khắp nơi, nhiều người yêu thích, người ta VIẾT lời khác cho một làn điệu có sẵn và người gọi đó là Điền Từ. Thú vui này phát triển mạnh nhất, nhiều nhất và hay nhất là thời nhà Tống, nên văn học có câu "Đường Thi và Tống Từ."

Ở Việt Nam chúng ta cũng có thể loại này, Miền Bắc, Miền Trung, Miền Nam đều có những điệu Lý, điệu Hò xử dụng bằng các lời khác nhau trong từng lễ hội, đặc biệt là ở Miền Nam, có những tuồng tích Cải Lương xử dụng các bài Vọng Cổ, giữa câu Vọng Cổ là những làn điệu dân gian phổ biến, những làn điệu đó tự nó đã có sẵn cảm tính tình cảm, thí dụ như buồn bã thì có

Nam Ai, vui vẻ thì có Nam Bình, lãng mạn thì có Lý Con Sáo, Lý Tình Tang, giận dữ thì có Khốc Hoàng Thiên…rất nhiều, Soạn giả viết lời khác nhau chỉ cần ghi là Điệu gì…..thì ca sĩ hát được ngay.

Điền Từ cũng là loạt sáng tác khá nhiều của Nguyễn Thụy Đan viết bằng chữ Hán, xin giới thiệu một bài:

Giang thành tử

江 城 子

Quyển liêm sầu sát lưỡng my tiêu.

捲 簾 愁 煞 兩 眉 梢

Ảm vô liêu.

黯 無 聊

Mộng điều điều.

夢 迢 迢

Tàn vũ thanh trung,

殘 雨 聲 中

Ám ức dục toàn tiêu.

暗 憶 欲 全 銷

Dĩ sự thông thông lưu bất trú.

已 事 匆 匆 留 不 住

Như hà hướng,

如 何 向

Hựu kim tiêu.

又 今 宵

Vén rèm buồn nhíu giữa hai mày,
Thẫn thờ thay,
Nhớ nhung hoài.
Tí tách mưa ngừng,
Mộng tưởng ngỡ tàn phai.
Chuyện cũ trôi đi khôn níu giữ,
Sao dồn dập,
Sáng hôm nay.

(Nam Long dịch)

Bài điền từ này được được Nguyễn Trung Hoàng Long (Hà Nội) viết thành thư pháp để làm minh họa.

Và để hiểu rõ hơn về Điền Từ, xin giới thiệu một bài khác của Nguyễn Thụy Đan, viết theo cùng một thể điệu Giang Thành Từ, nhưng là một lời khác, ý tứ khác. Đây là một bài Từ mang tâm trang buồn mà Đan tâm sự viết vào khoảng thời gian có biến động buồn trong đời sống. Dường như vào khoảng 7, 8 năm về trước.

Giang thành từ - ký Hỏa thị Thanh Thủy
江 城 子 – 寄 火 氏 清 水
Ỷ lan vô ngữ vọng cao thành.
倚 欄 無 語 望 高 城
Vũ sơ tình.
雨 初 晴
Thảo thanh thanh.
草 青 青
Mộ vân ngưng xứ,
暮 雲 凝 處
Mục đoạn hận nan bình.
目 斷 恨 難 平
Thệ thủy tàn huy đăng hỏa thị,
逝 水 殘 暉 燈 火 市
Nhân nan kiến,
人 難 見
Tổng thương tình.
總 傷 情
Điệu từ Giang thành tử
gửi Hỏa thị Thanh Thủy
Thành cao, tựa cửa ngắm không lời.
Ngớt mưa rơi.
Cỏ bời bời.
Mây chiều đọng lại,
Trông hút hận khôn nguôi.
Le lói đèn đường soi nước chảy,

Người đâu thấy,
Chỉ ngậm ngùi.

(Nam Long dịch)

Không thể một bài viết ngắn mà nói cho hết được những nét kỳ lạ và đặc sắc của tài năng Nguyễn Thụy Đan, nên chỉ là những phóng bút viết về những điều riêng tư mà người viết yêu thích về tác giả này mà thôi.

Ngoài đời thật, Đan là một chàng trai nhã nhặn, ăn nói khiêm tốn và lịch sự nhưng quan niệm về văn chương rất rạch ròi và nghiêm khắc. Nguyễn Thụy Đan trong nhóm tổ chức thường xuyên hằng năm tại Đại Học Columbia New York một sinh hoạt văn học tên là Đêm Thơ Việt Nam. Tháng 12 năm 2020, đêm thơ đó có 4 diễn giả, Nguyễn Thụy Đan là diễn giả nói về Thơ Việt Nam thời chiến, dẫn chứng với thơ của ba thi sĩ Trang Châu (Xin Một Ngày) Nguyên Sa (Hai Mươi) và Nguyễn Xuân Thiệp (Tôi cùng gió mùa). Khi hỏi về cảm nhận thế nào khi có dịp tìm hiểu về Thơ Thời Chiến ở Việt Nam, Đan trả lời "Văn chương miền Nam mang tính chất yếm thế hơn là phản chiến." Câu trả lời của Đan là một nhận xét khá lạ và khó bài bác nếu những ai đã đọc "Chiến Tranh Việt Nam và Tôi" của Nguyễn Bắc Sơn: Lỡ mai đụng trận ta còn sống, về ghé Sông Mao phá phách chơi...

Khi làm quen và nói chuyện với Đan qua Facebook, Đan kể về lần đầu tiên nghe thơ cổ Việt Nam, khi đó Đan còn ở tuổi 15, đi theo Mẹ về Việt Nam một đêm ở Củ Chi nghe một cô gái ngâm bài thơ Qua Đèo Ngang của bà Huyện Thanh Quan, bỗng dung phát sinh lòng yêu thích dù lúc đó thực lòng chưa phân biệt được thơ Nôm hay thơ Hán, thơ hiện đại hay thơ cổ thể. Cơ duyên đó để Đan tìm đọc Thi Nhân Việt Nam của Hoài Thanh, các tác phẩm văn mới của Tự Lực Văn Đoàn, để rung động với thơ Đinh Hùng, Bích Khê, Vũ Hoàng Chương...Khi trở lại Hoa Kỳ, Đan vào thư viện tìm sách để tự học chữ Hán, chữ Nôm, và đắm say vào không gian văn học tiền chiến với lối hành văn cầu kỳ của thời phôi thai chữ Quốc Ngữ trên các báo chí sách vở như Nam Phong Tạp Chí, Nông Cổ Mín Đàm, tản văn bút ký của Tản Đà, Phạm Quỳnh, Trương Vĩnh Ký, song song với với tự học chữ Hán, Đan yêu thích những vần thất ngôn của thủa Thịnh Đượng và làm khá nhiều bài theo thể loại đường luật này.

Chưa tới tuổi Tam Thập Nhi Lập, Nguyễn Thụy Đan đã đọc rộng, đã hiểu sâu nhiều nền văn mình Âu Á, đã từng có thời ham mê thơ Đường, thơ Nôm, thơ Cổ Việt, thơ Việt mới, đã nhận thức được nhiều thể loại hành văn Kim Cổ Đông Tây, nhưng con đường đi tới còn quá dài và thời gian còn cũng khá lâu, tôi đã đọc và tin tưởng rằng Đan sẽ tim được một lối đi tốt nhất với những sở học rộng rãi của mình phối hợp với những sở thích đặc thù ít người theo đuổi .

Trong một bài viết ngắn của Nguyễn Văn Sâm, (nguyên là Giảng sư Đại Học trước 1975, một đại thụ về nghiên cứu cổ văn Hán Nôm) đã nói về Nguyễn Thụy Đan như thế này: " Đó là một khuôn mặt lạ của học giới, của người Mỹ gốc Việt trên đất Mỹ. Rồi em sẽ giải quyết được nhiều vấn đề còn tồn đọng trong văn chương Việt Nam và Trung Hoa. Chắc chắn vậy"

Tôi cũng nghĩ vậy, như chim Phượng Hoàng nảy sinh từ hoang tàn đổ vỡ, sẽ cất cánh bay cao, bay xa mà khó lòng ước đoán được đích tới. Hy vọng rằng như ám chỉ của nhà văn Trần Hoài Thư khi dành số báo Đầu Năm Lộc Mới nói về Nguyễn Thụy Đan, sẽ là lộc mới cho văn học sau này. Mong là như thế.

3/2021

VIẾT VỀ NGUYỄN VY KHANH:
TÁC PHẨM "NHÀ VĂN VIỆT NAM HẢI NGOẠI"

Vừa nhận được từ Canada, món quà quý của nhà biên khảo Nguyễn Vy Khanh với tác phẩm mới nhất: Nhà Văn Việt Nam Hải Ngoại. Đây là một tác phẩm biên khảo công phu và giá trị cho người bây giờ và người đời sau, tác phẩm nhận định sâu sắc, giới thiệu rõ ràng, tiểu sử và hành trạng chính xác về từng tác giả đã viết, đang viết và sẽ còn viết ở hải ngoại để người Việt dù ở trong hay ngoài nước mà yêu thích văn chương có điều kiện nhìn tổng thể văn Học Việt Nam.

1. Tác Giả:

Nguyễn Vy Khanh sinh năm 1951 tại Quảng Bình, Cử Nhân Giáo Khoa Triết Tây (1973), Cao Học Triết Tây (1975), Thủ Khoa ban Việt Hán Đại Học Sư Phạm Sài Gòn khóa 13 (1971-1974), sau đó ông đi dạy học. Khi qua Canada, ông học và tốt nghiệp Cao Học Thư Viện và Khoa Học Thông Tin, làm chuyên viên thư viện tại Quốc Hội và chính phủ Quebec cho đến khi về hưu. Hiện cư trú tại Toronto, Canada.

Kể từ năm 1972 là năm xuất bản tác phẩm đầu tay, gần nửa thế kỷ vừa qua, Nguyễn Vy Khanh lần lượt xuất bản 11 tác phẩm và tham gia bài vở với 17 tác phẩm khác ở hải ngoại, cùng nhiều bài vở trên các tạp chí in, tạp chí mạng. Trong 11 tác phẩm của riêng ông, tác phẩm đầu tay là một tập thơ, sau đó 10 tác phẩm còn lại đều là các tác phẩm nhận định, biên khảo về văn học. Nguyễn Vy Khanh đọc nhiều là từ năng khiếu yêu thích đọc sách, lại thêm cơ hội làm việc trong thư viện, khiến cái đọc của ông rộng rãi, có sắp xếp lớp lang, nên càng uyên bác hơn với các đề tài ông chọn.

Là một tác giả chuyên viết về biên khảo văn học, được trân trọng từ những dòng chữ chân tình, nghiêm túc, sâu sắc và thẳng thắn khi nói về bất kỳ tác giả và tác phẩm nào. Nhà biên khảo Nguyễn Vy Khanh được độc giả và giới học thuật yêu quý và tôn trọng.

2. Tác Phẩm:

Nhà Văn Việt Nam Hải Ngoại do Nguyễn Vy Khanh biên soạn do nhà xuất bản Nhân Ảnh ấn hành năm 2020, và phát hành trên hệ thống Amazon phát hành toàn cầu, giá 40 đô la. Dày 854 trang, nội dung là phần dẫn nhập (3 trang), bài phỏng vấn của Triều Hoa Đại với tác giả Nguyễn Vy Khanh (12 trang), phần tiểu sử và các tác phẩm của Nguyễn Vy Khanh (3 trang) còn lại 836 trang là nhận định văn học của Nguyễn Vy Khanh viết về 73 Nhà văn Việt Nam hải ngoại.

Sắp xếp theo thứ tự ABC của bút hiệu, từ khởi đầu là 01/ Cao Đông Khánh, và kết thúc là 73/Xuyên Trà. Trong đó, nhiều tác giả đã mất như Du Tử Lê, Duyên Anh, Hà Thượng Nhân, Hiếu Đệ, Mai Thảo, Minh Đức Hoài Trinh, Nguyên Sa, Phùng Nguyễn, Tô Thùy Yên, Trần Văn Nam, Xuân Vũ... Những nhà văn này, NVK (Nguyễn Vy Khanh) ghi nhận rõ ngày sinh, ngày và nơi mất, củng tổng kết toàn bộ đời văn. Những nhà văn còn lại, NVK ghi nhận hành trạng và tác phẩm cho tới ngày cuốn sách xuất bản.

Nguyễn Vy Khanh dẫn nhập rằng: "Nhà văn nhà thơ hải ngoại khó có con số chính xác, tùy tiêu chuẩn và quan điểm văn nghệ, phe nhóm, nhưng qua gần 45 năm, con số đã lên tới nhiều trăm (Bộ 44 năm Văn Học Việt Nam Hải Ngoại do Mở Nguồn xuất bản năm 2019 đã ghi nhận 308 tác giả). Phần chúng tôi nói đến chỉ là con số rất nhỏ, trong nhiều hoàn cảnh khác nhau, về tác giả, tác phẩm, về thể loại hay đề tài.."

Lời dẫn nhập của NVK làm chúng ta nhớ lại, đây không phải là tác phẩm đầu tiên NVK viết về mảng đề tài này, trước đó:

Năm 1997 ông đã xuất bản: Bốn Mươi năm Văn Học Chiến Tranh (nhà xb Đại Nam).

Năm 2004 xuất bản Văn Học Việt Nam thế kỷ XX: Một số hiện tượng và thể loại (nxb Đại Nam).

Năm 2008 xuất bản 33 nhà văn nhà thơ Hải Ngoại (Nguyễn Pub).

Năm 2016 xuất bản Văn Học Miền Nam 1954-1975 gồm 2 tập (Nguyễn pub)

Năm 2019, cùng với Luân Hoán và Khánh Trường thực hiện bộ 44 Năm Văn Học Việt Nam Hải Ngoại gồm 7 cuốn.

Đã không phải là cuốn đầu tiên về mảng đề tải này, thì chắc chắn không phải là cuốn cuối cùng của một đề tài vốn quá lớn này, bởi thực sự tác phẩm Nhà Văn Việt Nam Hải Ngoại còn đang mở ra rất nhiều các tác giả các tác phẩm mà như chính Nguyễn Vy Khanh đã ghi nhận: " Dĩ nhiên trong đây còn thiếu nhiều người rất nổi tiếng mà chúng tôi thấy thấy khó viết thêm, viết theo, vì đã có nhiều nhà khác giới thiệu, nhận định rồi.- Chúng tôi sẽ nói đến trong phần Tổng Quan- Và còn nhiều tác giả khác nữa mà chúng tôi, sinh sống ở Canada, xa cách "thủ đô văn học nghệ thuật" của người Việt nên không biết đến hoặc gặp khó khăn trong việc tìm đến tác phẩm. Nhất là từ khi sinh hoạt và báo chí văn học nghệ thuật bị lão hóa."

Nguyễn Vy Khanh không hứa hẹn, nhưng chúng tôi tin chắc rằng Nhà Văn Việt Nam Hải Ngoại sẽ còn phải tái bản có bổ sung, hoặc sẽ có cuốn kế tiếp (thứ hai, thứ ba...). Nhưng hiện nay, dù mới có cuốn này, ông đã đưa ra những dữ kiện đáng tin cậy, những tác phẩm đáng để ý và đặt nền móng tư liệu để sau này đời sau tham khảo.

Mong sức khỏe và sự kiên trì luôn đồng hành với Nguyễn Vy Khanh.

VIẾT VỀ PHẠM CAO HOÀNG,
HÀO SĨ ĐẤT PHƯƠNG NAM

Phạm Cao Hoàng tranh sơn dầu của Trương Vũ

B a mươi chưa hỡi người tuổi trẻ...

Đó là câu thơ mở đầu một bài thơ của Phạm Cao Hoàng. Khi đọc bài thơ này vào năm 1971 trên tạp chí Ý Thức, tôi rất xúc động. Lúc ấy tôi đang ở Đà Lạt và tôi không biết gì về tác giả ngoài cái tên đọc trên báo. Bài thơ tôi không thuộc hết, chỉ nhớ bốn câu và cái cái tên Phạm Cao Hoàng.

ba mươi chưa hỡi người tuổi trẻ
mà trông như tóc đã hoa râm
chân đã mỏi trên đường phiêu lãng
cuộc bể dâu vùi dập biết bao lần...

Những năm tháng cao điểm của chiến tranh, cao điểm một thời tuổi trẻ khắc khoải, chúng tôi sống như trong một chảo lửa vào đầu thập niên 70 ở Việt Nam hồi đó. Câu thơ thường dội lên trong lòng tôi mỗi ngày, trằn trọc mỗi đêm và làm tôi nhớ đến bây giờ.

Không hiểu bài thơ đó Hoàng viết cho mình, hay viết cho một người bạn nào, nhưng tôi mường tượng ra Hoàng gửi cho tôi, hoặc những người giống như tôi đầy rẫy trên đất nước này vào thời bấy giờ. Năm đó tôi 21 tuổi.

Chúng tôi không có bất kỳ một liên lạc gì với nhau, chiến tranh càng lúc càng lan rộng, tôi lưu lạc nhiều nơi trên cao nguyên, Ban Mê Thuột, Nha Trang, Kon Tum, Pleiku và sau 1975 thì về lại Sài Gòn mưu sinh. Cái thời văn nghệ thơ văn cũng chìm đắm đâu đó trong sâu thẳm. Tới năm 1995, rời Việt Nam qua định cư ở Hoa Kỳ với một thân thể kiệt quệ, trí óc mỏi mòn và gánh nặng cơm áo di dân. Vào khoảng 2005, tức là hơn 30 năm sau khi tôi đọc bài thơ đó, bất ngờ tôi nhận được một cú điện thoại lạ:

- Có phải Nguyễn Minh Nữu đó không?

- Vâng là tôi, xin lỗi ai đầu dây?

- Là Phạm Cao Hoàng đây...

Tôi ngạc nhiên trong một giây rồi hỏi lại:

- Là nhà thơ Phạm Cao Hoàng?

- Đúng rồi.

- Ủa, sao ông có số điện thoại của tôi?

Câu chuyện trên điện thoại ngắn thôi. Hoàng cho tôi địa chỉ ở ngay Virginia, và hẹn tôi cuối tuần gặp nhau sẽ nói nhiều hơn.

Thì ra trước đó khoảng một hai năm, đứa con gái thứ nhì của tôi sinh hoạt trong một tổ chức thanh niên Việt Nam trong vùng Hoa Thịnh Đốn có quen một bạn gái đồng lứa, không hiểu câu chuyện giữa hai đứa nhỏ đó nói với nhau điều gì để rồi khoe với nhau Bố tôi làm thơ, Ba tôi cũng làm thơ,... Khi đứa con gái về hỏi tôi có quen ai làm thơ tên Hoàng không, tôi suy nghĩ một chút rồi trả lời nếu làm thơ thì con phải biết bút hiệu ông đó là gì, tên đầy đủ, chứ một chữ Hoàng không thì chịu thua. Câu chuyện chìm trong quên lãng, về sau hỏi lại mới biết lúc đó Phạm Cao Hoàng vừa từ một tiểu bang khác về định cư ở Virginia, công việc chưa ổn định, chao đảo với một đời sống mới và cũng như tôi, túi bụi vào việc kiếm sống. Cho đến vài ba năm sau, khi tạm ổn, Hoàng mới gọi lại và mời đến nhà dự buổi họp mặt với một số bằng hữu văn nghệ.

Căn nhà Hoàng ở là một townhouse, nhỏ, gọn và xinh xắn nằm ở đường Black Horse, thành phố Centreville, cách chỗ tôi khoảng 25 phút lái xe. Chị Cúc Hoa đón khách nhẹ nhàng, ít nói nhưng ánh mắt thân tình và dễ mến. Tôi vui khi nhớ lại bài thơ của Hoàng, bài Nhớ Cúc Hoa:

và buồn thảm ôi những chiều lặng lẽ núi và anh thành hai kẻ đăm chiêu
núi ngó anh và anh ngó núi núi đụng trời anh đụng nỗi đìu hiu...

(Phạm Cao Hoàng - Nhớ Cúc Hoa, 1974)

Buổi gặp gỡ đầu tiên đó cho tôi một ấn tượng là gặp một gia đình cha hiền, con hiếu thảo, vợ chồng hòa thuận và tận mặt gặp gỡ một nhà thơ mình đã có cảm tình từ 50 năm trước, một con người nho nhã, điềm đạm và rất chân tình, để rồi nảy sinh ước muốn kết bạn lâu dài.

Căn nhà nhỏ ở Centreville đó tôi còn đến nhiều lần nữa, thường khi là để cùng Phạm Cao Hoàng gặp gỡ với một ai đó từ xa đến, hoặc là dự họp mặt nhóm bạn văn nghệ miền đông Hoa Kỳ. Lý do chọn nơi đây làm chốn tụ hội là vì tính hiếu khách của chủ nhà, sự chu đáo của chị Cúc Hoa, những món ăn rất ngon đầy mới lạ của cô con gái lớn của Phạm Cao Hoàng: Thiên Kim. Thiên Kim nấu ăn rất ngon, và đặc biệt hơn nữa là dành sự yêu mến trân trọng đối với các người bạn của cha mình.

Phạm Cao Hoàng có một gia đình rất tuyệt vời, thật đáng quý ở chỗ các cháu có một tấm lòng đặc biệt yêu quý văn chương. Có mấy nhà thơ trên đời này được các con thu gom bài vở và bỏ tiền in ấn tác phẩm cho cha? Tác phẩm Mây Khói Quê Nhà, tập hợp những bài thơ chọn lọc của Phạm Cao Hoàng viết trước 1975 đã được thành hình như thế.

Những buổi gặp gỡ ở nhà Phạm Cao Hoàng, chị Cúc Hoa và các cháu Thiên Kim, Anh Kim, Quỳnh Anh phục vụ chu đáo từng món ăn, từng ly nước. Các cháu cùng tham gia sinh hoạt, lắng nghe các bài thơ, các bản nhạc... Chính trong căn nhà này, họa sĩ Đinh Cường đã phóng bút viết một trong những bài thơ hay nhất của ông - Đoạn Ghi Đêm Centreville:

> *Thoáng hiện em về trong đáy cốc Nói cười như chuyện một đêm mơ Quang Dũng*
> *Tôi biết vì sao anh vẽ ly thuỷ tinh*
> *vẽ những viên cuội như có linh hồn*
> *sao chiều nay gặp nhau nhà Phạm Cao Hoàng*
> *Centreville mà như ngồi ở Harvard Square*
> *tiếng chim báo mùa xuân đã về*
> *bình hoa tulipe màu vàng chanh*
> *giọng ca Phong một thời Đàlạt*
> *những cánh hoa phù dung buồn*
>
> *ru người con gái ngủ yên bên Hồ Than Thở*
> *mây trên núi đôi buổi chiều bay thấp xuống*
> *không có bước chân ai về trên đồi thơm (*)*
> *đánh thức những vì sao*
> *đánh thức vầng trăng khuya*
> *trên những mái nhà nguyện cổ Domaine de Marie*
> *hay chuông ban trưa Nhà Thờ Con Gà*
> *đôi má ửng hồng áo len xanh*
> *nụ hôn đầu dấu dưới hàng hoa mimosa*

Tôi biết vì sao anh vẽ ly thuỷ tinh vẽ những viên cuội như có linh hồn viên cuội trắng của tôi thời trẻ dại thuỷ tinh buồn thoáng hiện bóng ai xưa...

Căn nhà nhỏ đó có thật nhiều kỷ niệm với bạn bè, Nguyên Minh, chủ biên tập san Quán Văn (Sài Gòn), các bạn chủ biên trang Tiền Vệ (Úc Đại Lợi), Nguyễn Quyết Thắng và Minh Chiến (Hà Lan) và nhiều văn nghệ sĩ khác từng ghé đến nơi này: Đinh Cường, Trương Vũ và Chị An, Nguyễn Trọng Khôi và Mai Phúc, Nguyễn Ngọc Phong và Tôn Nữ Phú, Chân Phương, Trần Doãn Nho, Hoàng Ngọc Lĩnh, Trần Hoài Thư và Ngọc Yến, Nguyễn Minh Nữu va Kim Mai, Nguyễn Thị Thanh Bình, Bạch Mai, Lê Thiệp, Hoàng Khởi Phong, Nguyễn Xuân Thiệp, Hoài Ziang Duy, Võ Chân Cửu, Trần Phù Thế...

Khi di chuyển về căn nhà mới ở Fairfax, một căn nhà biệt lập khang trang, nằm trên sườn đồi Scibilia cỏ xanh mượt và một con suối nhỏ ở khu rừng phía sau nhà, Phạm Cao Hoàng vẫn nhớ về căn nhà nhiều kỷ niệm đó.

Vậy là mình chia tay Ngựa Ô đã được một năm nhớ Ngựa
Ô là nhớ những ngày mùa đông rất lạnh ba giờ sáng tôi và
em ra trước nhà cào tuyết gió tạt tê người lòng vẫn thấy vui
vì em vẫn đi bên cạnh cuộc đời tôi và trong căn nhà nhỏ kia
có những mặt trời đang mọc
có tiếng dương cầm Giovanni như dòng suối mát
có tiếng hát Thái Thanh và Tình Hoài Hương
nhớ Ngựa Ô là nhớ con đường
đêm mùa thu tôi cùng em đi về phía hồ Thạch Thảo
tiếng xào xạc của lá vàng
và giọt sương trên vai áo
tôi thương Ngựa Ô và tôi thương em
vậy là mình chia tay Ngựa Ô đã được một năm
nhớ Ngựa Ô là nhớ những đêm bạn bè hát khúc sầu ca viễn
xứ
nhớ Nguyễn Ngọc Phong và Gửi Em, Đà Lạt
nhớ Đinh Cường và Đoạn Ghi Đêm Centreville
nhớ Nguyễn Minh Nữu và Mênh Mông Trời Bất Bạt
nhớ Nguyễn Trọng Khôi và Giấc Mộng Trên Đồi Thơm
nhớ Ngựa Ô là nhớ con đường

in dấu chân bạn bè tôi từ những nơi xa xôi có khi là nửa
vòng trái đất
ngồi bên nhau giọt rượu cay trong mắt
ngồi bên nhau cùng nhớ một quê nhà
quê nhà thì xa mây thì bay qua
đời phiêu bạc như những đám mây trôi giạt
nhớ Ngựa Ô là nhớ những bàn tay ấm áp
tôi thương Ngựa Ô và thương bạn bè tôi

(Phạm Cao Hoàng - Thương Nhớ Ngựa Ô, 2014)

Quen với Phạm Cao Hoàng, và rồi thân thiết với Phạm Cao Hoàng thoáng thế mà đã gần 20 năm. Tôi bàng hoàng với bài thơ Thơ Tặng Người Tuổi Trẻ cách đây 50 năm, nhưng lại chia sẻ cảm xúc nhớ nhung qua bài Nhớ Cúc Hoa, và tâm huyết với Phạm Cao Hoàng qua bài Cha Tôi:

và bài thơ tôi viết đêm nay là bài thơ sau bốn mươi năm kể
từ hôm vượt đèo Ngoạn Mục xuống Sông Pha chạy ra Tuy
Hòa
trở vô Sài Gòn và nhận tin cha tôi đã chết
ông qua đời khi chiến tranh kết thúc
để lại trần gian nỗi nhớ khôn nguôi
để lại đàn con trên quê hương tan tác
để lại trong tôi vết thương mang theo suốt cuộc đời
bốn mươi năm rồi con vẫn nhớ, cha ơi! ngày mùa đông cha
mặc áo tơi ra ruộng ngày nắng lửa cha gò mình đạp lúa
những sớm tinh mơ cùng đàn bò lầm lũi đi về phía bờ
mương
rồi mùa thu cha đưa con đến trường
con thương ngọn gió nồm
mát rượi tuổi thơ những ngày đầu đi học
đi ngang qua Duồng Buồng (*) bọn nhỏ trong thôn vẫn
thường trêu chọc:
chiều chiều ngọn gió thổi lên
học trò Thầy Bốn chẳng nên đứa nào thương cha một đời
lận đận lao đao

cầm lấy chiếc cày để tay con được cầm cuốn sách
thương chiếc áo cha một đời thơm mùi đất
thương đất quê mình thơm mãi mùi hương
rồi mùa thu cha đưa con đến trường
con thương những con đường
cha đã dẫn con đi về phía trước
con vẫn còn đi sao cha đành dừng bước
bốn mươi năm trời con thương nhớ, cha ơi
(Phạm Cao Hoàng - Cha Tôi, 2015)

Bài thơ viết về người Cha, đẫm trong lời thơ là cái tình man mác của kính và yêu. Một đề tài ít có trong thơ và lại là một đề tài xúc động. Trong rất ít những bài thơ viết về Cha trong thơ hiện đại, tôi nghĩ bài Cha Tôi của Phạm Cao Hoàng là một bài xuất sắc, rung động lòng người, bài thơ như những sợi máu rút ra từ trái tim nhân hậu.

Sức làm việc của Phạm Cao Hoàng khá mạnh liên quan đến một số lĩnh vực văn học nghệ thuật, trong đó tôi ghi nhận được hai khám phá của anh về văn học.

Thứ nhất là anh tìm lại, liên lạc và giới thiệu một người làm thơ đã gần như bỏ bút mấy chục năm trời. Anh đã đưa người đó về lại sức sáng tạo và sức sống. Đó là Chu Trầm Nguyên Minh. Chu Trầm Nguyên Minh đã vui vẻ viết lại, hào hứng tham gia cùng anh em văn nghệ tạp chí Quán Văn được mấy năm trước khi qua đời.

Người thứ hai là Lê Phương Nguyên, một thi sĩ tài hoa nhưng sống ẩn dật, làm thơ trên dưới 50 năm, nhiều bài rất hay, nhưng chưa bao giờ phổ biến. Do một duyên lành, Phạm Cao Hoàng đọc được những bài thơ của Lê Phương Nguyên, giới thiệu trên trang VHNT Phạm Cao Hoàng, và kết nối Lê Phương Nguyên với bạn hữu và tạp chí Quán Văn.

Một kỷ niệm với Phạm Cao Hoàng với tôi, mà kỷ niệm đẹp này chỉ tôi biết chứ Hoàng không hề biết. Năm 2020, tôi có ý định tập họp một số anh em bằng hữu thực hiện một tuyển tập tên là GHI NHẬN 2020. Khi tôi nói ý định này với Hoàng, Hoàng nồng nhiệt khuyến khích và tham gia với tôi. Hoàng hỏi tôi định in ở đâu, xuất bản thế nào. Khi tôi trả lời chưa quyết định gì cả, Hoàng nhiệt thành giới thiệu với tôi nhà xuất bản Nhân Ảnh và người layout bài vở chuyên nghiệp là Nguyễn Thành ở Việt Nam. Lê Hân của nhà xuất bản Nhân Ảnh thì tôi có biết, còn Nguyễn Thành thì dù chưa thân lắm, nhưng chúng tôi đã từng gặp mặt nhiều lần, kể cả ngồi riêng hai đứa uống cà phê chuyện trò. Thế nhưng khi Phạm Cao Hoàng đề nghị tôi giao bản thảo cho Nguyễn Thành layout, sau khi cúp điện thoại, Hoàng đã gửi tôi một email, trong đó Hoàng đã viết nháp sẵn một cái thư để tôi gửi cho Nguyễn Thành. Tất nhiên bức thư đó tôi không sử dụng, bởi vì tôi dư tình thân để gọi cho Nguyễn Thành để nói chuyện trình bày layout và giá tiền phải trả. Nhưng bức thư nháp của Phạm Cao Hoàng lại làm tôi muốn khóc. Bạn tôi quá chân tình, và tình cảm dành cho tôi quá nồng nhiệt, việc của tôi mà bạn đã tự động coi như trách nhiệm của mình, để bằng hết sức của mình giới thiệu để công việc được suôn sẻ hoàn mãn. Tôi im lặng để hưởng thụ cái cảm giác được chăm sóc đó.

Từ mùa dịch bệnh, cả năm nay tôi và Hoàng ít có dịp gặp nhau, và hoàn toàn không có được những lần ghé nhà không cần báo trước, để hai đứa ra cái desk sau nhà, nhìn xuống dòng suối chảy lờ lững bên dưới, thấp thoáng đôi khi vài chú nai ngơ ngác, nghe tiếng chim kêu, uống ly cà phê và luôn luôn có chút bánh ngọt chị Cúc Hoa đem ra dù đến bất ngờ. Bao giờ Hoàng cũng chuẩn bị sẵn một cái gạt tàn thuốc lá dù anh không hút. Chúng tôi không có thói quen gọi điện thoại hỏi thăm nhau, mà chỉ gọi khi cần, nhưng mênh mang và thương nhớ nhiều lắm. Xin ghi lại đây một bài thơ của Phạm Cao Hoàng, bài tâm sự với người tình, nhưng sao chúng ta không nghĩ là lời tâm sự với bạn bè chứ? Bài Cũng May Còn Có Nơi Này:

rồi em và tôi đi xa mang theo hình bóng quê nhà thân thương
bây giờ đời đã muộn màng nửa vòng trái đất lang thang

quê người
xa quê hương em và tôi
cùng chia nhau những ngọt bùi đắng cay
cũng may còn có nơi này
có mây có khói có cây cỏ và...
có rừng Scibilia
để tôi còn nhớ chút Đà Lạt xưa
để còn mơ một ngày về
đi về phía Ngã Ba Chùa cùng em
đi tìm lại chút êm đềm
đoạn serenade và đêm thơ tình
nụ cười em lúc bình minh
bàn tay rất ấm hôm mình quen nhau
và căn nhà thuở ban đầu
bức tranh và những gam màu tôi yêu
đi tìm lại những buổi chiều
qua cây cầu nhỏ tôi theo em về
đi tìm lại những đam mê
những hò hẹn những đợi chờ ngất ngây
cũng may còn có nơi này
để tôi còn có những ngày bên em.

(Phạm Cao Hoàng - Cũng May Còn Có Nơi Này, 2015)

VIẾT VỀ PHẠM THÀNH CHÂU:
DƯỚI CỘI HOA TRÀ

P hạm Thành Châu có hai sở thích đặc biệt đó là viết truyện và chăm hoa. Trước nhà của ông có một khoảng sân rộng, ông xây một ao thả cá, có cây cầu nhỏ nhỏ, sơn mầu đỏ bắc qua, chung quanh trông rất nhiều các loại hoa, hầu như hoa bốn mùa, mỗi mùa có một loại ra hoa tạo hương sắc ngát thơm và thích mắt. Mùa Xuân, ông rủ mời hết người này tới người khác tới chơi ngắm hoa, ai tới, ông lăng xăng giới thiệu các loại hoa, các góc nhìn đẹp, rồi chạy vào nhà lấy máy chụp hình ra chỉ góc đứng ăn ảnh, bấm ảnh, xong lại vào nhà mở máy in ra tấm hình, bỏ vào khuôn hình mà ông mua sẵn từng sấp đem ra tặng. Khách nào cũng vui mà không hiểu rõ ông yêu quý mình chụp hình lưu niệm trao tặng, hay ông trân quý những loại hoa mình trồng, muốn ghi dấu lại với khách để nhớ về hoa.

Trong khu vườn đó, tôi đến nhiều lần, và đặc biệt trân quý những cây hoa Trà. Những cây, vì ông có khoảng bốn cây, tất cả đều cao to, cây lớn nhất có lẽ trên sáu thước tây, vượt khỏi mái nhà, còn ngoài ra các cây còn lại cũng tròm trèm ba bốn thước. Bốn cây bốn mầu, Đỏ, Trắng, Cam và Hồng. Cây mầu Hồng cao lớn nhất, khi vào mùa, hoa nở từng chùm, mỗi bông hoa to bằng nửa bàn tay, mà một chùm hàng chục bông, nở trĩu cây và hồng cả một khoảng trời. Ông gọi đó là hoa Trà, hình dáng bông hoa giống như hoa Hồng (Rose) nhiều cánh xếp lớp quanh nhau duyên dáng, nhưng không thơm như hoa Hồng. Có lẽ vì cuống mỏng manh, mà hoa nở từng chùm nặng trĩu, cho nên khi mùa hoa nở, các cành hoa Trà rủ xuống, lả lơi trước gió. Hoa Trà còn gọi là Hải Đường, mà Nguyễn Du đã tả là: Hải đường lả ngọn đông lân, Giọt sương gieo nặng cành xuân la đà. ("Truyện Kiều" 175 – 176). Theo tác giả Huỳnh Chương Hưng sưu tầm ghi lại là: "Hoa hải đường 海棠 là một trong những loài hoa thưởng ngoạn truyền thống có lịch sử lâu đời ở Trung Quốc. Từ thời Tiên Tần, Lưỡng Hán cho tới thời Đường, Tống, Nguyên, Minh, Thanh, trải các đời các triều, hoa hải đường có địa vị quan trọng. Hoa vốn được xưng tụng là "quốc diễm" 国艳, lại có mĩ xưng là "bách hoa chi tôn" 百花之尊, "hoa trung thần tiên" 花中神仙, "hoa chi quý phi" 花之贵妃, mọi người ví hoa với mĩ nhân giai lệ, ngày xuân tươi đẹp, vạn sự cát tường. Do đó, văn nhân thi sĩ, thư pháp gia, hoạ gia thường lấy hoa hải đường làm đề tài sáng tác."

Tôi không biết chắc những sưu tầm kia chính xác thế nào, nhưng do ở gần nhà nhau, và chơi với nhau thân thiện, mỗi lần ghé qua thì thường xuyên bao giờ cũng gặp Phạm Thành Châu tong hai tư thế, một là áo quần lam lũ đang lúi húi nhổ cỏ, bón phân, chăm lo cây cỏ, hai là ngồi đăm đăm nhìn xa xôi trên cái ghế bành dưới côi hoa Trà. Trầm tư và suy nghĩ nhiều điều.

Phạm Thành Châu sinh tháng 7 năm 1942 tại Hội An và sống suốt thời thanh thiếu niên ở đó. Sau đó theo học khóa 14 Đốc Sự tại trường Quốc Gia Hành Chánh, tốt nghiệp năm 1971, được bổ nhiệm làm Quận Phó Hành Chánh Quận Nam Hòa thuộc tỉnh Thừa Thiên, liên tục chuyển qua Phó Quận Quảng Điền, Phó Quận Phú Vang đều thuộc Thừa Thiên Huế. Sau 1975, Ông bị triệu tập đi cải tạo 6 năm. Nghĩa là ngoài thời thanh niên, Phạm Thành Châu có 10 năm để sống và thu thập vui buồn, hạnh phúc, xót xa, đắng cay, mật ngọt để khi định cư ở Mỹ, bình tâm và ghi nhận lại được về cuộc đời. Truyện của Phạm Thành Châu là những khắc họa mênh mang về Hội An, về Thừa Thiên, về thời hoa bướm học trò, thời cải tạo và suy nghiệm tuổi già.

Một bạn học cũ của ông thời ở Hội An là Nguyễn Ngọc Cảnh P.D. viết về PTC như sau: "Vào năm ấy tôi còn nhớ rất rõ Phạm Thành Châu là một học trò tinh nghịch nhứt lớp nhưng lại là làm Trưởng ban trật tự của lớp! Tôi không nhớ thủ tục bầu bán như thế nào nhưng tôi được lãnh cái danh dự làm Trưởng lớp còn PTC bị lãnh cái nợ làm Trưởng ban trật tự. Tình thật mà nói nếu Trưởng lớp có quyền chọn các trưởng ban để làm việc hiệu đoàn với mình chắc có lẽ tôi đã "bổ nhiệm" ông bạn quí hóa của tôi làm "Trưởng ban mất trật tự". Hoặc là: Đó là nói chuyện trong lớp khi có thầy. Còn lúc lớp buổi sáng trước 8 giờ trong lúc ngồi chờ thầy vào lớp, Châu thường cầm đầu diễu cô Thúy Quỳnh "xết xi" trẻ đẹp dạy ở Trường Nam Tiểu Học. Sáng nào cô cũng õng ẹo đi bộ ngang trường chúng tôi. Mỗi khi thấy cô, Châu và đồng bọn bắt chước mấy đứa nhỏ bán bánh mì buổi tối thường rao "Bánh mì nóng dòn đây" và cùng la lớn "Thúy Quỳnh nóng dòn đây"!

Thời tinh nghịch vô tình vô tội của tuổi học trò đứng hàng ba sau ma quỉ ấy nay đã xa tịt mù trong quá khứ dài hơn nửa thế kỷ." (hết trích).

Có lẽ những mô tả từ thời đi học đó về PTC mà ông bạn cũ ghi lại chính xác và bền lâu tới độ bây giờ, bên cạnh tôi, ông bạn già PTC vẫn giữ nguyên cái chất nghịch ngầm, đùa bỡn dễ thương đó. Gọi PTC là bạn già thì có hơi quá lố, anh chỉ lớn hơn tôi 8 tuổi chứ mấy. Nhưng bản tính của anh là ý nhị nhẹ nhàng và vui vẻ xuề xòa, nên anh Trẻ hơn tuổi thật rất nhiều, còn tôi đăm chiêu, hay nghĩ ngợi vẩn vơ nên... già hơn tuổi cũng khá nhiều. Có lẽ vì thế chúng tôi có thể trò chuyện thân tình với nhau như kiểu... hai người bạn. Thôi thì cứ tạm coi như thế để dễ nói chuyện đi.

Phạm Thành Châu định cư ở Mỹ năm 1991, và bắt đầu viết lách, tập truyện đầu tay của anh in năm 2008 là tập Nhớ Huế. Tập truyện này đầu tiên in 1.000 bản, sau đó tái bản liên tục hai ba lần nữa vì độc giả gửi thư về đòi mua rất nhiều. Tập truyện được phát hành trực tiếp, người muốn đọc, gửi thư và tiền về tác giả, tác giả sẽ gửi sách đến người nhận, không qua một nhà sách hay hệ thống phát hành nào. Tôi quen với PTC vào giai đoạn này. Khi đó, PTC thường xuất hiện vào cuối tuần ở Phở Xe Lửa cùng với Đinh Cường. Đinh Cường được gọi là Đại Họa Gia, và người ta gọi PTC là Tiểu Thuyết Gia, PTC tóm lược là Ông Đại và Ông Tiểu. PTC dáng người gày, cao, miệng luôn có nụ cười xã giao và ít nói. Đinh Cường cũng vậy, nếu không ai hỏi thì... không ai nói. Có lúc tôi để ý, suốt nửa tiếng đồng hồ ngồi cạnh nhau, chúng tôi (gồm hai ông đó và mấy người nữa cùng bàn) hoàn toàn im lặng, mỗi người nhìn vu vơ một phía, đôi lúc nhìn nhau nhưng chẳng ai nói gì. Dường như ai cũng là người đi trên mây.

Sau này quen biết thân tình hơn, tôi hiểu rằng đúng là PTC ít nói, nhưng không phải là người nói ít, ông cân nhắc và ngại nói chuyện giữa đám đông vì sâu trong con người ông, có những suy nghĩ rất sâu xa và cũng rất ngược đời, nên nói ra, dễ bị hiểu lầm. PTC dành thời gian cho ngòi bút rất nhiều, và viết khá mạnh. Từ khi tập truyện đầu tay Nhớ Huế (Gồm 16 truyện) ra đời, Ông lần lượt tự xuất bản 7 tập truyện: Bức Họa Khỏa Thân (gồm 19 truyện). Lý Lẽ của Trái Tim (gồm 16 truyện), Lời Tỏ Tình (Gồm 14 truyện), Chuyện Tiếu Lâm (sưu tầm và sáng tác gần 200 truyện), The Spy Couple (truyện của Phạm Thành Châu, bản dịch qua Anh ngữ của Nguyễn Ngọc Cảnh Ph.D.) và Vô Tình (gồm 19 truyện). Gần hai trăm truyện ngắn là gần hai trăm đoạn ký ức viết lại từ nhiều đoạn của cuộc đời, như chính

PTC tự thuật: "Đa số chuyện kể là chuyện có thật, tôi chỉ tiểu thuyết hóa (Roman vérité, văn chương ký sự) để người đọc dễ cảm nhận, nhiều người tìm thấy chính mình trong hoàn cảnh, thân phận của nhân vật, họ đã có được những giây phút hóa thân, chìm đắm trong đau khổ, hạnh phúc, vui buồn cùng nhân vật... Đó chính là hạnh phúc của người viết."

Nhưng khi từng trải qua đắng cay, khổ hận, hoặc có khi lâng lâng hạnh phúc thì những điều kể lại thành ra kinh nghiệm sống đời và chứng nhân cho một thời, một thời quá vãng.

Quen với Ông rồi, tôi mới quen với truyện của PTC. Đinh Cường trong một bài viết, nói về PTC là: "Không bày tỏ là một nhà văn, không thiết tha lời giới thiệu, không ra mắt sách, chỉ là những người thân quen viết cho những dòng trng thực anh in ở bìa sau, Tôi thấy lối viết của anh hay quá, anh khéo léo dẫn câu chuyện cho người đọc không tài nào ngưng được,... thật vậy, tôi thích "Buổi Chiều ở Thị Trấn Sông Pha", một thị trấn có mối tình đẹp, thị trấn đìu hiu Sông Pha nhắc lại trong tôi một thời Đơn Dương, Đà Lạt".

Tôi tìm đọc Buổi Chiều Ở Thị Trấn Sông Pha, và đúng như Đinh Cường nói, một mối tình đẹp của một thị trấn đìu hiu, và một kỷ niệm gặp lại mà bất cứ ai cũng đã từng xúc động nếu có một cơ duyên tái ngộ người tình xưa như vậy. Và từ trong tập truyện đó, tôi gặp rất nhiều các truyện ngắn khác của PTC, mỗi truyện là một hoàn cảnh, mỗi chuyện là một số phận và mỗi truyện là sự kiện mà vào thời chúng tôi, ai cũng từng đụng tới. Truyện của Phạm Thành Châu chạm tới trái tim của mọi người, cho nên nhiều chuyện làm chúng ta ứa nước mắt xúc động, nhiều chuyện làm chúng ta lâng lâng cảm xúc hoặc bật cười sảng khoái. Với riêng cá nhân tôi, có một câu chuyện làm tôi bàng hoàng, rung động tới choáng váng khi lần đầu được đọc, đó là truyện Bí Ẩn Của Một Câu Kinh. Với công dụng của hệ thống internet toàn cầu, tôi hoàn toàn có khả năng copy toàn bộ truyện ngắn đó vào đây để các bạn cùng đọc, nhưng tôi không làm vậy, vì làm vậy khác nào xúi các bạn đọc đây rồi, khỏi đi tìm đọc nữa. Cho nên tôi xin tóm lược câu chuyện thôi:

Tôi (nhân vật chính trong chuyện) trong dịp nghỉ hè, cùng nhóm bạn đi chơi qua tiểu bang khác gặp bạn bè cũ, tới một nhà người bạn ở Canada, người bạn đó giới thiệu bà chị từ Việt Nam mới qua định cư bằng giấy tờ bảo lãnh, và có câu chuyện khá lạ, muốn kể cho đám bạn cùng nghe. Bà chị đó kể về một chuyến vượt biên ở Cà Mau trước đó nhiều năm. Chuyến vượt biên bị vỡ lở. Mọi người trên thuyền tuôn chạy vào bờ vào giữa đêm tối giữa một vùng đất lầy lội sình lầy chẳng biết nơi đâu. Cuối cùng bà tìm được một ngôi nhà có ánh đèn để chạy vào. Ở đó bà gặp một người đàn ông sống một mình, khuôn mặt như có thép và đôi mắt như có lửa, nhưng nói năng từ tốn hướng dẫn bà chỗ nghỉ qua đêm. Kêu bà đi tắm, ăn chén cơm nguội rồi đi ngủ, Sáng hôm sau, đưa bà ra ghe chở về xã, đón xe Lam cho bà về thị trấn, dặn tài xế xe Lam mua vé để bà về thành phố an toàn.

Vài năm sau, trước khi đi xuất cảnh chính thức, bất ngờ bà nhận được một phong thư không có địa chỉ người gửi, Trong thư cho biết đó là người đàn ông đã giúp bà trong lần vượt biên mấy năm về trước. Thư viết như thế này:

"Tôi cho bà rõ. Tôi là công an, có nhiệm vụ ở đó để đón lỏng những người vượt biên bị bể chạy thoát được. Công an chúng tôi làm nhà cách nhau một vài cây số, dọc bờ biển, nơi thường có bến bãi vượt biên, có thuyền con đón ra thuyền lớn. Như vậy, khi công an đến bắt vượt biên, người nào chạy thoát cũng chỉ quanh quẩn đâu đấy, thấy đèn là tìm đến, thế là nộp mạng cho chúng tôi. Tôi bảo rằng có vợ ở chung nhưng thật ra, vợ con tôi đều ở ngoài Bắc, tôi vào đây công tác đã được bốn năm, khi nào ổn định sẽ đưa gia đình vào thành phố Hồ Chí Minh, vì chẳng ai có thể ở nơi hoang vắng nầy. Mỗi công an chúng tôi đã chuẩn bị sẵn các tiện nghi, nước nôi, lương thực, giường chiếu để đón những người vượt biên tìm đến nhờ cứu giúp. Tôi cho ăn uống, ngủ lại, sáng hôm sau, cho họ xuống thuyền, nói là chở ra bến xe để họ về nhà, nhưng kỳ thực, thuyền đi được nửa đường là bị công an chận bắt. Tôi cũng bị bắt để không ai nghi ngờ. Thông thường, nếu nhiều người tìm đến thì tôi bảo họ, có gì đem theo nên kê rõ, nhất là tiền bạc, quí kim, để tránh chuyện lấy cắp của nhau. Nếu chỉ một người thì tôi chờ lúc người đó đi tắm sẽ lục xách tay, kiểm tra những gì đem theo. Tôi còn rình nhìn lúc họ đi tắm, cởi đồ ra, sẽ thấy những gì họ lận theo người?

Tôi không bao giờ lấy của ai bất cứ gì, nên khi giải giao họ (đưa lên thuyền để bị công an chận bắt), công an chấp pháp lấy lời khai, sẽ thấy rằng tôi rất trong sạch. Tôi từng được công an tỉnh và trung ương biểu dương nhiều lần về thành tích chận bắt người vượt biên cũng như tinh thần chí công vô tư, không tơ hào đến của cải, vật chất của người bị bắt. Nhưng không ai biết rằng, hễ người nào đem nhiều đô la, vàng ngọc, hột xoàn là tôi thủ tiêu, chôn xác trong rừng.

Tôi đào sẵn những cái hố, muốn giết ai, khuya đó, tôi lận súng trong người, bảo họ đi theo tôi để tôi chỉ đường mà đi ra đường chính đón xe về. Vào rừng, tôi bắn chết, đạp xuống hố, hôm sau ra lấp đất lại. Không người nào thoát khỏi tay tôi, vì chung quanh toàn sình lầy, có bỏ chạy một quãng là ngập người dưới sình, tôi chỉ rọi đèn pin, đi tìm và bắn họ rất dễ dàng. Tôi có nói bao nhiêu người bị tôi thủ tiêu với bà cũng chỉ làm bà kinh hoàng chứ chẳng ích lợi gì. Tất cả của cải cướp được, tôi đưa cho vợ tôi đem về quê chôn giấu. Hột xoàn, đô la, vàng ngọc, châu báu... Nghĩa là vợ chồng tôi rất giàu.

Vợ tôi bảo, có thể bỏ vốn lập những công ty, mua máy móc để sản xuất hàng hóa xuất khẩu hoặc mua nhà cửa ở Hà Nội hay thành phố Hồ Chí Minh cũng không hết của. Dĩ nhiên gia đình tôi ngoài Bắc vẫn sống đạm bạc như bao nhiêu người khác, để tránh bị nghi ngờ.

Tôi dự định sẽ làm thêm vài năm, kiếm một số tiền vàng nữa rồi xin ra khỏi ngành. Tính ra, tôi ở đó đã được bốn năm, cho đến cái đêm bà tìm đến nạp mạng cho tôi.

Như mọi khi, lúc bà đi tắm, tôi rình xem bà cởi đồ (để biết của cải lận theo người) rồi lên kiểm tra xách tay của bà. Tôi thấy trong xách có nhiều vàng và đô la. Như vậy, số phận của bà đã được tôi quyết định. Bà sẽ bị tôi thủ tiêu. Trong lúc lục xét xách tay tôi thấy có một quyển kinh, khổ lớn hơn những quyển kinh khác, mà những người vượt biên khác thường đem theo. Quyển kinh lớn đó khiến tôi tò mò. Theo thông lệ, tất cả kinh Phật của những người vượt biên, tôi giữ lại, khi nào lên tỉnh, tôi tặng cho người bạn đang trụ trì một ngôi chùa lớn, gần chợ. Anh ta là công an, đi tu là công tác, vẫn lãnh lương công an. Tôi tặng các quyển kinh Phật cho chùa để ai đến lễ chùa mà thỉnh những kinh đó thì biết ngay, người đó sẽ vượt biên và chúng tôi theo dõi. Vì tò mò và vì nghiệp vụ, tôi mở quyển kinh của bà ra, để sát ngọn đèn cho dễ đọc. Tôi đọc một cách tình cờ, một câu kinh nằm ngay giữa trang kinh. Chỉ một câu thôi. Câu duy nhất đó khiến tôi lạnh toát người vì kinh sợ. Tôi sợ đến choáng váng, muốn té xỉu, đến độ ngồi chết lặng một lúc thật lâu. Tối đó, tôi không ngủ được...

Hiện nay tôi đã ra khỏi ngành công an. Tôi đã đi tu ở một vùng núi miền Tây Nguyên, rất hẻo lánh, xa hẳn phố phường, làng xóm. Ngôi chùa nhỏ được cất bên góc núi. Rất xa, dưới chân núi, cách nơi tôi ở, thấp thoáng những nhà sàn của những người thuộc sắc tộc thiểu số. Mỗi buổi sáng, tôi lạy Phật, tụng kinh, rồi lên đồi cuốc đất, trồng khoai sắn, rau quả. Buổi tối tôi lại tụng kinh và suy ngẫm lời Phật dạy. Tôi bảo với vợ tôi là tôi làm nhiệm vụ trên giao, không nên gặp nhau nhiều, thỉnh thoảng lên tiếp tế lương thực mà thôi. Của cải mà tôi kiếm được (vợ tôi đang giữ), tôi dặn, nên trích ra một phần, khi nào có thiên tai bão lụt thì đem cứu giúp người hoạn nạn, giúp bà con, bạn bè khi họ cần, giúp các người già lão, bịnh tật, không nơi nương tựa, giúp các trại mồ côi, các trại cùi hủi...

Tôi viết để bà rõ, nay tôi đã chọn con đường khác. Tôi chỉ muốn biến mất trên thế gian, nhưng còn các con tôi? Chúng là nguồn sống của tôi. Tôi lo sợ cho chúng...

Nếu bà là một Phật tử, xin bà đến chùa, cùng góp lời cầu xin Phật Tổ cho tôi sớm tìm được con đường giải thoát.

Chúc bà sức khỏe.

Câu chuyện không kết thúc sau bức thư đó, mà mà đoạn đám bạn lái xe đi về, trên đường về, ghé thăm một ngôi chùa ở Philadelphia. Nơi có một người bạn cũ đang đi tu. Họ đem câu chuyện kể lại, và hỏi vị tăng đó, liệu câu kinh đó là câu kinh nào mà khiến một tên đồ tể buông dao, khiến một sát nhân đột ngột quay về lương thiện, và câu trả lời của vị sư đó mới thấm thía: "Kinh Phật chẳng có câu nào hăm dọa người ta, bắt người ta phải đi tu cả! Để nói về cái nghiệp báo thì kinh Thủy Sám Pháp có nói nhiều, nhưng tôi chỉ nhớ chính xác được vài câu ở các quyển kinh khác, chẳng hạn, trong kinh Đề Bà Đạt Ma (Devada-ta-suta) có câu "Những việc ác mà ngươi đã phạm, không phải là tại cha ngươi, không phải tại mẹ ngươi, không phải tại thầy, chủ ngươi. Chính một mình ngươi đã phạm, và một mình ngươi phải chịu quả báo". Trong kinh Pháp Cú (Damma-pada) cũng có câu "Dẫu rằng ngươi chạy lên trời cao, ẩn dưới biển sâu, trốn trong núi thẳm, không có nơi nào mà ngươi tránh khỏi cái quả ghê gớm về tội ác của ngươi"...

Nói xong nhà sư lộ vẻ bối rối "Rất tiếc, vì sự vô minh của tôi mà câu kinh đó vẫn còn là một bí ẩn. Xin lỗi đã làm quí vị thất vọng. Theo tôi nghĩ, sự thống hối của ông ta quá thành khẩn, đã cảm động đến đức Phật, và Ngài đã ra tay tế độ, đã khai ngộ cho ông ta.

Nhưng phải là người thật thành khẩn thì đức Phật mới làm được việc đó.

Câu chuyện làm tôi rúng động và bàng hoàng bởi vì tôi biết chuyện Công An bố trí người chặn bắt những người vượt biên thất bại trốn chạy là có thật, tôi biết chuyện rất nhiều người vượt biên không thoát vì vỡ ổ, nhưng rồi mất tích không biết tin tức, mà những người mất tích thường là những người có của là có thật, tôi biết và đã từng gặp những vị tăng chân tu, đức độ một cách hiếm có, không cần tiền bạc lợi quyền chỉ chuyên tâm tu học và cứu giúp mọi người, nhưng khi hỏi xuất xứ, thì có người thân thiết cho biết ông ta khi chưa đi tu gọi là... ông Năm Bộ Đội, hoặc một vị khác sau khi tù cải tạo về xuống tóc đi tu.

Tôi yêu thích câu trả lời của nhà sư: "Rất tiếc, vì sự vô minh của tôi mà câu kinh đó vẫn là một bí ẩn". Trả lời là vô minh nhưng lời nói lại minh triết biết bao, ai trong cuộc đời chúng ta đọc được, hiểu được lẽ đúng sai trong suốt cuộc tử sinh.

Tôi không cho đó là một giải đáp nào cho tôi, và cũng không đặt nghi ngờ gì về những người tôi biết. Mà tôi hiểu rằng nghiệp chướng con người nếu gieo thì phải trả, trả sớm hay trả muộn và trả bằng cách nào thì là do duyên mà thôi.

Tôi thú vị với những câu chuyện kể thời học sinh, thời thanh niên đi làm Phó Quận. Tôi lặng người khi đọc những chuyện khi đi cải tạo về, đứng đầu đường bán bánh mì thịt, xót xa với chuyện đứa bé tìm cha. Tôi thú vị với những câu chuyện tình rất sạch, rất đẹp của tuổi trung niên của một người cầm bút trên xứ người và cảm khái với rất nhiều tự sự tuổi già. Truyện của Phạm Thành Châu là những lời chân chất mộc mạc, kể những chuyện bình thường xảy ra cho ông và cho những người ông biết. Chính vì thế truyện của ông gần gũi và hấp dẫn số đông. Và cũng chính vì thế người đọc bỗng khám phá ra những bí ẩn của cõi nhân sinh mà chính mình tham dự.

Có lần, Phạm Thành Châu gọi tôi qua nhà để lấy mấy cây Mồng Tơi, Ớt Hiểm mà ông ương sẵn đem về trồng, anh em ngồi bên nhau dưới cội hoa Trà. Tôi hỏi anh về những kết cấu truyện để người ta cười và để người ta khóc, phải chăng là kỹ thuật?

- Không có kỹ thuật nào cả, Người viết không cười người đọc không cười, người viết không xúc động, người đọc không xúc động.

- Anh là một Nhà văn được nhiều người yêu thích, điều đó anh có cảm giác như thế nào?

- Câu hỏi đó sai một nửa. Truyện của tôi được nhiều người

yêu thích thì đúng theo con số sách bán ra, theo con số người đọc trên mạng có ghi lại, nhưng tôi không phải Nhà Văn.

- Ủa, vậy anh là nhà gì?

- Chẳng là nhà gì, tôi hãnh diện khoe rằng: Sách của tôi được rất nhiều người đón nhận. Lý do đơn giản là tôi viết toàn những chuyện đọc để giải trí, chẳng hề chuyên chở, vận tải triết lý, ẩn dụ gì khiến người đọc phải suy nghĩ mệt trí, Buổi tối lên giường, giở tập tập truyện của tôi, đọc một chuyện nào đó rồi mỉm cười chìm vào giấc ngủ bình yên, là điều tôi hạnh phúc.

- Nhưng có những truyện mang tính triết lý trong đó thì sao?

- Đó không phải là tôi đưa triết lý vào truyện, mà là truyện tự nó mang triết lý của đời.

Tất nhiên là tôi không tranh cãi gì với anh về thiên chức Nhà văn. Bởi vì, Nhà văn không phải một Văn Bằng để người ta được cấp phát, mà một một tôn vinh của người khác gửi vào, còn có nhận hay không hoàn toàn chẳng liên quan gì tới chuyện người khác có muốn gọi hay không. Tôi hỏi anh vậy bây giờ tôi gọi anh là Ông Cựu Phó Nam Hòa như tên một nhân vật trong truyện Hoa Trang của anh, anh đồng ý không?

Đôi mắt Phạm Thành Châu bỗng trở nên mênh mang, ông gật đầu lia lịa được chứ được chứ... à mà ông bỏ bớt chữ Cựu đi, Có lẽ suốt đời này, tôi vẫn là chàng thanh niên Phó Nam Hòa lang thang, và lãng đãng.

Hình như lúc đó là giữa tháng Tư, những cây cao to trổ thật nhiều những bông hoa rực rỡ như hoa hồng, có cây hoa vàng, có cây hoa trắng, có cây hoa đỏ và có cây hoa hồng, cành lá xum xuê những chiếc lá xanh đậm như lá trà xanh. Nhớ đến hai màu hoa Trắng và Đỏ của Marguerite Gautier, nàng kỹ nữ xinh đẹp nức tiếng nhưng mắc phải bệnh lao phổi và Armand Duval, nhà tư sản trẻ tuổi trong tiểu thuyết Trà Hoa Nữ của Alexandre Dumas con (1824 – 1895).

Nhưng đây là Hoa Trà ở Virginia, hoa Trà mầu Hồng ở sân một người viết thật nhiều,thật cuốn hút, thật hay mà nhất định không nhận mình là nhà văn, vậy gọi ông là Lão Niên Dưới Cội Hòa Trà vậy.

GHI CHÉP THÊM:

Khi bài này đăng trên facebook, có người nhắn tin hỏi tôi, Truyện này nằm trong tập nào trong 7 cuốn sách của Phạm Thành Châu. Tôi xin trả lời, Phạm Thành Châu vừa xuất bản trong năm nay tác phẩm Vô Tình, mà ông nói rằng, có lẽ đây là tác phẩm cuối thì không có truyện này. Tôi không nhớ rõ truyện này nằm trong cuốn nào, nhưng tôi nghĩ, bạn nên mua trọn bộ 7 cuốn, giá đang on sale cả bộ chỉ có 70 đồng, lại được tặng thêm một CD đọc truyện do kịch sĩ Tú Trinh và Khánh Hoàng diễn đọc rất hấp dẫn, CD dài hơn 5 giờ, ngồi nghe khi lái xe là tuyệt diệu, hãy liên lạc với Phạm Thành Châu 7004 Beverly Lane, Springfield, VA 22150- Phone 571 480 3276.

TAN MÙA LỄ HỘI

Trương Văn Dân, Elena, Nguyễn Thị Thanh Bình, Phùng Nguyễn (Đã mất), Nguyễn Đình Vinh (Đã mất), Trần Doãn Nho, Bạch Mai, Nguyễn Minh Nữu, Nguyễn Quang, Trương Vũ, Chị An, Kim Mai, Cúc Hoa, Chị Trần Doãn Nho, Phạm Cao Hoàng, Chị Lữ Quỳnh.

Hàng Ngồi: Đoàn Văn Khánh, Nguyên Minh, Đinh Cường (đã mất), Phạm Nhuận, Nguyễn Tương Giang, Thân Trọng Minh, Lữ Quỳnh.

*B*uổi sáng thức dậy
không nghe được câu chuyện râm ran ở phòng ăn
bốn tấm nệm im lìm ngay ngắn
với những cái chăn đã xếp lại gọn gàng
những tiếng cười đùa đã lên phi cơ
bay về nơi khác chiều hôm qua
vậy mà cứ ngỡ vẫn quanh đây.
Mười một ngày qua như một mùa lễ hội
mà mỗi người là một khoảng trời riêng

bỗng nhập chung với nhau bằng kết cấu diệu kỳ.
Nụ cười hồn hậu và trầm ngâm suy tưởng Nguyên Minh
tiếng cười Bình Định sảng khoái Trương Văn Dân
người phụ nữ dịu dàng của nước Ý là Elena
đã làm mọi người ngạc nhiên và quý trọng vì sự am hiểu
về văn hóa Việt
kể cả những lời nói bóng gió trong ngôn ngữ dân tộc của
chồng
Đoàn Văn Khánh trữ tình trong thi ca và tế nhị trong đời
sống.
Họ bổ sung và chan hòa vào nhau trong cái quán gọi là
Quán Văn.

Muốn ghi lại những gặp gỡ suốt mùa lễ hội
nhưng bềnh bồng cảm xúc chưa lắng được
chỉ nhớ là những người mà Quán Văn muốn gặp tại đây
đã có cơ hội gặp và chuyện trò chí tình chí cốt
những địa danh Quán Văn muốn tới
đã có cơ hội đến chia sẻ với khoảng đất trời cây cỏ hiển
linh
đặt tay vào bức tường đá đen, chiêm nghiệm tượng đài
Abraham Lincoln
ngẩn ngơ bên dòng Potomac, ghé lại bên khu tưởng niệm
George Washington.
Giọt nước mắt tràn mi Nguyên Minh và Elena
khi tới nghĩa trang Arlington nhắc về cuộc chiến tranh
Nam Bắc của Hoa Kỳ.
Chuyến xe trước khi bình minh đi về phía Bắc
để ồ lên kinh ngạc và thú vị sắc lá mùa thu đổi màu ở New
Jersey
Quảng trường Thời Đại Times Square New York trong ánh
đèn rực rỡ
và cả ngàn người đủ mọi sắc tộc chen chân nhau rộn ràng
tươi trẻ.
Nhớ bữa tối lái xe đi tới Maryland ăn cơm gia đình

hay lần đi tới West Virginia, nơi dãy núi Heritage thấp
xuống
khởi nguồn cho dòng sông Potomac dài hơn bốn trăm dặm
chảy xuyên qua bốn tiểu bang để tìm đường ra biển.
Mười một ngày ở đây Quán Văn đã đi qua Virginia
Washington DC, Maryland, Delaware, New Jersey, New
York, West Virginia
qua bảy tiểu bang và dự mười bốn lần gặp gỡ bằng hữu
từ bữa cơm tẩy trần ngay ngày đầu tiên ở nhà Phạm Cao
Hoàng
thăm nhà và nơi làm việc của Đinh Cường,
kể cả phòng riêng nơi đầu giường Đinh Cường ngủ
treo những bức phác thảo tranh từ 50 năm về trước
bữa cơm trưa chào đón ở Hương Việt
vừa ăn vừa chờ Thân Trọng Minh, chờ hoài không thấy tới.
Cà phê Starbucks gần nhà Đinh Cường nơi mỗi ngày
chàng Họa Sĩ tài ba ngồi để nhớ bạn bè.
Nhớ hoài buổi tụ hội lớn nhất ở nhà Trương Vũ
Hôm đó giữa căn phòng lớn là nơi sáng tác tranh của
Trương Vũ.
Những tác phẩm hội họa tạo ra cảm giác được bước vào
cái không gian kỳ lạ
cái không gian của sắc màu trang trọng và rất mực gần gũi
thân tình
Đến từ Việt Nam thì có Nguyên Minh, Đoàn Văn Khánh,
Trương Văn Dân, Elena Trương và Thân Trọng Minh
từ Massachusets có anh chị Trần Doãn Nho
đến từ California có anh chị Lữ Quỳnh
đến từ Maryland có Phùng Nguyễn
ngay tại Virginia thì anh chị Trương Vũ, Đinh Cường
Đinh từ Bich Thúy, Phạm Cao Hoàng - Cúc Hoa
Phạm Nhuận, Nguyễn Quang, Nguyễn Thị Thanh Bình,
Bạch Mai
Nguyễn Tường Giang, Nguyễn Đinh Vinh, vợ chồng Nguyễn
Minh Nữu

và cháu Thiên Kim, con gái lớn của Pham Cao Hoàng một
thiên tài về ẩm thực

Rồi những cái hẹn ở Sài Gòn Quán, ở Hương Việt, Quán
Minh, Một Không Hai
ở nhà Nguyễn Quang có Nguyễn Thế Toàn
ở nhà Phạm Cao Hoàng có cả Đặng Đình Khiết
thăm đường Sài Gòn trên đường đến Nguyễn Công Trung
ở cà phê La Madeleine với Phạm Thành Châu,
với Hoàng Thị Bich Ti và có lần với Nguyễn Tường Giang.
hay trong căn nhà hiu quạnh của Trần Hoài Thư, bên
giường bệnh của chị Yến...
nhiều quá, làm sao nhớ hết.

Buổi sáng thức dậy bước xuống nhà, căn phòng trống.
Không có tiếng lịch kich pha cà phê của Elena
âm thanh râm ran của Trương Văn Dân, Nguyên Minh,
Đoàn Văn Khánh
Thương quá bài ghi của Đinh Cường viết hôm qua:
"Chúng ta chỉ còn chừng đó niềm vui
vui nhất Nguyên Minh với Quán Văn
sẽ làm số đặc biệt về sông Potomac
bao nhiêu hình ảnh của chuyến đi này
và chắc rằng Elenna cũng sẽ ghi lại
... ...
dưới muôn vàn chiếc lá mùa thu"

Sẽ không bao giờ quên được rất nhiều buổi tối
sau bữa cơm chiều, ngồi quanh bàn ăn
nói với nhau về bạn hữu, về văn chương, về khát khao về
kỷ niệm
về ghi nhận về đồng cảm và cả nhiều khác biệt
để cùng nhớ, cùng thương,
cùng xót xa, cùng bùi ngùi, cùng luyến tiếc.

Bốn tấm nệm im lìm ngay ngắn
với những cái chăn đã xếp lại gọn gàng
những thân tình đã lên phi cơ
 bay về nơi khác chiều hôm qua
vậy mà cứ ngỡ vẫn quanh đây.

November 01, 2015

THU ƠI LÀ ƠI THU

Nguyễn Minh Nữu
THU ƠI LÀ ƠI THU

1.

Sau mùa thu 1968, chúng tôi vỡ ổ. Đúng nghĩa là vỡ tan tành cái ổ bạn bè thời trung học. Đoàn Văn Khánh đi lính ở Đồng Tháp, Lê Ôn Vũ vào Không Quân, Vũ Công An Khang đi du học, Lâm Văn Sang tốt nghiệp Sư Phạm về dạy ở Vĩnh Long… Năm sáu năm sau mới gặp lại lúc đứa này lúc đứa khác, tất cả đều già dặn đi và trầm lắng hơn nhiều. Có lần, Sang ôm đàn hát một ca khúc, mà Sang nói là của một người bạn học chung Sư Phạm nay đang đi dạy ở Sài Gòn, ca khúc hồn nhiên sót lại của tuổi học trò, chẳng còn nhớ ca khúc tên gì, tác giả thì chỉ còn nhớ họ Vũ, tên cũng quên rồi, bài hát về Mùa Thu, hay bài hát về cô Thu?

Hôm nay trời vào thu
Trời mặc áo sương mù
Em đi tà lụa phô
Bay vờn bay trong gió
Anh nghiêng đầu song thưa
Trường về mắt trông chờ
Yêu em và yêu Thu
Nên tập tành anh nói yêu mùa Thu.
Hai hôm rồi nghỉ học
Thư viết làm sao đưa
Thu không mặc áo lụa
Chỉ có áo thu mưa
Thu không mặc áo lụa
Chỉ có áo len sơ
Áo len cho người bệnh
Mặc đỡ rét tương tư.
Tương tư là tương tư
TRường về anh ngẩn ngơ
Bao nhiêu cô học trò
Cười trong mắt vô tư
Thu ơi là ơi thu
Trường về mắt trông chờ
Yêu em và yêu thu
Nên ngàn đời anh nói yêu Mùa Thu.

Lời nhạc quấn quýt giữa con gái, tà áo lụa và mùa thu, bản nhạc không vui (Tất nhiên rồi) mà lại cũng không buồn, như cánh chim bay chuyền cành, có chút nhí nhảnh và có chút bâng khuâng. Bản nhạc lập tức cuốn hút tôi, nghe lại lần nữa và thuộc lòng. Sau 1975, Lâm Văn Sang kết hôn với cô giáo cùng trường rồi vượt biên, bản nhạc vẫn quanh quẩn với tôi và bỗng thành trò chơi khi bắt đầu đoạn điệp khúc bằng tiếng ơ ơ kéo dài...

Áo len cho người bệnh
Mặc đỡ rét tương tư.
Ơ...

Tương tư là tương tư
Trường về anh ngẩn ngơ.

Khi đem ra hát cho nhóm bạn bè Thanh Ca như Bùi Công Băng, Đinh Việt Hùng, Nguyễn Ngọc Linh, tới đoạn giữa cả nhóm hét lên… Ơ… Tương tư là tương tư… kỷ niệm và nhớ quá.

2.

Thế rồi cả gần 50 năm sau, có lần một người bạn nhạc sĩ rủ tới nhà chơi uống rượu xem Hoa Cúc vào mùa thu đến trên đất Mỹ.

Cuối tháng 9, qua đầu tháng 10, thời tiết biến chuyển kỳ lạ, mấy ngày trước còn hừng hực nóng, ngồi trong xe như ngồi trong một nồi hầm, bước ra khỏi xe, như chạm vào lò lửa, thế mà tối thì nhiệt độ xuống thấp cả năm bảy độ, ngày hôm sau, xuống nữa, chỉ vài ngày là đã lành lạnh hơi thu. Phú rủ tới nhà chào đón những ngày êm mát của đất trời. Khi đã chập tối, phòng khách còn lại khoảng hơn mười người, Phú dạo đàn và hát vài ca khúc về thu như Thu Quyến Rũ của Đoàn Chuẩn Từ Linh, Thu Vàng của Cung Tiến và mời gọi mọi người ngâm thơ hát nhạc chung vui.

Có người ngâm thơ, có người hát nhạc, Phú quay lại tôi mời góp vui. Tôi ngại ngần tìm bài, bỗng dưng như một thói quen gợi nhớ mỗi độ thu về, tôi nhờ Phú tìm tông và điệu nhạc và ngân nga lại một ca khúc không biết tên gì và của một người … cũng chẳng biết là ai.

Bài hát hát lại hai lần, bỗng nghe có tiếng thổn thức, mới đầu nhè nhẹ sau bật thành tiếng khóc từ góc phòng.

Phú sửng sốt, dừng đàn quay lại nhìn người phụ nữ đang dụi mắt ở góc phòng: Chuyện gì vậy chị Thu?

Người phụ nữ tên Thu lắc đầu, đứng dậy rời chỗ ngồi, đi lên lầu. Tôi hỏi Phú:

- Ai vậy?

- Bà chị ruột của mình, mới từ Canada qua chơi.

- Tại sao khóc? Tôi có làm gì xúc phạm không?

Phú lắc đầu, làm gì có, Bả góa chồng đã lâu và hay bị kích động khi nhớ kỷ niệm nào đó, thôi bỏ qua đi, nào chúng ta uống nữa nhe.

Nhưng buổi tiệc đã như lắng xuống chẳng ai còn muốn nói gì thêm, chia tay mà ai cũng buồn, cái buồn mênh mang chẳng biết vì sao lại buồn.

Hôm sau, Phú gọi điện cho tôi mời tới nhà: Chị Thu muốn hỏi anh cái gì đó mà tôi dò hỏi chị không nói. Chị ấy nói rằng nếu không làm anh phiền thì mời anh đến chơi, gặp mặt trước khi chị ấy về Canada.

Tôi đến ngay, trước mặt tôi là một phụ nữ đứng tuổi, tầm thước và rất đẹp dù tuổi tác có làm thêm vài nét nhăn trên khóe mắt, tia nhìn dịu buồn và thân thiện, khi chị đứng dậy bước vào bếp lấy nước trà và dĩa bánh Trung Thu bày ra trên bàn, bước đi thanh thoát và quý phái dù trang phục đơn sơ. Chị nhẹ nhàng mời, Bánh này là do tôi làm, vợ chồng Phú vẫn cứ thích lối làm bánh dẻo của tôi, nên ép tôi làm cho dịp Trung Thu này, mời anh ăn thử…

Tôi cám ơn và ngồi xuống chờ đợi, tôi biết những lời nói vừa rồi chỉ để chuẩn bị cho một câu hỏi gì đó, mà câu hỏi chắc chắn liên quan tới tiếng khóc bất ngờ hôm trước và ca khúc tôi hát góp vui bất ngờ. Sau cùng, sau khi đối diện im lặng khoảng năm ba phút. Chị hỏi tôi

- Anh ấy bây giờ ở đâu?

- Anh ấy… anh ấy nào?

- Người viết ca khúc Về Thu đó.

- Đó là bài Về Thu à? Đây là lần đầu tôi nghe tên bài hát này. Tôi không quen với anh ta. Bài hát là do một người bạn của tôi là Lâm Văn Sang hát cho tôi nghe, tôi thích, nhớ và hát lại.

Theo Sang nói tác giả tên Vũ, là bạn cùng học với Sang ở Sài
Gòn.

- Học Đại Học Sư Phạm Sài Gòn.

- Đúng rồi, sao chị biết?

- Anh ta không phải tên Vũ mà là họ Vũ, Vũ Đình Tuấn,
học Đại học Sư Phạm Sài Gòn ra trường năm 1974 và dạy tại
Gò Vấp.

Tôi sửng sốt, thì ra chị quen với Vũ Đình Tuấn?

Chị Thu nâng tách trà, nhắp một chút, bỏ xuống, đưa mắt
nhìn ra cửa sổ, nói nhè nhẹ…

- Tôi là Thu.

Chị Thu ngưng lại một chút, rồi kể: Tuấn là người miền Bắc
di cư vào Nam, nhà chỉ có hai mẹ con, Mẹ Tuấn bán trái cây ở
chợ Gò Vấp nuôi Tuấn ăn học, cho tới lúc tốt nghiệp Đại Học
được may mắn về dạy gần nhà. Chúng tôi đều tha thiết mong
chờ ngày hai đứa được sống mãi mãi mãi bên nhau.

Tôi quen Tuấn khi đang học lớp đệ nhị trường Lê Văn
Duyệt. Tuấn học năm thứ hai Sư Phạm, mỗi chiều về, trên chiếc
xe đạp của Tuấn chúng tôi đã biết thế nào là gió vờn trên má, lá
rơi trên tóc, Tuấn dừng xe bên lề công viên hát những ca khúc
hồn nhiên và ước hẹn những ngày thiên đường. Nhưng cuộc
chiến tranh kết thúc đã không phải là những ngày của hòa bình.
Mỗi gia đình rơi vào một hoàn cảnh khác nhau. Hoàn cảnh nào
cũng xót xa và hoàn cảnh nào cũng khắc nghiệt.

Trước nhất kể về gia đình Tuấn. Nhà chỉ có hai mẹ con, mà
buôn bán nhỏ, Tuấn lại là Giáo Sư trung học, nhưng chỉ vì nhà
là một căn nhà mặt tiền vị trí đẹp, họ đã tìm cách kết cho Tuấn
một tội trạng vu vơ rồi đuổi không cho Tuấn dạy, và ép hai mẹ
con đi kinh tế mới để tịch thu nhà. Giữa lúc ngặt nghèo, Mẹ
Tuấn lâm bệnh và đột ngột từ trần. Tuấn bỗng dưng thành vô
gia cư, không nghề nghiệp, chao đảo tuyệt vọng, thì gia đình tôi

cũng bị đẩy vào tuyệt lộ. Khi không còn tìm được niềm tin vào cuộc sống tương lai cho đám con mới lớn, Cha tôi dắt vợ con tìm đường đi vượt biển.

Tôi chỉ biết khi Ba gọi các con vào căn dặn thu dọn quần áo, 5 giờ sáng sẽ ra xe đi Cà Mau ăn đám cưới. sau đó sẽ đi xa.

Khuya hôm đó, lúc gia đình đã ngủ, tôi lén mở cửa chạy bộ tới nhà thờ Hạnh Thông Tây. Tôi biết Tuấn đi đâu đó ban ngày để tránh né công an, nhưng khuya sẽ về ngủ góc nhà mồ trong khuôn viên nhà thờ… khuya, khuya lắm, trời tháng 11 lạnh buốt, gió rì rào và âm u giữa hai ngôi mộ lớn, tôi có khép mình lại chờ đợi… Cho tới lúc, ngoài đường có tiếng xe xích lô chở hàng hóa bán sớm ở khu chợ bên kia đường, và thấp thoáng đã có người bán hàng lục tục đi qua đi lại. Tuyệt vọng, không chờ được, tôi mới bỏ về nhà.

Tôi đi tìm Tuấn giữa đêm chuẩn bị ra đi đó để làm gì? Tôi không đoán định được. Nếu gặp Tuấn thì sao? Tôi có thể nói với Tuấn lời tạm biệt và hẹn sẽ gặp lại sau này, hay sẽ bỏ tất cả để ở lại với Tuấn rồi không biết sẽ ra sao, hay sao nữa… Nhưng chỉ biết là lòng đầy tiếc nuối, chúng tôi yêu nhau đã bốn năm rồi, chưa bao giờ vượt vòng lễ giáo nhưng đã nguyện trọn đời trao gửi cho nhau. Tuấn mềm mỏng, khiêm cung, nhưng là người tự trọng, quốc biến gia vong đã đẩy anh vào tuyệt lộ nhưng anh cam chịu và tự cố vượt thoát đi lên. Tôi còn quá trẻ và non nớt chưa biết tính cách nào để giữ được nhau trong đời.

Chuyến đi của gia đình tôi quá nhiều bi thảm, ghe hư, biển động, đói khát và bị cướp biển, trên ghe năm sáu chục người, sau chót chỉ còn mười mấy người, Cha mẹ tôi chết mất xác trên biển, tôi thì bị… Tôi chỉ muốn nhảy xuống biển chết theo cha, nhưng nhìn lại còn thằng em trai, Phú lúc đó mới 12 tuổi, bị đánh nằm ngất trên sàn máu trào đầy ngực không biết sống chết ra sao nên không đành lòng tự vận. Lúc đó, một người đàn ông bị cướp đá văng xuống biển lại bám được thành ghe trèo lên còn sống sót, anh ta giúp những người còn lại phục hồi chút xíu và ôm lấy tôi an ủi và thú thật lúc đó, không có anh ta, có lẽ tôi chẳng có bây giờ. Khi lên được đảo, Nam là chỗ dựa duy nhất cho chị em tôi. Nam nói với tôi rằng: Những gì kết được với nhau từ đáy vực, thì sẽ giữ được nhau khi lên đến bến bờ. Anh yêu em vì nghị lực và tình yêu của em dành cho gia đình, nên anh anh tin rằng nếu anh trở thành người Gia Đình của em, anh cũng sẽ được nhận những tình chung thủy đó. Anh cũng đã mất hết người thân, bây giờ chỉ còn ba chúng ta giữa thế giới mênh mông và xa lạ, em nghĩ thế nào khi chúng ta đến với nhau?

Tôi không thể quên Tuấn, nhưng bây giờ biết Tuấn ở đâu? Chỉ còn Nam với từng cử chỉ chăm sóc, an ủi và sẻ chia. Tôi và Nam lấy nhau khi ở đảo và về định cư ơ ở Mỹ từ năm 1980.

Tôi có với Nam hai người con, người con lớn thú thật tôi không biết chắc có phải con của Nam hay không, nhưng cho đến cuối đời, Nam vẫn dành toàn tâm toàn ý chăm lo gia đình yêu thương vợ con hết lòng, nuôi em Phú ăn học và xây dựng gia đình như người anh ruột, thương yêu hai con đồng đều. Nam mất mấy năm nay rồi. Tôi hiện ở với gia đình con gái ở Canada.

Còn Tuấn, không có tin tức gì đáng tin cậy. Một bạn học của tôi nói rằng có gặp Tuấn ở Mỹ nhưng không trò chuyện được. Một bạn học khác ngày xưa có quen với cả hai đứa thì nói Tuấn ở Việt Nam, đang sống ở miền Tây, có gia đình nhưng cũng không bắt được liên lạc. Tôi với Tuấn thật ra cũng chỉ là tình xưa, mỗi người đã có một đời cách biệt. Tôi không có tin tức chính xác nào về Tuấn, và Tuấn có lẽ cũng chẳng có tin tức chính xác nào về tôi.

Hay nếu có mà Tuấn cố tránh tôi, lại càng làm cho tôi tin rằng dấu ấn của nhau vẫn còn trong trái tim mỗi người.

3.

Những ngày đầu tháng 10 ở vùng Hoa Thịnh Đốn này hiu hắt gió lạnh, chưa có lá vàng rụng, nhưng đã vàng rực cả chân trời, Ngồi trong phòng khách nhà Phú, nhìn xuống phía chân đồi của vùng Annandale xanh rì cỏ non và lối đi bộ ngoằn nghèo quanh những thân cây phong già úa, tôi chợt cảm thấy lạnh.

Chị Thu đưa tay mời nước và ăn bánh. Chị nói, anh có thể hát lại cho tôi nghe bài Về Thu đó không? Tôi quay lại nhờ Phú dạo đàn lấy tông và nói:

- Bài này khi tôi biết và hát, thì không biết tên nó là Về Thu, và không biết bài này là ca khúc tình yêu của tác giả nói về người tình tên Thu của mình, bây giờ biết rồi, thì tôi sẽ gọi bài này thành một tên khác đó là "Thu ơi là ơi Thu" và chỉ hát lần này là lần cuối. Từ nay ca khúc này tôi sẽ quên đi, bởi vì nó thuộc về một Người, một người duy nhất, và tôi xin thay mặt một người Bạn của Bạn tôi, hát tặng chị Thu của "Thu ơi là ơi Thu…"

Dường như hát lần này, giọng tôi không còn hồn nhiên như những lần hát trước, và chị Thu cũng không bật khóc như cách đây mấy hôm, mà chỉ thấy mắt chị đỏ hoe.

Khi kể câu chuyện này với một nhạc sĩ trẻ mới quen trên mạng: nhạc sĩ Cung Minh Huân, qua phone, tôi hát cho Huân nghe, và Huân đã ký âm lại bài hát, xin gửi kèm theo đây với lời nhắn: Vũ Đình Tuấn ơi, nếu cơ duyên nào bạn đọc được những dòng chữ này, thì hãy nhớ rằng tình yêu của bạn, ca khúc của bạn vẫn có người còn nhớ dù đã 50 năm nhé.

Virginia, 6/10/2021

GHI THÊM về bài "THU ƠI LÀ ƠI THU"

Sau khi đang tải trên trang Văn Chương Miền Nam một ký ức của tuổi trẻ là bài "Thu Ơi Là Ơi Thu". Tôi bất ngờ nhận được một thư từ chị Thúy Nga Phan phản hồi.

Chị cho biết, chị là em gái của tác giả bản nhạc Về Thu là nhạc sĩ Vũ Đình Tuấn như tôi đã ghi trong truyện. Chị cho biết thêm một chút chi tiết về người bạn ngày xưa, thật vui và hạnh phúc khi biết tin tức bạn mình. Tôi đã nhanh chóng gửi tới Tuấn lời chào và thăm hỏi, tiếc thay đã cả tuần mà Tuấn vẫn không hồi âm, nhưng đã có bài viết sẵn của Tuấn, xin được đưa lên như một kỷ niệm. Ghi chú thêm, Vũ Đình Tuấn là bút danh, tên trên giấy tờ là Phan Danh Tuấn, nhưng gia đình gốc gác là dòng họ Nguyễn Đức, cho nên sau này khi viết nhạc hay bài vở, anh thường ký tên là Nguyễn Đức Tuấn.

Xin gửi toàn bộ bức thư của chị Thuy Nga Phan và bài của Nguyễn Đức Tuấn lên trang Văn Chương Miền nam, như một lời cám ơn sức lan tỏa của một trang văn học dễ mến, và cũng là một kết thúc có hậu cho câu chuyện "THU ƠI LÀ ƠI THU" của Nguyễn Minh Nữu.

"Chào Anh Nữu,

Cách đây mấy hôm, em có đọc bài viết "Thu ơi là ơi thu" của Anh đăng trên trang VĂN CHƯƠNG MIỀN NAM . Bài viết không những hay mà còn có chút liên quan tới người thân trong gia đình nên em nhắn tin này, mong Anh đọc qua để có thêm thông tin về bài viết đã đăng.

Em là em gái của Vũ Đình Tuấn (Phan Danh Tuấn). Sau khi đọc bài viết của Anh, em đã cho anh Tuấn xem, sau đó Anh Tuấn đã có một bài viết phản hồi lại đăng trên fb của anh ấy. Em xin gởi lại cho Anh xem, hi vọng các anh, và cả chị Thu trong bài hát có thể liên lạc với nhau, để nhớ một thời tuổi trẻ ngày xưa...

THỜI GIAN...

Tôi là Phan Danh Tuấn, bạn đồng học ở Petrus Ký với Phạm Xén và Lâm Văn Sang trong những năm trung học đệ nhị cấp, từ niên khóa 1966-1969. Trong khoảng thời gian này có sinh hoạt văn nghệ với Lâm Văn Sang và nhóm bạn quê ở Ban Mê Thuột, trong đó nổi tiếng nhất là Nguyễn Quyết Thắng, chàng ca nhạc sĩ du ca thuộc nhóm Du ca Ban Mê Thuột. Đoàn Văn Khánh cũng là bạn cùng lớp nhưng không thấy có sinh hoạt văn nghệ, chỉ nhớ là bạn này lúc ấy si mê một cô nàng chủ quán cà phê Bình Minh ở gần nhà và đó cũng là nơi bạn bè chúng tôi tụ họp để uống cà phê và tán dóc...

Nhớ thời đó tuần nào bọn chúng tôi cũng có vài ba lần tụ họp trên căn gác nhà bạn Sang ở đường Calmette để chơi đàn và hát xướng. Chính nhờ các buổi giao lưu đó mà tôi biết thêm vài cây bút khác là Nguyễn Minh Nữu và Đoàn Bằng Hữu. Xa lắm rồi, thời thế đổi thay, bạn bè bốn phương trôi giạt, đa số là trôi ra nước ngoài. Vợ chồng Nguyễn Quyết Thắng trôi giạt sang Hà Lan, Sang cùng vợ trôi giạt sang Mỹ, Phan Ni Tấn sang Canada, tôi cuối cùng cũng cùng vợ sang xứ sở của những rừng phong bạt ngàn và trở thành công dân của họ chưa đầy 3 năm sau.

Thắm thoát thế mà đã gần 31 năm kể từ ngày chia tay với thành phố thân thương có đường Duy Tân "cây dài bóng mát", con đường chẳng có gì gọi là đẹp để có sức quyến rũ người, chẳng qua là vì Phạm Duy có bài nhạc "Trả lại em yêu" trong lúc miền Nam dầu sôi lửa bỏng, bao thanh niên phải xếp lại bút nghiên lên đường làm sứ mạng của trai thời loạn, trong đó có cả tôi năm 1972, năm tôi đã sáng tác nhạc khúc Về Thu để đưa cho Sang đăng lên giai phẩm ra trường của sinh viên khoa Sử Địa, Đại học Sư phạm, một nhạc phẩm vô tình được nhiều người biết đến, tuy đa phần chỉ biết air nhạc và lời ca và biết cũng không chính xác lắm, do số ấn bản năm ấy quá ít (theo Sang nói là 350 cuốn) mà người muốn mua lại quá nhiều. Sở dĩ có tình trạng trớ trêu đó là vì cách 1 tuần trước ngày ra mắt ấn phẩm, giới sinh viên có một buổi hội diễn văn nghệ trong khuôn viên Đại học

Khoa học Sài gòn, trong buổi hội diễn có 1 sinh viên bên Đại học Sư phạm lên sân khấu và biểu diễn bài hát trên, được thính giả nhiệt liệt hoan nghênh và thi nhau hỏi muốn tìm bài ấy phải làm như thế nào. Sau khi được nhóm sinh viên Đại học Sư phạm cho biết, tất nhiên là họ đón chờ và mua sạch sẽ ngay.

Do melody và lời hát dễ thương, phù hợp với tâm tình giới trẻ, nhạc phẩm này được hát truyền miệng khắp mọi nơi, trong những dịp như sinh nhật hay đám cưới, người ta truyền nhau nhưng không biết tựa bài và tác giả là ai.

Sau khi tốt nghiệp bên Đại học Sư phạm, Sang rút thăm chọn nhiệm sở thì trúng ngay tỉnh Vĩnh Long. Về đó, lúc đầu bạn dạy ở Thủ khoa Huân, sau đổi sang Tống Phước Hiệp và, tại đây, gặp cô giáo Xinh dạy môn Anh văn. Cô Xinh đẹp gái làm anh chàng Sang ngây ngất nên kiên trì theo đuổi, rốt cuộc cũng thành công và cùng gia đình vợ vượt biên năm 1980, đúng một tuần trước ngày tôi thành hôn với một nữ đồng nghiệp tên Tống Minh Hằng.

Vào giữa năm 1983, đang sống cùng vợ ở cư xá Thanh Đa, phường 17 Bình Thạnh, tôi nhận được thư Sang gửi từ New England (USA), báo tin rằng đã nhập cư sang Mỹ. Trong thư, Sang có kể rằng trong thời gian ở trại tị nạn Songkhla Thái Lan, một hôm bạn tình cờ gặp một cậu thanh niên khoảng 16 tuổi ôm đàn guitar và hát bản Về Thu.

Ngạc nhiên quá, Sang hỏi cậu ta bài hát tên là gì và tác giả là ai thì cậu ta lắc đầu nói "không biết, chỉ học do nghe người khác hát thôi". Như để ghẹo tôi, Sang bảo: "Mầy còn ở trong nước chứ nhạc của mầy đã vượt biên sang Thái lan rồi đó..."

Chuyện qua đi nhiều năm, đến tháng 5 năm 1992, vợ chồng tôi được bà chị cả bảo lãnh sang Canada và định cư ở Montréal, tỉnh bang Québec.

Sang năm 1993, trong thời gian tôi đang hưởng tiền thất nghiệp thì vào một bữa bỗng nhận được một cú phone gọi từ Westminster Cali, người gọi xưng là chủ của trung tâm băng nhạc...

(tôi quên mất tên), được nghe một người bạn giới thiệu tôi là tác giả bản Về Thu và hiện đang cư ngụ ở Montréal, Canada. Người ấy cũng cho biết luôn số phone để liên lạc.

Qua cuộc nói chuyện khoảng 20 phút, anh ta ngỏ ý muốn mua lại bản quyền của nhạc phẩm ấy. Sau đó, cũng có gửi thư qua cho tôi để thương lượng về vấn đề khai thác thương mại. Tuy nhiên, tôi chối từ việc bán buôn, chỉ đồng ý nhượng quyền khai thác trong vòng 3 năm. Không may, trung tâm này chết yểu, sau đó không lâu thì biến mất...

Hai năm sau, trong giờ làm việc ở hãng quần áo E.N.U.F. Internationale, tôi cao hứng hát nho nhỏ nhạc phẩm ấy. Đứng cạnh tôi chừng hơn thước có một cậu thanh niên người Việt mới được thu vào làm. Nghe tôi hát, mặt cậu có vẻ ngỡ ngàng, trố mắt nhìn tôi qua khung kính cận. Không cầm được sự tò mò, cậu ta hỏi tôi: "Sao anh hát được bài hát này?" Tôi cười, bảo: "Tác giả mà không hát được thì còn ai hát được?" Cậu ta ngạc nhiên, đáp: "Em biết mélodie của bài này nhưng không biết lời ca." Sự ngạc nhiên lại truyền qua tới tôi. Tôi hỏi: "Sao cậu lại biết?" Đáp: "Dạ, em vốn là giáo sinh khoa thanh nhạc, trường Sư phạm Sài Gòn. Trong chương trình học, người ta có cho tụi em xướng âm bài này nhưng chỉ cho biết các nốt nhạc chứ không cho biết lời ca."

Tôi cười, bảo: "Thì bọn Việt cộng đâu có chấp nhận nhạc vàng? Chúng không cho biết lời ca là phải, nhưng bản này có đăng trên giai phẩm tốt nghiệp của sinh viên khoa Sử Địa Đại học sư phạm năm 1972, chắc bây giờ ở đó vẫn còn lưu một vài ấn phẩm." Tôi hỏi tên thì cậu cho biết mình tên là Nghĩa, đang có ý muốn đi học lại thanh nhạc bên này. Thấy cậu hiền lành, nói năng lễ độ, tôi cho số phone và địa chỉ, bảo lúc nào rảnh, tới nhà chơi, tôi sẽ tặng cho bản photocopy nhạc phẩm ấy.

Năm 1996, tôi và vợ tôi chia tay nhau. Các chị họ (bạn dì) của tôi bảo tôi qua Mỹ sống. Không lẽ trở về nước, tôi bèn bay qua Houston sống gần 1 năm. Trong thời gian này, tôi có phone qua San Jose cho Sang và vào dịp Noël năm ấy, có dẫn 2 đứa cháu sang San Francisco thăm mợ của chúng. Tại đây, tôi phone về nhà Sang, bảo hắn lái xe qua đón. Và như thế, sau 16 năm cách biệt, bạn bè lại gặp mặt nhau. Tại đây, Sang cho tôi biết các bạn bè cũ ở Vĩnh Long đang có ra mỗi năm một tờ đặc san, nếu tôi muốn cộng tác thì Sang sẽ phone giới thiệu.

Và như thế, sau nhiều năm bỏ nghề viết lách, tôi lại quay lại với nhạc, với thơ, văn. Chỉ vài năm, tôi trở thành một cây bút lừng danh trên tờ đặc san Phù Sa Sông Cửu và quen biết thêm nhiều bạn mới trong cộng đồng 3 tỉnh Vĩnh Sa Trà, tức Vĩnh Long, Vĩnh Bình, Sa Đéc. Xuất hiện trên tờ này, tôi dùng tên họ thật của mình là Nguyễn Đức Tuấn và tôi góp mặt đều đặn mỗi năm vào dịp đầu xuân.

Cho đến năm 2015, tôi xem như đã viết cho tờ này được 19 năm đúng. Do sức khỏe ngày càng kém, tôi ngưng việc sáng tác kể từ năm này. Tính ra từ năm bắt đầu viết nhạc (1966) đến năm ấy, tôi đã viết được khoảng 300 nhạc bản, hầu hết là tình ca theo thể loại bán cổ điển và cổ điển, lời ca ngoài tiếng Việt còn có cả tiếng Pháp, tiếng Anh và 1 bản tiếng Hoa, nhạc phổ từ thơ của Octave Crémazie. Trong số nhạc do tôi viết có đến 60% là nhạc phổ cho thơ của các thi sĩ bốn phương và khá nhiều bài ngoài việc viết nhạc tôi còn phiên dịch ra ngoại văn như tiếng Anh, tiếng Pháp. Đa phần nhạc tôi soạn được đăng trên các giai phẩm, đặc san hay nội san chứ không đăng trên các báo thương mại, trừ những bản đăng trên tuyển tập thơ nhạc đa ngôn ngữ Những Cánh Hoa Lòng của nhà thơ giáo sư Bùi Trọng Hợp (Hop B. Anderson) thì không kể, vì nó được đầu tư để xuất bản nơi Montréal (1997).

Năm 2015, trước khi có quyết định ngừng viết, tôi có gửi cho tờ đặc san Phù Sa Sông Cửu bên Houston tái đăng nhạc phẩm Về Thu cho những ai biết melody của bài này nhưng không biết phần lyrics. Tuy nhiên, vì bản tân biên được soạn cho đàn guitar nên thay vì dùng cung Mi giáng trưởng, tôi chuyển sang cung Fa trưởng để người chơi dễ đệm đàn.

Nhân bài viết này, tôi cũng cho biết: đối tượng mà tôi nhắm để viết bản nhạc này không phải tên Thu mà là Lê Minh Thu

Cúc, một cô bạn gái dễ thương của tôi, xưa học ở trường Trưng Vương. Sau 26 năm từ này kết bạn với nhau, tôi tình cờ gặp lại Thu Cúc ở Sở Ngoại Vụ TPHCM, nhân đến đó xem danh sách chuyến bay. Thì ra Cúc cũng sắp đi Mỹ theo diện HO vì chồng là đại tá quân y có nhiều năm đi học tập cải tạo.

Mừng mừng tủi tủi vì gặp nhau đó rồi chia tay đó. Cúc cho tôi biết mình và bà chị (tên Xuân Mai) có khai thác một Pharmacie ở gần bệnh viện Vì Dân cũ, mang tên là Pharmacie Cộng Hòa. Tôi có nói cho Cúc nghe về bản nhạc sáng tác 19 năm về trước và hứa sẽ gửi đến tận nhà để tặng.

Sang năm 1992, còn không lâu sẽ lên đường xa tổ quốc, tôi có chở bạn Phạm Xén đến nhà thuốc trên để nhân tiện cho Xén biết mặt người mà thời đi học tôi vẫn kể. Buồn cười, lúc đầu tôi tính giấu mặt, đứng ở bên ngoài và bảo Xén vô đó mua giùm 1 vỉ thuốc Optalidon. Chẳng hiểu cu cậu nói năng sao mà Cúc nghi có người khác đứng bên ngoài, bèn đi ra cửa thì thấy tôi. Nhìn tiết trời đang nắng gắt, nàng hơi cau cáu bảo tôi: "Sao không vào trong này, đứng đó cho phải bệnh nhức đầu à?" Tôi cả cười: "Đã nhức đầu rồi đó chứ có phải chưa sao? Nếu không thì đâu có bảo bạn này vào mua thuốc Optalidon làm gì?"

Tôi không biết Cúc lên đường sang Mỹ năm nào, chỉ biết nhiều năm sau, qua mạng Internet, tôi biết nàng đang định cư ở bắc Cali và có chân trong Hội Ái hữu Cựu nữ sinh Trưng Vương. Có trông thấy hình chụp đăng trên trang web của Hội này nhưng không có số phone và địa chỉ nên không liên lạc được.

Cúc cũng tuổi Dần, bằng tuổi với tôi nhưng lớn tháng hơn, năm nay cũng vừa 72 tuổi. Tất cả đều đã trở thành ông bà già, không những có con mà còn có cháu, có khi có chắt.

Thời gian!

Ngậm ngùi tôi nói chữ "Thời gian"...

Nguyễn Đức Tuấn
Montréal, 14 tháng Giêng 2022

VIẾT VỀ TRẦN HOÀI THƯ:
NGƯỜI CỦA DI SẢN VĂN HỌC MIỀN NAM

Trong khoảng thời gian cuối tháng 5/2021, tôi nghĩ về Trần Hoài Thư thật nhiều. Có lẽ khởi đầu từ một tin tức trên mạng xã hội Facebook nói về một cuộc hội thảo về Văn Học Miền Nam sẽ tổ chức trực tuyến do trường UNIVERSITY HAMBURG tại Đức tổ chức. Những tin tức ban đầu có người đưa lên và gọi bằng Văn học Đô Thị Miền Nam (theo ngôn ngữ trong nước), hoặc là Văn Học Cộng Hòa Miền Nam. Những cụm từ này lập tức bị phản bác nhiều vì xử dụng không đủ chuẩn mực và chính xác. Người xử dụng cụm từ Cộng Hòa Miền Nam này, sau đó đã im lặng và tự sửa lại đề tài thuyết trình thành: "Nhìn lại Thơ văn thời Việt Nam Cộng Hòa tiếp cận văn chương và nghệ thuật phương tây như thế nào" (Theo bản tin mới nhất mà nhà biên khảo Nguyễn Vy Khanh, một trong bốn người chủ tọa hội thảo cho biết ngày 25/5/2021) Tên của đề tài đã thay đổi, còn nội dung ra sao thì chưa rõ, vì hội thảo chưa diễn ra. Nhưng chính những tranh biện này làm tôi nhớ nhiều đến Trần Hoài Thư. Bởi lẽ chính anh là người sớm nhất nhìn thấy và đích thân vào việc duy trì, bảo quản và phổ biến về một nền văn học mà anh gọi là Di Sản Văn Chương Miền Nam.

Sau thời gian đầu dành cho sinh kế, tới năm 2001, với sự tiếp tay của chị Nguyễn Ngọc Yến và một bạn thân trong văn chương là Phạm Văn Nhàn, Trần Hoài Thư bắt đầu sưu tập và ấn hành tủ sách Di sản Văn Chương Miền Nam với các bộ tác phẩm đồ sộ.

Tôi và Trần Hoài Thư gặp nhau giữa chiến trường. Nói vậy có quá không? Nhưng thật sự lần gặp nhau đầu tiên ở Ban Mê Thuột năm 1970 đó, Cao nguyên đang là vùng chiến tuyến, Ban Mê chưa phải là mặt trận, mà là nơi tạm dưỡng cho các chiến binh từ mặt trận trở về. Thành phố nhỏ chỉ có vài ba con đường trung tâm, và một nhà sách, nhà sách Văn Hoa. Chủ nhà sách là anh Linh, người thấp và đầy đặn. Anh Linh yêu văn học, cho nên những tờ báo văn học khi phát hành tới Ban Mê, anh cẩn thận bọc thêm một lớp giấy bóng mờ, và anh thuộc mặt thuộc tên những người ghé lại mua các tờ báo này mỗi tháng. Tôi là người may mắn khi quen với anh nhờ tới thường xuyên. Mỗi khi tạp chí Văn, Khởi Hành, Bách Khoa phát hành, tôi ghé vào, là anh vui vẻ đưa ra và ân cần, tiện thì trả, không thì chừng nào lãnh lương ra trả cũng được.

Có lần ghé vào, anh đưa cuốn Văn mới phát hành và nói với tôi Trần Hoài Thư cũng mới ở đây ra. - Sao anh biết? Ông ta mua sách và tự giới thiệu tên. - Khoảng bao lâu rồi? - Chừng 10 phút, đi về phía chợ kia kìa. - Làm sao nhận dạng ra THT? - Cao lêu khêu, đeo kính cận, mặc đồ lính, cấp bậc Trung Úy.

Tôi gặp Trần Hoài Thư dễ dàng ngay ngã tư gần đó. Anh đang bị Quân Cảnh giữ lại vì mặc quân phục xốc xếch và đeo cấp bậc không đúng quy định. Bộ đồ lính Trần Hoài Thư thực sự nhăn nhúm, và hơi bẩn, nhưng cái mà Quân Cảnh bắt lỗi là hai bông hoa Mai anh đeo trên cổ áo. Trần Hoài Thư gắn giọng: Tôi hỏi anh Trung Úy là mấy hoa Mai? - hai. - Vậy tôi đeo hai hoa Mai là đúng chứ sao? - Sai, Trung Úy phải đeo hai hoa Mai ở bâu cổ trái, và hai hoa Mai ở bâu cổ phải, nay Trung Úy chỉ đeo ở một bên là sai quân phong. - Đeo hoa mai hai bên thành 4 hoa mai thì cấp bậc gì? Viên Quân Cảnh tức giận mời Trung Úy về đồn. Tôi quen với viên Quân Cảnh này, và quen luôn cả Trưởng Đồn Quân Cảnh lúc đó là Đại Úy Nguyễn Vinh Hiển tức nhà thơ Hoàng Khởi Phong, nên bước tới dàn xếp, khi nói đây là một nhà văn nổi tiếng vừa đổi từ đơn vị xa tới đây, và có lẽ sơ ý bị rớt mất hai hoa mai ở một bâu áo, tôi sẽ đưa ông ta đi mua ngay.

Buổi sơ ngộ với Trần Hoài Thư diễn ra như thế, vừa buồn cười vừa thương cảm. Anh vừa từ một đơn vị Thám Kích ở Sư Đoàn 22, trải qua rất nhiều những trận chiến gian khổ. Cầm bút viết văn làm thơ dưới chiến hào, giữa khi khói súng còn mịt mờ. Tập truyện đầu tay "Những Vì Sao Vĩnh Biệt" do Ý Thức xuất bản bằng kỹ thuật Roneo vừa xuất bản và tạo một tiếng vang đáng kể trên văn đàn. Cùng lúc truyện của Trần Hoài Thư xuất hiện dày đặc trên Bách Khoa, Văn, Văn Học, Nghệ Thuật tạo nên một tư thế nhà văn trẻ được nhiều người yêu thích.

Thời gian ở Ban Mê Thuột của Trần Hoài Thư không nhiều, Thư bị chuyển qua một đơn vị tác chiến (Hình như Đại Đội Thám Kích Sư Đoàn). Chuyện bị đổi tới một đơn vị tác chiến với một sĩ quan mắt cận thị nặng, và là một nhà văn trẻ đang khởi nghiệp là chuyện không bình thường, anh bị cấp trên ghét, và tại sao bị ghét có lẽ do tính cách kiêu bạc, ương bướng và cảm giác bị bạc đãi khiến anh ăn nói bất chấp người khác. Thật đáng tiếc.

Sau đó, được tin anh được chuyển về làm Phóng Viên Chiến Trường ở vùng 4 do lệnh của chính vị Tổng Cục Trưởng

CTCT, tôi vẫn đọc văn và thơ của anh, dù không còn gặp lại từ năm 1972.

Cách biệt nhau suốt hai mươi năm. Bất ngờ gặp lại anh ở khu thương xá Eden tại vùng Hoa Thịnh Đốn. bên cạnh anh là chị Nguyễn Ngọc Yến, một phụ nữ rất dễ mến, thân thiện và chuyện trò cởi mở. Khi vợ chồng tôi gặp anh, anh nhìn vợ tôi, rất vui vẻ và thân tình thăm hỏi: - Lâu quá mới gặp, nhìn vẫn trẻ như xưa hén. Hai vợ chồng chưng hửng nhìn nhau, rồi chợt nhớ ra, tôi nhắc anh: - Lầm rồi anh Thư ơi, anh nhớ về một cô gái nào khác ở ban Mê Thuột hả? Chị Yến và Kim Mai đều bật cười. Lúc đó, Trần Hoài Thư xuống Washington DC để trả lời một cuộc phỏng vấn của đài Á Châu Tự Do về văn học, đồng thời anh liên lạc để tổ chức tiệc cưới cho con trai, mà sau này là Bác Sĩ Trần Quý Thoại.

Những năm đó, tôi đang làm một tuần báo thương mại nên thời gian dành cho văn học viết lách không nhiều, tuy biết anh đang thực hiện tạp chí Thư Quán Bản Thảo nhưng cũng không có thời gian viết bài tham gia. Trần Hoài Thư có thân tình với nhiều người cầm bút trong vùng, đặc biệt là đối với Đinh Cường, Phạm Cao Hoàng, Giang Hữu Tuyên và còn nhiều nữa. Khi tôi quen với Phạm Cao Hoàng, có lần Hoàng muốn làm cầu nối giới thiệu tôi Trần Hoài Thư. Tôi nói tôi và anh Thư quen biết đã lâu. Hoàng lại hỏi vậy sao không bài nào trên Thư Quán Bản Thảo. Tôi nghĩ mình viết ít mà lại lười, nên đã gọi điện thoại xin lỗi và gửi tới anh một vài bài thơ gì đó...

Khi Giang Hữu Tuyên đột ngột từ trần, Trần Hoài Thư gọi cho tôi và đề nghị tôi làm chủ biên số đặc biệt Nói về Nhà Thơ này. Tôi sốt sắng nhận lời và số về Giang Hữu Tuyên đã được thực hiện phong phú gồm gồm rất nhiều thơ của Tuyên, và các bài khác của nhiều người viết về Giang Hữu Tuyên.

Nhà văn Ngô Thế Vinh là một bằng hữu lâu năm của Trần Hoài Thư, mới đây có bài viết Trần Hoài Thư và Ngọc Yến, với con chim chằng nghịch và nỗi nhớ quê "là một bài viết dài và rất đầy đủ về Trần Hoài Thư, trong lời mở, tôi rất tâm đắc: "Cũng nhân đây, có một gợi ý với các bạn trẻ trong và ngoài nước đang chuẩn bị luận án tiến sĩ văn học, thì chân dung văn hoá của Trần Hoài Thư cùng với nỗ lực phục hồi Di Sản Văn Học Miền Nam 1954 - 1975 là một đề tài vô cùng phong phú và hấp dẫn, rất xứng đáng để các bạn khám phá và dấn thân vào. Các bạn cũng không còn nhiều thời gian - nói theo cách ví von của nhà văn trẻ Trần Vũ, chiếc kim đồng hồ trên tay anh Trần Hoài Thư đã chỉ 12 giờ kém 5 phút sắp qua nửa đêm và chỉ sau năm phút phù du đó, khi Trần Hoài Thư trở thành "người của trăm năm cũ", tất cả sẽ bị lớp bụi thời gian mau chóng phủ mờ".

12 năm cùng với Nguyễn Ngọc Yến, Trần Hoài Thư đã lục lọi khắp các thư viện của các đại học danh tiếng để sưu tầm, tập họp và xuất bản:

- Bộ Văn Miền Nam (gồm 4 cuốn)

- Thơ Miền Nam Thời Chiến (2 cuốn)

- Thơ Tình Miền Nam

- Thơ Tự Do Miền Nam

Tập nào cũng dày cộm năm bảy trăm trang, riêng bộ Văn Miền nam có lẽ gần 2000 trang. Ngoài ra, trong các số đặc biệt, Thư Quán Bản Thảo đã in lại toàn bộ các tạp chí Sáng tạo Khởi Hành, Vấn Đề... Tâm huyết của Trần Hoài Thư dành cho Di Sản Văn Học Miền Nam là lớn lao và quan trọng. Tên của anh gắn liền với dòng chữ "Di Sản Văn Học Miền Nam 1954-1975".

Nhắc lại kỷ niệm đi thăm Trần Hoài Thư lần đầu, do Đinh Cường đề xướng khi chị Yến vừa tạm hồi phục về nhà, bài thơ Đinh Cường viết là:

Trên đường về tôi cứ nghĩ
thiếu bó bông tặng chị Yến
nhân Mother's Day
nhưng có hề chi
chúng tôi với tấm lòng chân thật

từ Virginia lên thăm chị và Trần Hoài Thư với những khay
xôi đậu phộng, bánh nậm, bánh ít, bánh giò bánh bèo tôm
chấy
tự tay chị Cúc Hoa và cháu Thiên Kim làm thật ngon...
anh Phạm Cao Hoàng chỉ có bưng vào
bày ra bàn buổi ăn trưa thật vui đầm ấm tình bè bạn
Chị Yến ngồi trên xe lăn mặc dù từ khi bị stroke đến nay đã
năm tháng đã khá hơn nhiều chị nói Trần Hoài Thư
đem mấy tách trà nhỏ có hình vẽ con rồng xanh khi pha trà
nóng vô hình con rồng đổi màu ra đỏ trà thật ngon và tách
sứ nhỏ có hình rồng chị nói để mời bạn quý
cám ơn giọng nói thanh trong đôi mắt ngời sáng của chị
bây giờ chân trái đã cử động được chỉ còn tay trái với ý chí
kiên trì tập luyện sẽ bình phục theo thời gian
nhìn chị chống cây gậy bằng nhôm ba chấu anh mua ở
ebay, anh đẩy chị đi quanh phòng thấy mà thương.
nhìn những thanh gỗ anh đóng quanh các vách tường
anh dẫn ra khoe cái thanh nhôm anh chế
gắn trước cửa chính để chị có thể vịn
bước lên tầng cấp vào nhà
rất vui được lên thăm chị
đúng vào ngày lễ mẹ
(tôi vẫn nói ai yêu mẹ là anh hùng)
chị rưng rưng nước mắt
nước mắt của người con gái Cần Thơ một thời
lấy người lính trận...
cám ơn chị vẫn để dành cho mỗi người ba xấp bánh tráng
bánh tráng mè đen ít nơi nào có cám ơn chuyến đi và về
thật đẹp chị Mai và Nguyễn Minh Nữu lái
ghé rest area Delaware uống ly cà phê Starbucks quen thuộc
sẽ nhớ hoài cái giang sơn in ấn cắt xén vô bìa tráng bóng
Thư Quán Bản Thảo nay dời hết xuống basement
mới thấy nỗi đam mê mãnh liệt của Trần Hoài Thư
nay anh đang chuẩn bị làm số mới niềm vui và tự hào hiếm
có.

cám ơn chiếc sofa tôi đã nằm nghỉ lưng trưa nay
chiếc sofa anh đã nằm những đêm từ nhà thương với chị về
giã từ sân nhà có thân cây cao tuổi có vòm hoa tím
giã từ mặt hồ im ngôi nhà thờ cổ ở Plainfield - New Jersey
trên đường về tôi cứ nghĩ thiếu bó bông tặng chị nhưng có
hề chi bằng tình bạn thật lòng thương quý nhau.

(Virginia, May 12, 2013)

Khi đến thăm Trần Hoài Thư lần đầu, anh hướng dẫn xuống besement xem chỗ anh in ấn Thư Quán Bản Thảo và các bộ sách Di sản văn chương miền Nam, thấy anh sử dụng máy in HP8000, Tôi nói tôi không làm báo nữa, nên dư hai cái máy in HP8000, có điều máy nặng lắm, hai người khiêng cũng ì ạch, nếu anh muốn tôi sẵn lòng gửi tặng như một đóng góp với anh trong việc phổ biến Di Sản Văn Chương, Anh hào hứng nhận lời, và hẹn sẽ tới lấy máy vào tuần sau. - Nhưng phải có người phụ, máy lớn, nặng và cồng kềnh lắm. anh mỉm cười bí mật, tôi có cách.

Và anh có cách thật, khi xuống lấy máy, chỉ với một cây Tuộc-Vít và khoảng 15 phút, cái máy cồng kềnh đồ sộ đã được tháo ra thành mấy chục mảnh, và gọn gàng xếp vào lòng xe chạy về New Jersey. Bây giờ tôi đã hiểu thêm một nhân cách khác của Nhà văn Trần Hoài Thư, đó là một Kỹ Sư Điện Toán, đó là một bàn tay khéo léo và đó là một con người đầy chất Sáng tạo. Những cái đó phối hợp nhau nhịp nhàng để làm người in sách, xấy keo đóng sách, cắt vuông vức cuốn sách sau khi đã Viết ra cuốn sách. Thực lòng ngưỡng mộ và khâm phục.

Sau đó, một chuyến khác lái xe ba trăm dặm đưa nhóm anh em Quán Văn mà người chủ biên Nguyên Minh chính là người xuất bản tập truyện đầu tay của Trần Hoài Thư hồi xưa. Chuyến đi có Nguyên Minh, Đoàn Văn Khánh, Trương Văn Dân, Elena, Nguyễn Minh Nữu, Phạm Cao Hoàng lúc này chị Yến đã nằm trong Nusinghome. Dù đã dặn trước, nhưng khi đến nhà thì hoàn toàn vắng lặng. Ngoài sân chiếc xe nằm đó, cửa kính kéo xuống,

Gõ cửa nhiều lần không nghe đáp lại. gọi điện THT không bắt máy. Cửa không đóng nên chúng tôi vào nhà, nhà vắng lặng, Chúng tôi bạo dạn đi thẳng xuống basement mà lòng hồi hộp âu lo, có chuyện gì xẩy ra không? Có bao giờ đi xuống gặp... gì không? Nhưng cũng hoàn toàn vắng lặng, dàn máy Computer vẫn mở mà... trước sau không một bóng người. Chúng tôi hội ý là không nên tự ý ở trong căn nhà không có mặt chủ nhân này, nên lái xe ra một góc đường chờ liên lạc. Nửa tiếng sau, Trần Hoài Thư gọi lại cho biết vừa đem cơm cho chị Yến về. Sau đó đưa chúng tôi trở lại Bệnh viện thăm chị Yến. Chị Yến yếu nhưng minh mẫn và rất vui gặp lại bạn bè xưa.

Kết luận bài này, xin nói về tấm lòng của Trần Hoài Thư mỗi khi gặp nhau, là cả một nồng nhiệt, chí tình cùng bằng hữu, là thiết tha chia sẻ tâm sự về việc đang làm, như một bài viết của Phạm Cao Hoàng (mà tôi rất đồng cảm) khi nhắc đến Trần Hoài Thư:

"Anh say sưa nói về những công trình anh và chị Yến đã thực hiện được trong tủ sách di sản văn chương miền Nam và tạp chí Thư Quán Bản Thảo. Rất nhiều người ở hải ngoại cũng như trong nước yêu mến Trần Hoài Thư và Nguyễn Ngọc Yến vì công lao của anh chị trong việc sưu tầm, in ấn và phổ biến các tác phẩm văn học miền Nam 1954-1975."

Cảm tạ Văn Chương là tác phẩm mới nhất của Trần Hoài Thư, những bài viết như những lời nhắn gửi. Tôi thật lòng mong được đọc tiếp Cảm Tạ Văn Chương Tập 2. Cứ như vậy nhé anh Trần Hoài Thư.

VIẾT VỀ TRƯƠNG VŨ:
STUDIO TRÊN ĐỒI HẠT DẺ

Trương Vũ và Nguyễn Minh Nữu.

Căn nhà rất đẹp, nằm trên một ngọn đồi, nhìn bao la ra phía trước là thảm cỏ mượt mà, xa hơn nữa, dưới thung lũng là thành phố Woodbridge của tiểu bang Virginia. Đứng trước hiên nhà, bên phải là hàng cây Hạt Dẻ, nhìn bao quát, cảm thấy nhẹ nhàng và thú vị như đi du lịch. Phạm Cao Hoàng rủ tôi ngồi trước thảm cỏ xanh chụp hình kỷ niệm, hôm nay, Virginia vừa có vài ngày không khí chớm lạnh của mùa thu về trễ.

Họa sĩ, Nhà văn Trương Vũ vừa dọn về căn nhà này sau thời gian khá dài mua rồi để đó không ở. Dọn nhà và sắp xếp lại nơi ăn ở, nơi ngồi vẽ ở tuổi này là một việc không nhẹ nhàng nhưng tia mắt nhìn hạnh phúc của Trương Vũ làm chúng tôi chia sẻ được niềm vui thanh thản của anh và chị về nơi ở như một thắng cảnh, hay nói khác đi là một nơi cư ngụ an dưỡng tuyệt vời.

Chữ Chúng Tôi mà tôi mới dùng là: Anh chị Nguyễn Tường Giang, anh chị Phạm Cao Hoàng, Anh Nguyễn Mạnh Hùng, Anh chị Phạm Nhuận, chị Nguyễn Thị Thanh Bình, Cháu Thiên Kim và vợ chồng tôi: Nguyễn Minh Nữu. Chúng tôi hẹn nhau và cùng đến thăm Studio mới, gặp gỡ sau mấy tháng không gặp và để chúc vui đến anh Trương Vũ sau khi Quán Văn số 67 phát hành tháng 9/2019 dành chuyên mục Chân dung văn học cho Nhà văn, Họa sĩ Trương Vũ.

Căn nhà đẹp, trước khi bước vào nhà là một hàng hiên rộng, nhìn ra chân trời không bị giới hạn tầm mắt. Phòng khách với bàn ăn dài đủ chỗ cho 20 người ngồi trò chuyện, basement được dùng để thành studio, trưng bày tranh và nơi làm việc của họa sĩ. Tất cả đều chưa hoàn chỉnh vì mới dọn về, còn nhiều bức tranh chưa treo lên, còn nhiều chỗ còn bỏ trống chưa sắp xếp những đã lộ rõ ý tưởng của chủ nhân muốn tạo ra một nơi tụ họp thân tình văn nghệ.

Sau khi ăn những món ăn ngon do chị Cúc Hoa, Thiên Kim và Kim Mai thực hiện, uống cạn ly vang đỏ chúc mừng hội ngộ với nhau. Trương Vũ vắn tắt nói về tạp chí Quán Văn, khâm phục sức làm việc dẻo dai và nhiệt tình của nhà văn Nguyên Minh, người chủ trương, và một số anh chị em đồng điệu. Sau đó nói về Quán Văn số 67 có tựa đề chung là Đuổi Bóng Hoàng Hôn với chân dung văn học Nhà văn, Họa Sĩ Trương Vũ.

Đuổi Bóng Hoàng Hôn là tuyển tập 19 tiểu luận được xuất bản năm 2019, gồm 19 tiểu luận của Trương Vũ được viết và chọn lại từ rất nhiều bài viết suốt hơn ba mươi năm của một tác giả gắn bó rất nhiều với văn học hải ngoại, Sau khi phát hành vào tháng 6 năm 2019, tập tiểu luận được phản hồi, cảm nhận, từ nhiều người cầm bút như Trần Vũ, Lữ Quỳnh, Nguyễn Thị Thanh Bình, Du Tử Lê, Nguyễn Hưng Quốc, Hoàng Ngọc

Tuấn... thì ba tháng sau, Tạp Chí Quán Văn thực hiện cuốn chân dung Văn Học Nhà văn Họa sĩ Trương Vũ với một số tiểu luận trích trong tác phẩm ĐBHH. Cộng với bài viết của các tác giả khác (đã ghi ở trên) viết về tuyển tập này để người đọc được thấy bao quát hơn về một tác giả nhiều người yêu quý. Một tác giả mà Nguyễn Thị Thanh Bình đã ghi nhận rất rõ về tác phẩm của ông:

"Với một tâm thức như thế, và chúng ta thấy Trương Vũ đã dàn trải hết lòng, và như rút ruột, chúng ta chắc chắn mỗi người sẽ tìm và gặp, sẽ đọc và cảm nhận từng hạt lân tinh khác nhau những điều lấp lánh trong mớ chữ nghĩa dày dặn của Trương Vũ với tôi vẫn là hình ảnh đậm nét của một người không còn trẻ nữa nhưng không bao giờ già.

Trong Quán Văn 67 in lại được một số tác phẩm hội họa của Trương Vũ cùng một số bài khác của Đinh Cường, Nguyễn Xuân Thiệp, Duyên, Phạm Cao Hoàng, Nguyễn Minh Nữu viết về kỷ niệm với Trương Vũ.

Ngồi cạnh bên nhau, nói chuyện ngày xưa, nghe kể lại thời vừa ngồi vẽ, khi dọn nhà, tìm ra được những bức tranh bằng phấn tiên vài chân dung người mẫu mà bây giờ không biết nơi nào, rồi bất ngờ thấy hai bức ký họa của Đinh Cường và Nguyễn Trọng Khôi vẽ Trương Vũ được cất trong một tập sách hội họa... Phạm Cao Hoàng nhắc lại đó là thời gian triển lãm chung ba người ở Virginia, buổi tối ngồi uống rượu với nhau, ba chàng họa sĩ lấy giấy ra và vẽ... về nhau. Một kỷ niệm đẹp và thú vị.

Lâng lâng kỷ niệm khi Nguyễn Tường Giang kể về tòa soạn Quán Văn, nghe Phạm Cao Hoàng kể chuyện các họa sĩ vẽ chân dung ở khu Monmartre, Paris. Nghe Nguyễn Mạnh Hùng kể, nghe Phạm Nhuận kể... Ai cũng có chuyện để kể và ai cũng cảm thấy được cùng tham dự vào kỷ niệm của nhau.

Về ngồi đây cạnh nhau thôi Mà nghe rộng suốt một đời cho nhau

Tạm chia tay với ngôi nhà trên đồi có hàng cây Hạt Dẻ, tạm chia tay với Studio mới rất thanh tĩnh có tầm nhìn tuyệt đẹp để Họa Sĩ Trương Vũ có điều kiện nhìn bốn mùa đi qua, ai trong chúng tôi đều nghĩ đây sẽ còn nhiều lần ghé lại với tấm lòng hiếu khách của anh chị Trương Vũ. Như Phạm Cao Hoàng đã ghi nhận ngắn: Và từ đây, chắc chắn sẽ có những bức tranh mới của Trương Vũ ra đời. Với không gian rất ấm cúng và văn nghệ này, chắc chắn nhiều cuộc gặp gỡ sẽ tiếp tục diễn ra.

Virginia, October 8, 2019

VIẾT VỀ TRƯƠNG VŨ:

CHẤT TRÍ THỨC VÀ NGHỆ SĨ TRONG CÁC BÀI TIỂU LUẬN

Trương Vũ tranh sơn dầu của Trương Thị Thịnh

Đầu năm 2019, tôi nhận được một email của Trần Thị Nguyệt Mai: "Anh Trương Vũ có rất nhiều bài tiểu luận hay, đăng rải rác ở các tờ báo giấy và internet, nhiều lần đề nghị anh ấy tập hợp lại để in thành sách nhưng anh ấy làm lơ hoài. Nguyệt Mai đề nghị chúng ta cộng tác với nhau để làm". Tôi đồng ý ngay. Và 4 chúng tôi: Trần Thị Nguyệt Mai (Ohio), Duyên (Michigan), Nguyễn Minh Nữu (Virginia), Phạm Cao Hoàng (Virginia) phối hợp với các anh chị Lê Hân (NXB Nhân Ảnh, California) Nguyễn Đồng (California) Nguyễn Thị Hợp (California), Tạ Quốc Quang (Texas) thực hiện và hoàn tất việc xuất bản tập tiểu luận Đuổi Bóng Hoàng Hôn của Trương Vũ vào tháng 5.2019. Đây là quà tặng chúng tôi dành cho tác giả - một người bạn vai anh mà chúng tôi quí mến.

Tập tiểu luận Đuổi Bóng Hoàng Hôn gồm 20 bài, khởi đầu là Đêm Đại Dương ghi chút ký ức khi phải rời bỏ quê nhà vào năm 1980: "Những ngày kế tiếp, những năm tháng kế tiếp, hơn một triệu đồng bào lần lượt lao mình vào đại dương. Từ hai trăm đến bốn trăm ngàn trong số đó không bao giờ đến nơi, không bao giờ trở về. Nhớ lại bài Oceano Nox (Đêm Đại Dương) của Victor Hugo, tôi không còn chút xúc động nào nữa. Cái bi hùng trong Oceano Nox không nghĩa lý gì với những thảm kịch kinh hoàng đồng bào tôi đang trải qua trên đại dương".

Và kết thúc là tiểu luận thứ 20: Về Lại Sorrento:

"Anh vẫn nhìn thấy đôi mắt em trong những đêm mơ, đừng nói lời vĩnh biệt. hãy về lại Sorrento." Đây là những lời tôi dịch vội từ bản tiếng Anh, Come Back to Sorrento, phiên bản Dean Martin của bản tình ca bất hủ Torna a Surriento của Ernesto DeCurtis. Tôi mê bản nhạc này từ những ngày mới bước chân vào trung học, qua lời ca tiếng Việt của Phạm Duy, Trở Về Mái Nhà Xưa. Lúc đó, tôi chưa hề thật sự sống xa nhà, chưa thật sự có những mất mát lớn nào, nhưng mỗi lần nghe vẫn thấy thắt ruột, cảm giác như mình đang trong tâm trạng một kẻ tha phương trở về ngôi nhà cũ".

Đuổi Bóng Hoàng Hôn là tập tiểu luận có lối hành văn trong sáng và khoa học, dẫn chứng nhẹ nhàng, dễ hiểu, tạo nhiều cảm xúc cho người đọc. Nhưng thực sự đó lại là một tác phẩm không dễ đọc. Nghĩa là sao?

Thông thường khi chúng ta đọc một bài tiểu luận, chúng ta sẽ cảm thấy thú vị vì được dẫn dắt và mở ra nhiều điều mới lạ. Nhưng đọc liên tục ba bốn bài, tôi có cảm giác bị choáng, những tư liệu, sự kiện, và cảm xúc tác giả gửi tới dập dồn, bắt buộc mình phải gấp sách lại, nhắm hờ đôi mắt, ngước lên trần nhà để từ từ tiếp nhận lại những điều vừa đọc được. Cái cảm giác đó có thể của riêng tôi, nhưng đó là cảm giác thật.

Tôi đã đọc Đuổi Bóng Hoàng Hôn rất nhiều lần mới hết cuốn sách. Sau đó đọc lại nhanh hơn, chỉ khoảng ba lần mở ra là đọc được cả 20 bài.

Bài này viết sau rất nhiều người viết về Trương Vũ và Đuổi Bóng Hoàng Hôn như Du Tử Lê, Đào Như, Hoàng Ngọc Tuấn, Nguyễn Hưng Quốc, Lữ Quỳnh, Hoàng Kim Oanh, Trần Vũ... cho nên tôi không lập lại những gì người khác đã viết, mà chỉ xin ghi nhận đồng cảm với một số câu các tác giả khác đã viết như:

"Trong cuốn ĐUỔI BÓNG HOÀNG HÔN, Trương Vũ viết về nhiều đề tài khác nhau (giáo dục, văn chương, chính trị, quê hương, kỷ niệm). Những bài viết của anh bao giờ cũng có tính khúc chiết và uyên bác của một nhà khoa học, hoà với cảm xúc thâm trầm của một nghệ sĩ".

(Hoàng Ngọc Tuấn)

Hay là:

"Và hay ở giọng văn: Xuất thân từ một nhà khoa học, Trương Vũ có giọng văn gọn gàng, trong sáng và rất khúc chiết. Bài nào cũng có cấu trúc chặt. Hoàn toàn không có những chỗ đẩy đưa thừa thãi. Tất cả các câu văn đều dừng lại ở chỗ chúng phải dừng. Đọc, rất thích".

(Nguyễn Hưng Quốc)

Và sau chót là: "Trương Vũ cũng có thể trả lời như vậy, từ hình ảnh đầu tiên Những Cơn Mưa Ngày Cũ và về tự truyện của mình qua thể tùy bút và tiểu luận. Đuổi Bóng Hoàng Hôn là mặt trời đã sau lưng nhưng vẫn còn phía trước, cho một tuổi trẻ khác".

(Trần Vũ)

Tôi rất đồng cảm với nhận định của Trần Vũ: xuyên suốt cuốn Đuổi Bóng Hoàng Hôn, tác giả Trương Vũ chỉ nương vào hình bóng của một mặt trời sắp lặn để gửi những tâm tư cho các mặt trời phía trước. Những mặt trời của tuổi trẻ sau này.

Sau khi tốt nghiệp Đại Học và sau Đại Học, Trương Vũ về dạy Toán và phụ trách về Sinh Viên Vụ cho Đại Học Duyên Hải tại Nha Trang. Thời gian dạy học chắc không dài vì biến cố 30 tháng 4, Ông đã vượt biển, rồi tiếp tục học để trở thành nhà khoa học làm việc cho cơ quan không gian NASA, Hoa Kỳ. Khi về hưu, ông dành toàn bộ thời gian cho hội họa. Đọc hết 20 bài tiểu luận trong Đuổi Bóng Hoàng Hôn, tôi nghĩ, sau khi rời bục giảng ở Đại Học Duyên Hải Nha Trang, Trương Vũ tiếp tục làm một người học trò chí tình với các thầy ngày trước và là một người thầy tận tụy với các học trò thuộc các thế hệ sau này. Hãy đọc Đuổi Bóng Hoàng Hôn để nghe Trương Vũ nhớ về thầy Cung Giũ Nguyên, và mênh mang theo thầy Trương Vũ nhắc tới các học trò Trần Thị Thanh Thủy, Nguyễn Văn An, Nguyễn Ngọc Nam, Phan Công Chinh, Tôn Nữ Thu Dung... hay những bóng dáng khác, được đề cập tới không phải là học trò chính thức nhưng đã nhận biết bao lời tâm huyết của một trí thức có tâm hồn nghệ sĩ, có kiến văn quảng bác, được ghi bằng lời tâm tình chí cốt.

Xin được nói tới bài Mưa Ướt Vị Thành.

Đây là bài tiểu luận tôi đọc nhiều nhất. Mỗi lần đọc, tôi lại ngạc nhiên vì cái cảm nhận của mình lần này không giống với cảm nhận của mình lần trước. Thí dụ, khi đọc lần đầu, tôi chia sẻ tấm lòng người lính trẻ Trương Vũ, lần đi nhận đơn vị đầu tiên, một nơi rất xa xôi, không có ai quen, tự an ủi mình "Mạc sầu tiền lộ vô tri kỷ, thiên hạ hà nhân bất thức quân" (thơ Cao Thích, bài Biệt Đổng Đại). Trong bài viết này, Trương Vũ đưa bài thơ của Vương Duy và cảm khái:

"Năm đó, dù đã dạy học một thời gian trước khi động viên, tôi chỉ mới vừa qua tuổi 26. Bạn tôi, cũng cùng tuổi và cả hai đều đã có gia đình. Tôi nhớ rất rõ bản tiếng Hán, Vị Thành Khúc, của Vương Duy:

Vị Thành triêu vũ ấp khinh trần
Khách xá thanh thanh liễu sắc tân

Khuyến quân cánh tận nhất bôi tửu Tây xuất
Dương Quan vô cố nhân.

Và, cả bản dịch của Ngô Tất Tố:

Trời mai mưa ướt Vị Thành Xanh xanh trước quán mấy nhành liễu non Khuyên chàng hãy cạn chén son Dương Quan đến đó không còn ai quen".

Nhưng khi đọc lần thứ hai thứ ba, thì cảm nhận tôi lại chú ý tới đoạn dẫn mà tôi cho là quan trọng nhất trong bài tiểu luận này, bởi chính vì một câu hỏi mà Trương Vũ lúc đó tự cho là mình chưa trả lời toại nguyện của một người bạn trẻ, cho nên mới viết tiểu luận này:

"Một hôm, trong một hội thảo hè dành cho các nhà văn trẻ tổ chức ở đại học St. Mary thuộc tiểu bang Maryland, một nhà văn trao đổi với tôi về trường hợp của cô. Cô mê văn chương, viết rất nhiều truyện ngắn, đang vật lộn với đời sống và phấn đấu với chính mình để xem có nên tiếp tục sống toàn phần cho văn chương và bán phần cho sinh kế, hay ngược lại. Cô muốn tôi lấy kinh nghiệm cá nhân để giúp cô ý kiến. Rất tiếc, hôm đó tôi chẳng giúp gì được vì chẳng có kinh nghiệm nào về chuyện này. Câu trả lời của tôi khá mông lung.

- Tuy nhiên, nhân câu chuyện trên, tôi thấy cần viết một bài về đề tài này, về cái vị trí của văn chương trong đời sống của mình, để từ kinh nghiệm riêng chia sẻ được gì với người khác. Đặc biệt, tôi muốn chia sẻ với những bạn trẻ giống như tôi trước đây, không được đào luyện tốt về văn chương ở trường ốc và sống với những ngành nghề gần như trái ngược. Tôi xin viết một cách tản mạn, và tản mạn từ những chuyện rất riêng tư".

Đến những lần kế tiếp, khi đọc lại, tôi chăm chú theo dõi những điều ông viết, mà tôi cho rằng chính là những câu ông dành trả lời câu hỏi mà cô nhà văn trẻ kia hỏi ông hồi đó, và cũng chính là câu tôi muốn hỏi ông bây giờ. Càng đọc càng bất ngờ thú vị khi ông kể về tình yêu, và thảm kịch của sự ghen tuồng lồng trong một câu chuyện nói về sự đam mê nghệ thuật. Đó là Một Bản Đàn, ý chính của một tác phẩm của Leo Tolstoy.

"Cách đây ba năm, tôi lên Amazon tìm mua CD bản The Kreutzer Sonata cũng do Rubinstein và Szerying trình tấu để nghe lại. Tôi tin rằng tôi hiểu được ý của Tolstoi khi chọn bản sonate này làm nhan đề cho cuốn tiểu thuyết. Tôi tin rằng cái nghi vấn của tôi đúng. Nhưng, thật ra, đúng hay sai không quan trọng. Quan trọng là chính cái nghi vấn đó đã cuối cùng mang đến tôi một niềm vui, một may mắn, được thưởng thức một bản sonate tuyệt vời. Riêng đối với nhà văn Trương Bảo Sơn, dù vẫn không đồng ý với ông về cách đặt tên cho bản dịch cuốn tiểu thuyết, tôi luôn kính trọng ông, và rất cám ơn ông đã đem đến cho lớp trẻ chúng tôi vào thời đó một món ăn tinh thần rất có giá trị của Leo Tolstoi".

Cuốn sách được gấp lại, Với cái kiến thức nhỏ nhoi của mình, tôi phải tìm đọc tác phẩm Một Bản Đàn của Tolstoy qua bản dịch để hiểu hơn về câu chuyện này.

"Và rồi, tôi nghĩ đến một buổi tối ở giảng đường của trường Đại Học Duyên Hải trên đường Yersin, Nha Trang. Tối hôm đó, bạn tôi, giáo sư Bửu Ý, thuyết trình một đề tài đặc biệt: "Văn Chương Trên Giấy, Văn Chương Trên Sàn Gỗ." Trong phần thuyết trình, một sinh viên Việt Hán, Dương Đề, được Bửu Ý chọn lên trình bày vài diễn xuất ngắn. Những câu nói trong phần diễn xuất của Dương Đề luôn chấm dứt bằng câu "NGÀY MAI TÔI SẼ VỀ SÀI GÒN".

Nha Trang cách Sài Gòn chỉ hơn 300 cây số mà người sinh viên đó vẫn thèm khát "Ngày mai tôi sẽ về Sài Gòn". Tự nhiên tôi nghĩ lại mình, nghĩ đến một quê hương ngàn trùng bên kia trái đất và mênh mang yêu nhớ vùng đất mình đã phải rời xa. Bỗng dưng ứa nước mắt khi nghe Trương Vũ kể câu chuyện cây cầu bắc qua sông Drina.

"Tôi đồng cảm với cái nhói tim của ông Tể Tướng Thổ, Mehmed-pasa Sokolovic. Một trong những đứa bé bị bắt qua sông Drina như đã nói trên đây được một gia đình quyền quý Thổ nhận làm con nuôi, đổi đạo, đổi tên. Lớn lên, nhờ tài năng, thăng lần lên đến bậc thang cuối cùng của danh vọng, giúp đế quốc Thổ bành trướng tận Trung Âu, giữ chức Tể Tướng (First Grand Vizier) cho Thổ. Với ông Tể Tướng Thổ, chuyện đứa bé bị bắt đưa qua sông ngày nào tưởng đã hoàn toàn đi vào quá khứ. Nhưng không, có người nói là ông thường bị những cơn nhói tim. Vào một lúc như vậy, có lẽ, ông làm một quyết định lớn là cho xây một chiếc cầu qua sông Drina. Xây từ năm 1566 nhưng mãi đến 5 năm sau mới hoàn tất. Và, từ đó, cây cầu cũng như con sông tiếp tục chứng kiến bao đổi thay, bao bi hài kịch của cuộc đời, và cả bao tàn phá lẫn xây dựng".

Và Trương Vũ kết bài tiểu luận này bằng hai câu thơ:

"Từ một con sông chảy ra biển, một sớm nào tôi đã theo đó mà ra khơi. Tôi đã hò hẹn với con sông, với biển, và với bao nhiêu người là tôi sẽ trở lại. Và, tôi đã gặp lại rất nhiều trong số đó. Tôi nhớ mấy câu thơ của một người bạn Nha Trang của tôi, nhà thơ Hải Phương:

Cám ơn biển
biển trùng khơi con sóng vỗ
trăm nhánh sông hò hẹn chuyến đò qua".

Đọc Mưa Ướt Vị Thành, và đọc hết Đuổi Bóng Hoàng Hôn, dường như Mưa Ướt Vị Thành là để trả lời một câu hỏi, rất nhiều hay nói chung các tiểu luận còn lại đều mang tính dẫn chứng thêm, bổ sung thêm những kiến văn cần thiết cho câu hỏi từ Mưa Ướt Vị Thành như về nhân văn (Cung Giũ Nguyên: tác giả, tác phẩm), về văn hóa (Giáo dục Việt Nam: những vấn đề căn bản), về chính trị (Mùa đông Prague), về lịch sử (Vị trí của Sáng Tạo trong sự phát triển văn học miền Nam, Nhìn lại phong trào văn nghệ phản kháng tại Việt Nam từ 1986 đến1989).

Dẫu rằng tác giả đã nói trước rằng: "Tôi xin viết một cách tản mạn, và tản mạn từ những chuyện rất riêng tư. Nhưng thực tế đúng như Đào Như nhận xét:

Anh là chuyên gia nghiên cứu cho NASA tại Trung Tâm Không Gian Goddard từ 1980 cho đến khi nghỉ hưu năm 2005. Anh đã tham dự và phụ trách nhiều công trình khác nhau, về khoa học và kỹ thuật. Đóng góp quan trọng nhất của anh thuộc về lãnh vực nghiên cứu và phát triển kỹ thuật xác định quỹ đạo (Orbit Determination) và phi hành tự động cho phi thuyền (Autonomous Spacecraft Navigation). Anh đã đăng tải nhiều công trình nghiên cứu với tư cách tác giả chính về vật lý và kỹ thuật không gian.

Trong cuốn ĐUỔI BÓNG HOÀNG HÔN, Trương Vũ viết về nhiều đề tài khác nhau (giáo dục, văn chương, chính trị, quê hương, kỷ niệm...). Những bài viết của anh bao giờ cũng có tính khúc chiết và uyên bác của một nhà khoa học, hoà với cảm xúc thâm trầm của một nghệ sĩ".

Với kiến thức uyên bác cộng với sự thận trọng khi viết xuống, những tiểu luận của Trương Vũ mang thật nhiều giá trị minh triết, mà tôi là một thực tế nhất, bởi vì gần gũi về địa lý, thân mật bởi tình anh em, gặp gỡ nhau nhiều nên hưởng rất nhiều lợi ích về kiến thức và cảm thụ văn chương. Nhưng nhiều người đã đề cập điều này rồi nên không muốn nói lại. Vì thế, để kết thúc bài này, tôi nghĩ tới chất nghệ sĩ của ông khi nhớ đến những đoạn ký, giữa sóng nước mênh mông của đại dương, giữa ranh giới của sống chết trong đêm vượt biển lại nhớ về một bài thơ Victor Hugo, Để trả lời một câu hỏi hóc búa thì lại nhớ về một bản Sonate, khi đi du lịch một thắng tích phương tây lại thả hồn mình vào Trở Về Mái Nhà Xưa.

Và còn nữa, tôi yêu thích tấm hình Phạm Cao Hoàng chụp Trương Vũ đang vẽ một bức chân dung Mái tóc lười, đôi mắt đam mê, cây cọ trên tay trước bức tranh đang vẽ và giữa một studio tràn ngập tranh đã hoàn thành. Nét thâm trầm của một trí thức và chất đam mê của một nghệ sĩ hiện rất rõ trên tấm hình này. Nét thâm trầm ấy và chất đam mê ấy chúng ta cũng có thể nhìn thấy xuyên suốt 20 bài trong tập tiểu luận ĐUỔI BÓNG HOÀNG HÔN của Trương Vũ.

THƯƠNG QUÁ SÀI GÒN
NGÀY TRỞ LẠI

1/

Ngay trong đêm, tôi gửi tin nhắn đến Đoàn Văn Khánh: "Về tới Sài Gòn rồi, mai gặp nhau uống cà phê". Bây giờ là 11:30 đêm. Tôi nghĩ lúc 4 giờ sáng thức dậy để đi bộ tập thể dục, Khánh sẽ nhận được tin nhắn của tôi. Đêm đầu tiên về tới Sài Gòn tôi không ngủ được. Chắc chẳng phải riêng tôi. Những người xa xứ về quê khó tìm được giấc ngủ; một phần vì khác biệt về giờ giấc, một phần vì nôn nao trong lòng khi nghĩ tới các cuộc gặp gỡ sắp tới.

Nằm mơ mơ màng màng chút xíu, thấy có tin nhắn của Đoàn Văn Khánh: "Khi ngủ dậy thì gọi nhé". Tôi nhìn đồng hồ, 5:15 sáng. Tôi bấm máy gọi cho Khánh, nói Khánh ra Sài Gòn đi, tôi sẽ ra ngay và gặp nhau.

Sài Gòn có 19 quận và 5 huyện với số dân lên tới 10 triệu người, nhưng khi chúng tôi nói tới Sài Gòn là nói tới các quận trung tâm, hay nói cụ thể hơn là nói tới chợ Bến Thành và chung quanh bán kính khoảng một cây số.

Chúng tôi gặp nhau ở quán cà phê trong khuôn viên Dinh Độc Lập; ngoài Đoàn Văn Khánh còn có Cao Bá Hưng. Cao Bá Hưng là một người bạn vai em, quen nhau sau 1975, làm thơ, viết nhạc và sống bằng nghề điêu khắc ở Sài Gòn.

Khánh sinh trước tôi 6 tháng, tôi sinh vào tháng Giêng năm sau, nên theo tuổi thì Khánh hơn tôi một tuổi. Chúng tôi quen nhau thời sinh hoạt Thi Văn Đoàn thiếu niên. Thập niên 60, ở miền Nam rộ lên phong trào thành lập thi văn đoàn - nơi các nhóm bạn trẻ cùng nhau sáng tác và gửi bài đăng báo. Dạo ấy có khoảng mười tờ báo thiếu nhi như Bạn Trẻ, Tuổi Xanh, Tuổi Hoa, Măng Non, Việt Sinh... và hầu như các nhật báo hàng ngày, báo nào cũng dành một góc cho trang thiếu nhi.

Năm đó, Tuần báo Việt Sinh tổ chức cuộc thi viết Việt Sinh. Kết quả Đoàn Văn Khánh đoạt giải nhất về thơ. Giải nhất về văn cũng trao cho một người tên Khánh - Hà Thúc Khánh. (Mấy chục năm sau, tôi gặp lại Hà Thúc Khánh ở Mỹ. Hà Thúc Khánh vẫn viết văn, nhưng viết bằng tiếng Anh, lấy bút hiệu là Khanh Ha. Khánh có tặng cho tôi tác phẩm mới nhất của anh. Gặp một lần và sau đó không có dịp gặp nữa).

Đoàn Văn Khánh lúc đó cùng mấy người bạn lập thi văn đoàn Hàn Mặc Tử. Những người trong nhóm ấy bây giờ chỉ còn Đoàn Văn Khánh và Lê Hồng Thái theo đuổi việc sáng tác nhưng Thái nghiêng về điêu khắc nhiều hơn và là một điêu khắc gia nổi tiếng vùng đồng bằng sông Cửu Long. Khánh thì vẫn là người chung thủy với thơ. Câu thơ Đoàn Văn Khánh làm năm 17 tuổi: "Người ta biết cũng đâm liều, còn hơi thở yếu, còn yêu em hoài» hay câu thơ làm năm 27 tuổi: "Cảm ơn riêng một góc ngồi, cho tôi xin nửa vành môi trữ tình" hoặc câu thơ 50 năm sau: "Thưa em con gái miền tây, Bắt qua tơ tưởng đêm ngày không yên".

Vẫn là những dòng thơ trữ tình, sử dụng lục bát chuyên chở chất lãng mạn thiết tha của cái tình đắm đuối. Tất nhiên, thơ Khánh không chỉ là lục bát, mà nhiều thể loại và nhiều đề tài, nhưng trong lòng tôi, lúc nào nghĩ đến thơ Khánh là nghĩ đến lục bát và nghĩ đến thơ tình. Quen biết và thân với nhau hơn 50 năm rồi, chúng tôi đã vượt qua khỏi cái giao tế bằng hữu bình thường mà chỉ nhìn ánh mắt nhau đã hiểu người kia muốn gì, đoán được ý nhau và hòa được cái sở thích của nhau.

Khánh nói, sáng nay Nguyên Minh ở nhà chờ ông đến, có mấy bạn văn nữa. Buổi cà phê hội ngộ đầu tiên thu ngắn lại. Cả ba chạy về phía Tân Sơn Nhất để đến nhà Nguyên Minh.

"Tòa soạn Quán Văn" thực ra chỉ là một căn phòng nhỏ, diện tích khoảng vài chục thước vuông, ở đó là sách vở, computer, máy in. Vòng quanh vách là mấy băng ghế để anh em ngồi chơi trò chuyện, khung của sổ nhìn xuống một khoảng sân mênh mông vắng lặng của một góc phi trường Đây là một nơi gặp gỡ của rất nhiều người cầm bút, là nơi làm việc của nhà văn Nguyên Minh, một nhà văn cao tuổi nhưng có đôi mắt như trẻ thơ và một cái đầu mơ mộng chất chứa biết bao nhiêu dự án hết sức mộng mơ. Nguyên Minh cầm bút từ đầu thập niên 1960. Năm 1970, anh sáng lập tạp chí Ý Thức, với sự đồng hành của Đỗ Hồng Ngọc, Lữ Kiều, Lữ Quỳnh, Trần Hữu Ngũ, Châu văn Thuận... Sau đó, trải mấy mươi năm sống với ngành in ấn, năm 2011, anh chủ trương một tuyển tập văn chương lấy tên là Quán Văn. Với 4 tác phẩm văn xuôi, mọi người gọi anh là nhà văn, nhưng ngay lần đầu tiên được gặp và làm quen với anh hồi năm sáu năm về trước, tôi nhìn thấy từ anh là một nhà báo - một nhà báo văn học.

Một người viết văn làm báo thì chỉ có thể làm một loại báo: đó là báo văn học vì tờ báo loại này đòi hỏi những khả năng khác với báo thông thường. Tờ báo bình thường đòi người chủ biên phải nhạy bén với kinh doanh, am tường chính trị, hiểu biết đời sống và nhất là thích nghi với thị hiếu độc giả. Những đòi hỏi đó Nguyên Minh không có, hay nói một cách khác là anh không mặn mòi gì với những thứ đó. Nguyên Minh có cái khác, đó là lòng yêu thích chữ nghĩa văn chương, và niềm đam mê với những sản phẩm in ấn.

Có một bất ngờ nào đó khi bắt gặp Nguyên Minh bên cạnh một tác phẩm văn chương mới được in ra, còn long lanh vết mực và ngát thơm mùi giấy mới, thì mới thấy được hết cái hạnh phúc của anh bên những sản phẩm mới làm. Xuất bản được Quán Văn và duy trì Quán Văn suốt năm năm qua là do một thiên khiếu riêng chỉ có ở Nguyên Minh. Suốt hơn 60 năm sống với chữ nghĩa, anh có giao tình, quen, biết rất nhiều người cầm bút, cộng thêm cách sống hòa nhã và chia sẻ, nên anh giữ được mối thân tình với anh em gần xa. Nguyên Minh có khả năng cảm nhận và phân tích rất nhanh cái đúng sai, hay dở của một bản thảo gửi về. Và quan trọng hơn cả là anh chấp nhận các dị biệt trong văn chương, các dị biệt trong ứng xử và cả những dị biệt trong cách nhìn, để rồi, trong căn phòng nhỏ làm tòa soạn Quán Văn đó, mọi dị biệt vẫn có thể trộn lẫn một phần riêng vào phần chung cho một ham thích thực hiện một sân chơi văn chương của mọi người.

Trong căn phòng hôm đó có Nguyên Minh, Đỗ Hồng Ngọc, Thân Trọng Minh, Mang Viên Long, Đoàn Thị Phú Yên, Đoàn Văn Khánh, Hoàng Kim Oanh, Trương Văn Dân, Elena, Nguyễn Minh Nữu, Cao Bá Hưng... Một lát sau thì có thêm Cúc Hoa, Phạm Cao Hoàng, Nguyễn Sông Ba và Hoàng Kim Chi.

Đây là lần đầu tiên tôi gặp nhà văn Mang Viên Long - một tác giả tôi yêu thích từ lâu với những bài văn ngắn chan chứa tình người. Trước đây mấy năm, tôi có cơ hội liên lạc với anh qua điện thoại và rất quý mến chất hào sảng và chân tình của anh.

Bác sĩ Thân Trọng Minh với bút hiệu Lữ Kiều là một kịch tác gia quen thuộc với tạp chí Ý Thức ngày xưa, và nhiều tạp chí văn học cùng thời. Anh còn là một họa sĩ, đã nhiều lần tổ chức triển lãm tranh. Kịch của Lữ Kiều là kịch của cảm xúc, trong đó những đối thoại như từng nhát chém, khảo tra vào nội tâm người đối thoại, nếu nghe thoáng qua, khó lòng nắm bắt được ý nghĩa bên trong, do đó chỉ có thể là kịch đọc và truyền thanh chứ khó dàn dựng, bởi vì, những suy tư trăn trở ở trong các nhân vật quá nặng, tìm được người diễn đạt nổi yêu cầu là cả một khó khăn. Tranh của Thân Trong Minh là tranh trừu tượng, màu sắc rạch ròi và cảm nhận người xem là tự suy và thỏa thuận với những biểu tượng mà tác giả đưa ra.

Nhà thơ Đỗ Hồng Ngọc cũng có ghi lại buổi gặp gỡ đó trong trang cá nhân của anh: "Hôm 9.9.2016, Phạm Cao Hoàng & Cúc Hoa từ Tuy Hòa về, anh chị em Quán Văn lại có buổi họp mặt thân mật ở tòa soạn "chuồng cu" Quán Văn tận Gò Vấp. Có Mang Viên Long cũng vừa từ Quy Nhơn vào, Nguyễn Minh Nữu, Phú Yên, Hưng, Kim Oanh, TVD, Elena... đông đủ. Quả là cái tòa soạn "chuồng cu" Quán Văn đã ngày càng chật chội. nhưng thân tình và ấm áp biết bao. Chủ báo Nguyên Minh cũng vừa chuẩn bị xong. cái bìa số 40, số đặc biệt giới thiệu nhà thơ Phạm Cao Hoàng, với tranh Cúc Hoa của Đinh Cường rất đẹp để mang ra khoe bạn bè".

Hôm đó gặp Phạm Cao Hoàng và Cúc Hoa quá vui, bởi vì, tôi và PCH đề có kế hoạch đi Việt Nam, mỗi người một việc, Phạm Cao Hoàng thì đưa con gái và con rể về thăm gia đình sui gia, tôi thì đưa bà chị lớn tuổi về

VN làm từ thiện, Ngày 9/9 là ngày thứ nhất tôi tới Việt Nam lại là ngày chót Phạm Cao Hoàng còn ở Việt Nam. Cho nên cái gặp chớp nhoáng làm cả hai cùng thú vị.

Tôi đọc và quý mến cái tên Phạm Cao Hoàng từ thời 1971, 1972. Khi đó, tạp chí Ý Thức đăng bài thơ "Thơ Tặng Người Tuổi Trẻ" của anh. Tôi đọc bài thơ đó khi vừa vượt qua tuổi hai mươi, thế mà cái hào khí của bài thơ làm tôi xao xuyến và tự kỳ vọng vào cái tuổi trẻ của năm mình ba mươi biết bao nhiêu. Từ đó, tôi theo dõi thơ của Phạm Cao Hoàng. Mỗi bài thơ của anh thời đó đều toát lên một khí chất đông phương và cái hào sảng của bậc hiền sĩ. Lúc đó, tôi chưa biết anh ở đâu, và bao nhiêu tuổi. Rồi tới bài thơ làm tôi thuộc lòng dù bài thơ đó là bài thơ anh viết để tặng cho người yêu lúc đó và là người bạn đời sau này: bài Nhớ Cúc Hoa. Gần 40 năm sau tôi mới có dịp gặp và quen Phạm Cao Hoàng nhưng không phải ở quê nhà mà là ở Virginia thuộc miền đông nước Mỹ. Phạm Cao Hoàng có ghi lại kỷ niệm đó trong bài thơ Thương nhớ Ngựa Ô (*):

nhớ Ngựa Ô là nhớ những đêm bạn bè hát khúc sầu ca viễn
xứ
nhớ Nguyễn Ngọc Phong và Gửi Em, Đà Lạt
nhớ Đinh Cường và Đoạn Ghi Đêm Centreville
nhớ Nguyễn Minh Nữu và Mênh Mông Trời Bất Bạt
nhớ Nguyễn Trọng Khôi và Giấc Mộng Trên Đồi Thơm nhớ
Ngựa Ô là nhớ con đường
in dấu chân bạn bè tôi từ những nơi xa xôi có khi là nửa
vòng trái đất
ngồi bên nhau giọt rượu cay trong mắt
ngồi bên nhau cùng nhớ một quê nhà
quê nhà thì xa mây thì bay qua
đời phiêu bạc như những đám mây trôi giạt
nhớ Ngựa Ô là nhớ những bàn tay ấm áp
tôi thương Ngựa Ô và thương bạn bè tôi.

Từ đó, chúng tôi thành bạn, Thú vị biết bao nhiêu khi bạn của Phạm Cao Hoàng thành bạn tôi và bạn tôi nay đã là bạn của Phạm Cao Hoàng. Gặp gỡ hôm nay ở nhà Nguyên Minh là gặp gỡ của những người bạn chung đó.

Cùng gặp gỡ lần này còn có Trương Văn Dân, Elena, Hoàng Kim Oanh, Nguyễn Sông Ba, Hoàng Kim Chi, Đoàn Thị Phú Yên và nhiều bằng hữu khác - những người để lại trong tôi nhiều ấn tượng tốt đẹp mà tôi sẽ đề cập trong những phần tiếp theo của bài viết này.

Ôi thương quá Sài Gòn ngày trở lại, ngay ngày đầu tiên đã chạm được tay vào rất nhiều mối thân tình.

2/

Tôi chạy xe một mình, lang thang trong thành phố với cái tâm hết sức thanh thản. Đi mà chẳng nhắm đi đâu, lại thú vị hơn nữa là không câu thúc gì giờ giấc, muốn về lúc nào thì về. Chạy xe gắn máy ở Sài Gòn? Vâng, với một số bạn hữu bên Mỹ thì chuyện chạy xe gắn máy ở Sài Gòn là chuyện không dễ dàng dù bên này ngày nào cũng lái xe cả giờ đi làm và về nhà, cuối tuần lái xe xuyên bang đi New York, đi Florida.

Thực ra, lái xe hơi ở Sài Gòn thì quả thật tôi không dám lái, vì đang chạy mà chẳng biết ai đó bất chợt đâm ngang trước mặt, hay đang chạy họ thắng giữa chừng, hoặc bên trái, bên phải có ai lượn qua, cúp đầu xe hay không. Còn lái xe gắn máy thì người Sài Gòn sao tôi vậy.

Đứng trên cao, nhìn xuống bùng binh ngã sáu, ngã bảy thấy tràn lan xe gắn máy, hàng ngàn chiếc xe từ các hướng chạy vào, vai sát vai, tay lái thiếu điều chạm tay lái, mà mọi người vẫn cứ ào ạt chạy tới, chẳng có chiếc xe nào dừng lại nhường chiếc xe nào. Nhưng nếu mình là người trong cuộc, là người chạy chung trong đám xe đó mới "thấy vậy mà không phải vậy". Với tốc độ thường khoảng 15 km/ giờ khi di chuyển đường thẳng, và khoảng 10 km/ giờ khi vào giao điểm, các xe liếc nhìn nhau, mày phóng nhanh hơn thì tao chạy chậm lại, mày nghiêng qua trái thì tao tạt qua phải, rồi thì bất ngờ có chiếc nào chặn trước mặt thì chỉ một cái nhấp thắng nhẹ, xe lướt êm qua phía khác và lượn trở lại hướng mình muốn đi, nhẹ nhàng, êm ái chỉ có hơi ồn. Tai nạn xe gắn máy chỉ xảy ra ở đường liên tỉnh, còn ngay tại Sài Gòn hiếm khi có tai nạn lớn giữa hai cái xe gắn máy, còn va chạm nhau té lăn kềnh rồi lồm cồm bò dậy chạy tiếp là chuyện... bình thường.

Suy nghĩ miên man rồi bỗng dưng tôi tấp lại lề đường không chủ đích. Dừng lại rồi mới nhìn quanh và tự lòng có chút gì ngạc nhiên. Sao lại dừng ở đây nhỉ? Ồ thì ra từ tiềm thức nào đó, tự nhiên dừng lại ngã ba đường. Đây là đường Phan Thanh Giản, và ngã ba là đường Bàn Cờ. Ký ức điều khiển tôi. Tôi đang dừng lại một chỗ ngày xưa lưu biết bao kỷ niệm. Cách ngã ba khoảng 50 mét, phía bên trái là quán cà phê Bình Minh, phía bên phải là đường hẻm nhỏ chạy ngoằn ngoèo để ra chợ Bàn Cờ, trong hẻm là nhà của Lê Hồng Thái, Nguyễn Ngọc Nhung và Đoàn Văn Khánh, phía bên kia là hẻm ra Nhà lầu Năm Tầng, nơi có nhà Lê Ôn Vũ... gợi nhớ tới cái thời tết Mậu Thân.

Năm đó, chúng tôi vừa vào tuổi thanh niên, trong đám bạn làm thơ viết văn có Vũ Chinh. Vũ Chinh tên thật là Đỗ Xuân Chinh. Chinh 17 tuổi, đăng khá nhiều thơ ở tuần báo Tuổi Hoa lúc đó do các nhà văn Hoàng Đăng Cấp, Quyên Di phụ trách. Có thể nói, giai đoạn đó, Chinh khá nổi tiếng trong những người bằng vai phải lứa với Chinh. Chinh khao khát in tập thơ đầu tay, và gần Tết thì Chinh đạt được ước mơ. Tập thơ đã đưa nhà in sắp chữ, và có một bản vỗ đưa cho Chinh để về đọc dò lỗi chính tả. Chinh có nhiều bài thơ hay, như bài thơ viết khi đi thăm mộ người bạn mới mất:

Giờ trước mộ mày, tao đứng thắp nhang.
Tao lạy hai lạy vụng về hết sức Tao lạy hai lạy nghe cay tròng mắt Rồi thì thế nào tao cũng như mày.

Hay một bài lục bát gửi tặng một người con gái tên Kim Xuyến:

Phố khuya tóc rối tỉnh say
Không Kim Xuyến thấy mặt ai cũng buồn.

Vũ Chinh chưa kịp nhìn thấy tập thơ của mình chính thức phát hành thì anh đã chết trong Tết Mậu Thân năm ấy. Khi chiến trận lan qua tới Hương Lộ 14 - khu nhà của Chinh, gia đình kéo nhau chạy về thành phố tránh đạn bom, còn Chinh thì nhất định ở lại coi nhà. Người ta kể lại: Chinh nằm sấp, dưới đất, đọc bản vỗ tập thơ của mình, trước mặt xếp mấy két bia che chở, nhưng một loạt đạn đã bắn lạc vào chàng, Chinh gục xuống chết ngay, tay vẫn giữ vào tập thơ. Tôi không nhớ tập thơ tên gì, nhưng nhắc đến Vũ Chinh là nhớ đến khuôn mặt vuông vắn, cặp kính cận thị gọng đen thân hình thấp lùn và những câu thơ gợi nhiều cảm xúc. Sau này, bằng một cái duyên, tôi có liên lạc được với một trang web tên là Phay Văn, ở đó, có một nhà văn nữ viết cùng thời với Vũ Chinh ở Tuổi Hoa là Cam Li Nguyễn Thị Mỹ Thanh. Khi biết tôi là bạn cũ của Vũ Chinh, Mỹ Thanh đã có nhã ý gửi cho tôi bốn bài thơ nữa của Vũ Chinh. Như một kỷ niệm thời mới lớn.

Thời đó chúng tôi hay ra ngồi quán cà phê Bình Minh. Quán không trang trí gì cả, sáu cái bàn, ghế ngồi thấp. Chúng tôi ngồi đó, hẹn hò nhau tại đó và không hẹn nhau cứ ra đó rồi cũng gặp, có lẽ phần lớn là do chủ quán có một cô con gái dễ thương. Tuyết có đẹp hay không thực ra tôi không nhớ rõ, loáng thoáng là da trắng, bầu bĩnh, tóc dài và hay mắc cỡ. Cho đến cuối năm 1968 là chúng tôi tan tác mỗi đứa một phương trời. Kỷ niệm còn nhớ là Lê Hồng Thái, người rời đám đông trước nhất, Thái tụ tập anh em lại làm một buổi chia tay, Thái đọc một bài thơ, câu kết là "trước nhớ Tuyết Bình Minh, sau đó nhớ tụi mày". Câu thơ đọc xong cả bọn ồ lên như ong vỡ tổ và xúm nhau lại kể về những tình ý riêng của Tuyết dành cho mỗi thằng, thằng nào cũng đặc biệt, chẳng thằng nào giống thằng nào. Và thằng nào cũng nghĩ trong bụng là Tuyết để ý riêng một mình mình. Lê Hồng Thái tướng tá cồng kềnh, có võ và nói chuyện hết sức mềm mỏng. Có lẽ cái lợi thế đó cộng thêm tài làm thơ nên Thái rất đắt đào. Thơ của Lê Hồng Thái hay, lục bát mà ngôn từ mới lạ, bí hiểm. Vì lạ và bí hiểm nên dù lúc đó thích thơ Lê Hồng Thái mà tôi không còn thuộc được câu nào. Tin tức về Thái là sau một thời gian đi xa Bàn Cờ, Thái trở lại thăm nhà, Tuyết Bình Minh đã lấy chồng nên Thái lập gia đình với một cô chủ quán cà phê khác gần đó. 40 năm sau gặp lại, Thái vẫn làm thơ, nhưng chuyển chú nhiều về tranh và tượng. Lê Hồng Thái bây giờ nổi tiếng khắp miền tây là do những tác phẩm điêu khắc này. Tưởng là Tuyết Bình Minh đã đi vào quá khứ mù tăm thời niên thiếu, thế mà bất ngờ khi đọc bài thơ Lê Hồng Thái viết năm 2016, nghĩa là hơn 40 năm sau:

Ngồi một mình nhớ Tuyết Bàn Cờ gót chân mòn mỏi quạnh hiu về ngang xóm cũ ru chiều tóc phai năm mươi năm nỗi nhớ đầy làm sao gặp lại em ngày tròn xưa.

Lê Ôn Vũ thì biệt tích, Nguyễn Hoàng Nhung ở Ban Mê, Đoàn Văn Khánh về Hóc Môn, Lê Hồng Thái ở Mỹ Tho, Tôi bất ngờ dừng góc phố xưa, đứng nhìn bốn phía, thương nhớ:

Từng góc phố ngát thơm từng ký ức Mỗi mặt người đăm đăm một riêng tư...

Vừa lúc ấy Đoàn Văn Khánh gọi điện báo tin Phạm Thành Châu cũng mới về, hẹn đi ăn trưa cùng anh em Quán Văn.

Phạm Thành Châu là một tác giả quen thuộc với người Việt hải ngoại. Truyện của ông thường là những mối tình éo le nhưng kết cuộc tốt đẹp và hoàn hảo. Bối cảnh truyện đa số là hải ngoại, hoặc một phần từ trong nước ngày xưa nối kết với ngoài nước bây giờ. Lối kể chuyện của Phạm Thành Châu dí dỏm, hấp dẫn và cuốn hút người đọc ngay từ những trang đầu. Người đưa Phạm Thành Châu tới gặp anh em là Nguyễn Sông Ba. Nguyễn Sông Ba là nhiếp ảnh gia chuyên nghiệp và là họa sĩ. Tranh của Nguyễn Sông Ba nhẹ nhàng như minh họa cho một cái tâm thanh tịnh. Nguyễn Sông Ba ít nói và cũng ít cười, dù ngồi với đám đông, nhưng Nguyễn Sông Ba luôn lúi cúi chọn góc nhìn để lưu vào máy những khuôn mặt, những sự kiện, những tình huống và rất nhiều sinh hoạt của Quán Văn đã lưu lại được nhờ ống kính Nguyễn Sông Ba.

Sau bữa ăn hội ngộ với Phạm Thành Châu ở trung tâm thành phố, Nguyên Minh lại mời Phạm Thành Châu ghé tòa soạn Quán Văn vào một ngày khác để gặp nhiều anh em hơn.

Đến ngày hẹn, tôi lấy xe gắn máy lên khách sạn đón Phạm Thành Châu và chở xuống Quán Văn. Hôm đó, nghĩ là sẽ gặp nhiều người nên tôi đem theo món quà đặc biệt để mời mọi người. Một món ăn lạ của miền Bắc.

Món ăn này phải đúng mùa mới có và phải biết làm mới

ngon và đặc biệt hơn nữa là phải ăn ngay chứ không để dành được, đó là món cốm nén. Nhà văn Vũ Bằng, tác giả "Món Ngon Hà Nội" đã ghi nhận về cốm nén như sau: "Món ăn cổ kính vào bậc nhất là cốm nén. Có lẽ vì cốm là một thứ quà quí mà lại không để được lâu, nên người ta mới nghĩ ra cách nén cốm, để cho cốm không bị mốc mà ăn vẫn có thể ngon và dẻo." Cốm đã là một món ăn trang nhã và quý hiếm rồi, ngay bây giờ, ở Sài Gòn muốn ăn cốm thì chỉ có thể ăn cốm khô, còn cốm tươi, đúng mùa thì tới ngay siêu thị Hà Nội ở đường Cống Quỳnh cũng lắc đầu, và nói phải đặt hàng từ 5 ký trở lên mới gọi được hàng từ Hà Nội gửi vào. Cốm được thu hoạch vào những ngày đầu thu, suốt vùng đồng lúa ngào ngạt hương thơm mùa lúa chín. Người làng hái những đọt lúa non về và trong thời gian một ngày phải bắt tay vào chế biến cốm ngay. Cách chế biến từ đọt lúa non ra cốm vẫn là những công thức bí truyền của từng dòng họ, mà khéo léo nhất, giữ được hương vị nhất vẫn là cốm làng Vòng. Muốn làm cốm nén thì phải dùng cốm tươi. Cốm tươi, lấy ra rải lên đó một lớp nước đường mỏng, trộn đều cho dẻo hạt cốm rồi đưa lên chảo xào. Lúc xào phải quấy đều tay, nhanh quá thì cốm nát, chậm quá thì cốm khét, sau đó đổ ra đĩa chờ cho nguội. Mặt cốm màu xanh mạ non, khi ăn cắt ra từng miếng bằng hai ngón tay và đưa vào miệng từng miếng nhỏ. Vị ngọt và mùi hương ngát thơm vào khứu giác. Hôm đó, người chị ruột của tôi đã chiều ý đứa em trai từ xa về, thực hiện một đĩa cốm nén để em đem lên đãi bạn.

Thật là vui khi ngoài những người bạn Việt Nam ở nhiều tỉnh thành, lại có thêm một người nước ngoài nữa là nhà văn Ý Elena Etala Pucillo. Đây là cô gái người Ý thật đặc biệt. Elena là tiến sĩ văn chương và hiện dạy tiếng Pháp và tiếng Ý tại Sài Gòn. Elena đến Việt Nam và ở lại Việt Nam bởi vì chồng cô là người Việt. Elena lập gia đình với Trương Văn Dân ở Ý, sau đó, khi Trương Văn Dân quyết định về cư trú lâu dài ở Việt Nam, Elena theo chồng cùng về. Tập truyện "Một phút Tự Do" của cô do Trương Văn Dân chuyển ngữ kể về sinh hoạt đời thường được nhìn tinh tế và sâu lắng nội tâm, để lại người đọc cái dư âm thẩm đẫm tình người. Tôi có dịp ở gần đôi uyên ương này hơn 10 ngày, khi họ qua Mỹ và tạm ngụ tại nhà tôi, mới đầu thì ngạc nhiên bởi tính chất nhẹ nhàng thân thiên và hòa đồng với mọi người của một phụ nữ gốc Ý, sau đó, dù vẫn thấy mái tóc vàng, đôi mắt xanh biếc và nụ cười cởi mở, nhưng tôi quên hẳn đi cô ta là người ngoại quốc. Elena tế nhị và dịu dàng, hiểu biết và chia sẻ cảm xúc như một người bạn Việt. Cô nói Tiếng Việt khá thành thạo.

Một người nữa có mặt hôm đó đã cho tôi ấn tượng thật nhiều là Hoàng Kim Oanh. Tôi thấy và nghe Hoàng Kim Oanh nói chuyện lần đầu trong lần ra mắt Quán Văn kết hợp giới thiệu tác phẩm Một Phút Tự Do của Elena. Hoàng Kim Oanh cũng là tiến sĩ văn chương, hiện đang giảng dạy tại một trường đại học ở Sài Gòn. Hoàng Kim Oanh là diễn giả thứ hai nói về tác phẩm này. Tà áo dài duyên dáng, tiếng nói chậm rãi và nhỏ nhẹ, đã làm cả hội trường ngừng trò chuyện riêng để lắng nghe. Tôi thực lòng không nhớ rõ hết những gì Hoàng Kim Oanh nói hôm đó, chỉ còn cảm giác là diễn giả rất trân trọng với tác phẩm, và quyến rũ được người khác có chung lòng yêu thích này, nên hôm đó tôi đem về nhà hai thứ, cuốn truyện của Elena và lòng quý mến của Hoàng Kim Oanh.

3/

Trước 1975, Sài Gòn có rất nhiều nhà sách nổi tiếng, như Khai Trí, Xuân Thu, Lê Phan, Vĩnh Bảo, Tự Lực... Mỗi nhà sách có một phong cách riêng. Xuân Thu thiên về sách dịch và văn học nước ngoài, Lê Phan, Vĩnh Bảo bán nhiều sách triết học, còn Khai Trí thì tổng hợp sách báo tạp chí... Nhà sách Khai Trí là lớn nhất, với bề rộng của ba căn nhà mặt tiền đường Lê Lợi và khi tôi lớn lên, bước vào thì nhà sách có tới hai tầng trình bày hầu như đầy đủ các loại sách báo tạp chí đang lưu hành. Ở các nhà sách đó là không gian thanh nhã, nghiêm trang...

Đối diện với nhà sách Khai Trí, phía bên kia đường là chợ sách Lê Lợi. Tôi không rõ là chợ sách này hình thành từ lúc nào, chỉ biết nó tan rã vào tháng 4/1975. Chợ sách bắt đầu từ ngã tư Lê Lợi và Nguyễn Trung Trực tới ngã tư Lê Lợi - Pasteur. Những người bán sách dựng những sạp, trên che bằng tôn, sách bày từng kệ cao ngất ngưởng, rồi từng chồng trên sạp và lấn ra bày đầy trên những miếng nilon trải trên đất. Tôi tới đây nhiều lần thời mới lớn, khoảng năm 1970. Sách ở đây đủ thứ, sách mới, sách cũ, đủ thứ đề tài khoa học, chính trị, xã hội, văn hóa...

Đi dạo chợ sách Lê Lợi là một thú vui, khởi đi từ đầu chợ, chậm rãi lang thang, ghé chỗ này cầm lên một cuốn, tò mò lật ra vài trang rồi bỏ xuống, qua chỗ kia bị hấp dẫn bởi cái bìa nào đó, lại một cái tựa hay... Đi đến cuối là ngã tư Pasteur, băng qua đường ăn vài miếng phá lấu thơm phức, uống ly nước mía Viễn Đông ngọt lịm, có thể đi thẳng để đến Thương Xá Tax, có thể băng qua đường để ghé Kem Bạch Đằng.

Sau 75, những người bán sách đó tập trung ở con đường nhỏ, nằm cạnh hãng máy may Sinco, và chuyên bán sách cũ. Đường sách này có thêm nhiều người mới hành nghề bán sách cũ. Họ có thể là là Nhạc sĩ, nhà Văn, Nhà thơ, Giáo sư, Viên chức cũ, do thời cuộc đưa đẩy, lấy sách của chính mình thu thập tích trữ bấy lâu đem ra bán kiếm chút gạo nuôi con. Đường sách này cũng chỉ tồn tại một thời gian ngắn, y hệt như chợ bán đồ máy móc cũ, lạc soong ở ngã tư Huỳnh Thúc Kháng - rộ lên năm ba tháng rồi bị dẹp và tan hàng.

Tôi còn nhớ mãi một kỷ niệm về đường sách Đặng Thị Nhu này. Giữa năm 1976 tôi làm công nhân, lương mỗi tháng 65 đồng, cứ cuối tuần là lê la ra khu chợ sách, nhìn ngắm cầm lên đặt xuống thì nhiều chứ mua chẳng bao nhiêu. Khoảng gần đầu chợ có một sạp tôi hay ghé, chủ nhân là một người đàn ông đứng tuổi, tóc hoa râm, nói tiếng Huế, ít cười, nhưng khuôn mặt hiền hòa, thường thì ông ta cầm trên tay một cuốn sách gì đó, cố ý ra vẻ chăm chú đọc để không làm người mua sách ngại ngùng. Ngại ngùng vì cầm cuốn sách quá lâu, đọc cuốn sách quá nhiều, có khi đọc tới năm bảy trang, đọc mà tự ngượng, rồi bỏ sách xuống đi về. Tôi cũng đã từng mua ở đó vài ba cuốn, nhưng lựa sách mỏng, giá nhẹ như "Thư gửi người thi sĩ trẻ tuổi" của Rainer Maria Rilke hay "Lời Dâng" của Tagore, vì đó là những cuốn tôi yêu thích và tự nhủ sẽ phải gối đầu giường, còn đọc đi đọc lại nhiều lần và nhất là giá có vẻ phù hợp với số tiền trong túi, hai cuốn đó, dường như mỗi cuốn chỉ khoảng 3 đồng. Sau đó, tôi thèm cuốn "Thiền Luận" của Suzuki, nhưng với chiều dày khoảng 8 phân thì giá không rẻ rồi. Tần ngần nhiều lần, đọc cái thẻ giấy dùng để làm dấu trang đang đọc, mà trong cuốn Thiền Luận in kèm sách đã thuộc lòng: Tăng tôi lúc chưa biết gì, thấy núi là núi, thấy sông là sông. Sau được bậc thức giả chỉ dạy mới biết núi không phải là núi, sông không phải là sông. Nay đã tu hành và hiểu, mới hay núi chỉ là núi, sông chỉ là sông... Cầm cuốn sách trong tay cả ba lần ghé lại mà không dám hỏi mua, sau đó, mới ngại ngùng ướm thử... cuốn này giá bao nhiêu. Người đàn ông kéo cái kính xuống thấp trên sóng mũi, nhướng mắt nhìn tôi một lúc rồi mới trả lời, "Cuốn này không bán, nếu anh thích, cứ lấy về đọc, đọc giữ sách cho kỹ, đọc xong đem trả". Tôi sửng sốt, nhìn ông ta, lúng túng chưa biết trả lời sao thì người đàn ông ở sạp bên cạnh góp lời: "Nếu ngại thì cứ ra đây, ngồi vào trong này mà đọc, có sẵn trà và thuốc lào nữa nè".

Từ đó, tôi được kết giao với ba người chủ sạp sách cũ ngồi kế bên nhau: Ca trưởng Viết Chung, một nhạc sĩ bậc thầy về hợp xướng, ông bán sách cho tôi là họa sĩ Cù Nguyễn, người đã cùng Đinh Cường, Nguyễn Trung và vài người nữa sáng lập Hội Họa Sĩ Trẻ Việt Nam, và người cho phép tôi ngồi bên đọc sách có nước trà uống là nhạc sĩ Trần Văn Bùi, tác giả nhiều ca khúc mà phong trào du ca hồi ấy thường hay hát. Ba người này, sau đó trở thành những người anh thân thiết, trong đó, họa sĩ Cù Nguyễn xém chút xíu trở thành thông gia với tôi.

Bây giờ thì Sài Gòn có nhiều khu bán sách như khu Trần Nhân Tôn hay đầu đường Hồng Thập Tự (Nguyễn thị Minh Khai), gần bùng binh Cộng Hòa, Đường Trương Tấn Bửu (Trần

Huy Liệu) nhưng gần đây có một đường sách nữa nằm bên hông Bưu Điện chính ở Sài Gòn.

Buổi sáng đó, hẹn với Đoàn Văn Khánh ra uống cà phê, tôi ra sớm quá, gửi xe rồi một mình tản bộ khu nhà thờ Đức Bà, bất ngờ thấy một khu đường bày bán sách, mừng quá, tưởng là khám phá mới của mình, té ra Khánh biết lâu rồi. Biết được khu đường sách, trong đó lại có sẵn quán cà phê, địa điểm này tôi ghé lại rất nhiều lần trong chuyến đi này.

Buổi sáng ở đây thanh tĩnh và hết sức nên thơ. Cái nắng lên chỉ làm sáng con đường chứ không làm cho mồ hôi toát ra, và cái sinh hoạt chung quanh cũng có vẻ nhẹ nhàng, lời nói trao đổi vừa đủ nhau nghe chứ không ồn ào như đường phố. Vị trí tôi thường ngồi lại là quán cà phê của nhà xuất bản Phương Nam, nhìn ra nhà sách Đông A. Tại đây tôi có dịp làm quen với một người làm thơ còn trẻ. Nhà thơ Trần Võ Thành Văn và một người phụ trách bán sách rất dễ mến, có trình độ giới thiệu cho mình những tác phẩm nên mua, nụ cười hiền hòa và tia mắt rất thông minh, sau mới biết đó là cô giáo Phạm Bích Thơm. Trần Võ Thành Văn vừa học xong Đại Học Sư Phạm. Thơ của Văn toát ra cái nội lực sung mãn của tuổi trẻ, nhìn sự vật, hay tình yêu với những khát khao mới lạ, yêu thiết tha và tỏ bày theo ngôn ngữ của thời đại Văn đang sống. Tình say đắm thì Trần Võ Thành Văn đặt tên là "Sến Khúc".

"Chẳng thể gặp em giữa mùa đông buồn bã anh giấu trái tim mình sâu thẳm mỗi câu thơ chẳng thể yêu em, chẳng thể làm kẻ lạ anh cứu vớt đời mình trong nước mắt đêm mơ."

Lần ngồi ở quán cà phê Phương Nam trong đường sách, Trần Võ Thành Văn đưa Vũ Trọng Quang tới. Tôi nghe tên Vũ Trọng Quang từ lâu lắm trước 75, hồi đó, Cơ sở Động Đất gồm có các thành viên mà tới bây giờ vẫn còn cầm bút như Vũ Trọng Quang, Trần Hữu Dũng, Linh Phương. Vũ Trọng Quang và tôi nhắc lại những khuôn mặt quen thời mới lớn, đặc biệt là một người bạn thân mà cả hai cùng quen giờ không biết nơi đâu là Kiều Linh

Giang. Kiều Linh Giang tên thật là Trần Thanh Liêm. Giang với tôi cùng tuổi, tướng cao lớn mập mạp, người miền nam. Giang có lập một thi văn đoàn tên Hoa Tình Thương, trong đó có Trịnh Ngọc Minh, sau này hơn 40 năm bất ngờ gặp đã trở thành một nhà văn nổi tiếng hải ngoại, đó là nhà văn Trịnh Y Thư - có thời gian trông nom tờ tạp chí Văn Học ở California. Vũ Trọng Quang gọi điện thoại tới vài người bạn xưa, tìm dấu vết Kiều Linh Giang mà đều không có kết quả. Kiều Linh Giang Trần Thanh Liêm ơi, thiệt lòng tao mong từ bài viết này, từ những cơ duyên nào đó, mày đọc được những dòng này thì liên lạc với tao nghe. Nhớ lắm căn nhà cạnh Rạch Ông Lớn, nhớ lắm những lần tụi mình đi đò từ quận Tám, qua Tân Quy Đông, rồi lại lên đò để về Quận Tư, nhà bà nội mày. Con đường đó sao nó xa, dài và chông gai như một chuyến phiêu lưu vào nơi đất khách.

4/

Quán cà phê ở Sài Gòn nhiều tới độ dù là người thường đi uống cà phê cách mấy cũng không thể đi hết nổi. Các thương hiệu nổi tiếng như Window, Highland, Coffee Bean, Trung Nguyên... mở tràn lan, mỗi thương hiệu năm bảy địa điểm. Cà phê Starbucks của Mỹ cũng đã có mặt tại Sài Gòn với cả chục địa điểm. Địa điểm đầu tiên nằm ở Ngã Sáu Phù Đổng. Tôi biết địa điểm này và lưu nó vào bộ nhớ bởi vì ngày khai trương quán này đã là một hiện tượng. Cả ngàn người xếp hàng chờ tới lượt được mua một ly cà phê mà họ nghĩ rằng mang theo chất Mỹ đầu tiên có mặt ở Việt Nam. Thực ra chỉ là thương hiệu, vẫn là các ly cà phê mang tên Mỹ như Espresso, Cappuccino, Frappucino nhưng hương vị ở đây khác nhiều so với bên Mỹ. Cái giống nhau là phương pháp phục vụ như mua tại quầy, và tự tìm ghế ngồi, giá cả tương ứng với giá đô la (Cappuccino giá 120.000 ngàn tương đương 5.60 đô). Thực sự thì người chủ quán này mua thương hương để bán hàng chứ không phải chi nhánh của cà phê Starbucks. Tôi thử nghiệm bằng cách mua cà phê và trả tiền bằng thẻ thành viên của Starbucks, và bị từ chối.

Nhưng chỗ ngồi thì tuyệt vời. Từ trên lầu, ngăn cách với bên ngoài là kính, có thể nhìn thông thoáng bốn phía như đang ngồi giữa Sài Gòn. Trước mặt là đường Lê văn Duyệt (Cách Mạng Tháng 8) chạy tới Ngã tư Bảy Hiền rồi đi thẳng (rất xa) qua biên giới phía tây, phía phải là chợ Bến Thành ven theo Hồng Thập Tự (Nguyễn thị Minh Khai) đi về Xa Cảng Miền Đông. Sau lưng thì về phía quận 7, hoặc nhánh rẽ vào Xa Lộ Đông Tây để về miền châu thổ Cửu Long:

Về giữa Sài Gòn, nhìn ra bốn phía
Sao thấy lòng mình chia như nhánh sông
Quốc lộ 13 đi về phía Bắc
Qua hầm Thủ Thiêm để miết về Đông
Về giữa Sài Gòn, nhìn ra bốn phía.

Xa lạ mặt người thấm thía lưu vong Xa cảng Miền Tây về phía Nam đất nước Thấy được rất nhiều mà hiểu được bao nhiêu Như cơn gió thổi giữa đồng bát ngát Mái nhà tranh phơ phất khói lam chiều Về giữa Sài Gòn, nhìn ra bốn phía Từ Hóc Môn về bỗng một cơn mưa Ai đã nói một dòng sông giữa phố Mà dắt xe đi, sóng vỗ nhịp mông người Kỳ lạ quá những mảnh đời chịu đựng Bình thản sống chung với Lũ quen rồi Về giữa Sài Gòn, nhìn ra bốn phía Thấy cả hân hoan chen với ngậm ngùi Dòng kênh đen đã chuyển dần trong đục Nhưng chuyển thế nào được một nghĩ suy.

Về giữa Sài Gòn, nhìn ra bốn phía
Dâu biển lòng người hoang phế bao năm
Lối cũ rêu phong mắt đẫm giọt lệ
Không chỗ cho người thất thế dừng chân
Hiu hắt quá ngựa xe đời hỗn độn
Ngơ ngác bóng người, trộn với bóng bâng khuâng
Về giữa Sài Gòn mà chân bước chênh vênh
Chịu lạc lối ngay trong thành quách cũ.

Đối diện với nhà thờ Dòng Chúa Cứu Thế, bên kia đường, chênh chếch về phía trái là tòa biệt thự số 19 Kỳ Đồng. Một địa danh in dấu thật nhiều của thời tuổi trẻ tôi. Là trụ sở và trung tâm sinh hoạt của Văn Phòng Liên Lạc Sinh Viên Quốc Nội và Hải Ngoại.

Năm 1973, khi tôi đến đây lần đầu là đi theo nhạc sĩ Nguyễn Quyết Thắng. Lúc đó, Ca Đoàn Trung Ương của Phong trào Du Ca tập hát và sinh hoạt ở đây, Ca trưởng là Nguyễn Ngọc Cẩn, một chàng trai nho nhã hiền lành, ăn nói nhỏ nhẹ, dường như Cẩn là giáo chức. Đã nhiều lần ngồi lại trong vòng tròn để tập hát với nhau, làm quen và đưa tới thân tình với Đinh Việt Hùng, Bùi Công Bằng, Nguyễn Ngọc Linh Mỗi người bạn đó đều ghi lại trong lòng tôi những kỷ niệm đẹp và khó quên, vì không thể nhầm lẫn họ với bất kỳ ai tôi gặp sau này.

Bùi Công Bằng lập Đoàn Du Ca Giao Chỉ, lúc đó làm Giám Học trường Trung học Đắc Lộ. Giao Chỉ tập họp nhiều Giáo sư, học sinh và cựu học sinh Đắc Lộ. Bằng là Ca Trưởng có tài, những ca khúc mà Giao Chỉ hát như Biết Đâu Nguồn Cội, Người Yêu Tôi Bệnh, Tuổi trẻ và Ước Mơ, Anh Sẽ Về qua hòa âm dàn dựng của Bùi Công Bằng là những hợp xướng khúc ba hoặc bốn bè, có lần tôi được nghe các ca khúc này không cần nhạc đệm. Không nhạc đệm nên giọng lãnh xướng vút lên trong vắt được hòa theo âm thanh dồn dập, hùng tráng và âm hưởng rất đầy.

Đinh Việt Hùng hát rất hay, giọng mạnh và đầy nội lực, khi tôi về lần này thì Đinh Việt Hùng ở tuổi trên 60, tham gia cuộc thi Tiếng Hát Mãi Xanh. Trong một vòng thi, Giám khảo là ca sĩ Tuấn Ngọc nói rằng: "Tôi sinh ra trong một gia đình nghệ sĩ, nên từ thuở nhỏ 5 tuổi đã bước lên sân khấu trình diễn mà không phải qua một kỳ thi nào, chứ nếu đi thi mà gặp thí sinh như Đinh Việt Hùng thì coi như tiêu rồi" (https://www.youtube.com/watch?v=dn8SHxYkCEk). Câu nói của Tuấn Ngọc tất nhiên có chút cường điệu để khuyến khích, nhưng đó cũng là một cách nhận xét về một tiếng hát rất chân tình của tiếng hát thần tượng mấy chục năm nay.

Nguyễn Ngọc Linh là một Du ca viên thì tất nhiên là anh

hát hay rồi, nhưng Nguyễn Ngọc Linh lại là một Nhạc Sĩ và một sinh hoạt anh tham gia từ thời niên thiếu vẫn còn duy trì tới bây giờ là Hướng Đạo. Con người của Linh gắn liền với các sinh hoạt này mà có lần anh nói như là máu thịt. Một Nguyễn Ngọc Linh trầm ngâm ít nói lập tức biến mất khi anh khoác trên người bộ đồng phục Hướng Đạo và tươi tắn với tên rừng Ngọc Linh Sơn Ca. Chuyến này về có dịp ngồi bên cạnh nhau, Linh vừa vượt thoát qua một cơn bệnh hiểm nghèo, thân thể đã gầy lại còn gầy hơn. Ôm chặt nhau tôi nghe lòng mình ngập tràn cảm xúc xót xa. Linh phổ nhạc khá nhiều thơ của bạn bè, trong đó có thơ Khánh và thơ tôi. Một ca khúc Linh viết theo âm hưởng Huế mà khi Linh hát, bày giải ra cả cái thiết tha trữ tình chung với cảm hoài bi thiết là ca khúc "Cuối Cùng, Người cũng yêu tôi" bài hát này sau đó đã do ca sĩ Vân Khánh trình bày (https://www.youtube.com/watch?v=hzV0pduke9U).

Cà phê ở Sài Gòn bây giờ khác với Cà Phê Sài Gòn thời tôi mới lớn. Không nói là hay hơn hay dở hơn, mỗi thời đại, sẽ có một cách sống khác nhau. Thời đó, với chúng tôi ra quán cà phê ngồi là mang cảm giác trầm mặc, gọi ly cà phê, nhìn từng giọt nhỏ xuống chậm chạp, đưa mắt nhìn mông lung và nhớ nhung suy nghĩ chuyện bâng quơ. Cà phê ngày xưa cũng nhiều hạng lắm, sang trọng như La Pagode, Brodard, nằm trên các trục đường Nguyễn Huệ, Lê Lợi là nơi các văn nhân thi sĩ tụ hội, không phải chỗ cho chúng tôi. Hào hoa phong nhã thì có Cà Phê nhà hàng Kim Sơn, Bạch Đằng, Continantal, ngồi đó là dân có máu mặt, có tiền, ăn mặc sang trọng ngồi ngoài hàng ba ngắm người và để người ngắm mình, đó cũng không phải là chỗ cho chúng tôi. Chỗ chúng tôi ngồi bình thường là những quán không tên, nằm đầu đường hẻm, nằm lẩn khuất trong ngõ nhỏ mà chúng tôi gọi bằng tên chủ quán như Năm Dưỡng, nằm trong hẻm Nguyễn Thiện Thuật, Ba Tống trên đường Bùi Viện, còn nhiều nữa, những góc ngồi quen mà thời đó, ai cũng có một vài điểm ghé vào. Vào đó, gọi một ly cà phê sữa nóng vào buổi sáng, hay ly cà phê đá vào buổi chiều, châm điếu thuốc nhìn bâng quơ mong chờ gặp bạn, những người bạn không cần hẹn hò, cứ ra đó ngồi là gặp. Cho nên nhớ cà phê ngày xưa là nhớ cái chỗ ngồi, nhớ cái thân tình bằng hữu cũ.

Một đôi khi có chút tiền, rủ nhau vào những quán cà phê có nhạc như Thằng Bờm trên đường Nguyễn Thái Học, Cây Tre trên đường Đinh Tiên Hoàng để nghe nhạc Trịnh Công Sơn. Mỗi lần được đi vào đó là một hạnh phúc, mà hạnh phúc thì có không nhiều.

Cà phê Sài Gòn bây giờ thì thành một thứ văn hóa riêng, Có rất nhiều quán được đầu tư rất lớn từ địa điểm, tới không gian và chỗ ngồi. Cà phê vườn, cà phê Hoa Viên, cà phê Máy Lạnh, Wifi. Như có lần cùng Phạm Cao Hoàng, và cả nhóm anh em Quán Văn ghé vào cà phê Du Miên ở Gò Vấp, quán rộng mênh mông, cây xanh bóng mát, có dòng suối chảy quanh co, có tầng lầu gác trên cây cổ thụ, một hàng ngũ tiếp viên mặc đồng phục đông đảo chào mời phục vụ khách. Cả tôi, cả Hoàng đều ngạc nhiên và thú vị, khi hỏi anh em ở Sài Gòn, mới biết dạng quán lớn, trang trí sang trọng và đẹp mắt như Du Miên ở Sài Gòn bây giờ đếm không xuể. Nhưng cái thứ người ta vào đó để uống không phải là cà phê nữa mà Sinh Tố, Nước Cam, Kem, Bia, Dừa tươi, hay nếu có là cà phê thì cũng là cà phê Sữa Đá.

Suốt cả tháng đi về Sài Gòn, ngồi quán cả mấy chục lần, nhìn bạn bè, nhìn chung quanh tôi chưa bao giờ thấy ai gọi một ly cà phê đen cả. Có thể cái chất nước đen đó, bây giờ chẳng ai tin nó là cà phê, mà cũng có thể loại người vào quán để trầm tư mặc tưởng, suy nghĩ mênh mông, nhìn từng giọt cà phê buồn bã kia, đã tuyệt chủng mất rồi.

5/

Buổi họp mặt mừng Quán Văn 5 tuổi được tổ chức tại quán cà phê Lọ Lem. Một buổi sinh hoạt đông vui và thú vị.

Thời điểm này 5 năm trước tôi đã bất ngờ được dự buổi ra

mắt Quán Văn số 1, lúc đó ngoài Nguyên Minh và Đoàn Văn Khánh ra, tôi chưa quen biết với ai, thế mà bây giờ đã trở thành bạn tâm giao với rất nhiều người - những người yêu quý văn chương, trân trọng chữ nghĩa.

Lúc mới hình thành, Quán Văn có những cây bút nòng cốt: Trương Văn Dân, Elena, Đoàn Văn Khánh, Từ Sâm, Hiếu Tân, Cao Quảng Văn, Nguyễn Hòa, Nguyễn Sông Ba... Nhiều người trong họ vẫn còn viết đều đặn cho Quán Văn, và cũng có mặt trong buổi sinh hoạt kỷ niệm này. Từ nhiều năm nay, mỗi số Quán Văn thường dành một số trang cho một chân dung văn học. Những số trước đã làm cho Nguyễn Mộng Giác, Đinh Cường, Lữ Quỳnh, Thân Trọng Minh và số Quán Văn kỷ niệm 5 năm này phần Chân Dung Văn Học dành giới thiệu tác giả Phạm Cao Hoàng. Trương Văn Dân kể lại: lúc đầu khi mới quen nhà văn Nguyên Minh, anh hiểu được những trăn trở của một người thích làm báo mà chưa thực hiện được ước mơ của mình nên đã bàn bạc cùng Nguyên Minh thành lập Quán Văn và đồng hành cùng Nguyên Minh từ đó cho đến bây giờ. Trương Văn Dân vốn là người mê văn chương. Trước 1975 anh du học ở Ý, lập gia đình và định cư ở đó nhưng vẫn theo đuổi giấc mộng văn chương. Năm 2005, anh cùng vợ là Elena về sống tại quê nhà. Hai năm sau, anh xuất bản tập truyện đầu tay "Hành Trang Ngày Trở Lại".

Elena và Trương Văn Dân đã được Hoàng Kim Oanh mô tả: "Đôi song ca Ý-Việt tuyệt vời là hạt nhân gắn kết nhiều thế hệ, nhiều đối tượng độc giả, tác giả QV... Chưa cặp đôi nào gắn bó thực sự đến như thế... Cả cuộc sống đời thường, cả vui buồn văn chương bè bạn, cả cách nhìn cùng một hướng và cách nghĩ về những vấn đề xã hội hôm nay!"

Suốt 5 năm qua, chưa bao giờ Trương Văn Dân và Elena vắng mặt trong các buổi gặp gỡ của Quán Văn. Trương Văn Dân chịu đọc, chịu kết bạn, và chịu viết. Truyện hay bài viết của Trương Văn Dân thường hướng về phân tích nội tâm nhân vật, tạo chiều sâu cho tác phẩm...

Từ Sâm ở Nha Trang vào Sài Gòn dự cho được kỷ niệm 5 năm của Quán Văn. Anh nồng nhiệt bắt tay chào hỏi mọi người rồi vội vã bước lên sân khấu nói lời chúc mừng và tạm biệt; anh phải về cho kịp chuyến xe chiều. Từ Sâm viết thường xuyên mỗi ngày trên trang của mình "Chuyện làng Nguyệt Tui" mà tôi được đọc cũng đã hơn 50 kỳ. Là người gốc Quảng Bình, anh không ngại đem chính giọng nói của quê mình vào văn chương, Từ Sâm viết giọng châm biếm, đưa những sự kiện nho nhỏ mắt thấy tai nghe thành thâm trầm một cách hài hước rất dễ gần. Một trong những truyện ngắn của anh tôi đọc một lần mà nhớ luôn trong đầu, có thể kể lại bất cứ lúc nào là truyện "Thằng Tít Rằn" được một nhà xuất bản đưa vào danh sách các truyện ngắn Mini đặc sắc.

Hiếu Tân ở Vũng Tàu, về với Quán Văn lần này để kể lại bài viết anh đã tường thuật lần ra mắt Quán Văn số 1 hồi 5 năm về trước.

Nguyễn Hòa vcv, người chủ trương trang mạng Văn Chương Việt, đang nằm bệnh, không đến được. Cao Quảng Văn sức khỏe cũng không tốt, thỉnh thoảng mới đến với QV.

Quán Văn được biên tập bởi Nguyên Minh và một số anh em văn hữu, trình bày do Nguyễn Sông Ba, còn phát hành thì có hai cách: gửi tới các đại lý và thân hữu và phát hành trực tiếp trong các buổi sinh hoạt ra mắt sách. Những buổi ra mắt sách thường rất vui với sự đóng góp công sức của nhiều người như Đoàn Văn Khánh, Đoàn Đình Thạch, Đặng Châu Long, Ngô Thị Mỹ Lệ, Hoàng Kim Oanh, Quách Mạnh Kha... Sinh nhật 5 năm Quán Văn, Ngô Thị Mỹ Lệ đem tới một cái bánh Sinh Nhật, trên mặt bánh là chữ Quán Văn, chung quanh ghi tên những nhân vật mà Mỹ Lệ vinh danh Mỹ Lệ khiêm tốn ghi tên mọi người mà không ghi tên chính mình.

Lần ra mắt nào cũng vẫn do một người điều hợp là nhà thơ Đoàn Văn Khánh. Đoàn Văn Khánh có giọng nói mạch lạc, lưu loát. Hôm đó, Đoàn Văn Khánh làm một việc ý nghĩa khi anh mời chị Lan - phu nhân của Nguyên Minh - lên sân khấu. Chị Lan là người thầm lặng bấy lâu, vừa là yểm trợ, vừa là nội tướng; là người thực sự tạo mọi điều kiện để Nguyên Minh thảnh thơi rong chơi cùng chữ nghĩa. Thế mà bây lâu nay chàng vẫn để nàng sau bức màn nhung!

Hỗ trợ đắc lực nhất cho Khánh là Đoàn Đình Thạch. Đoàn Đình Thạch là nhạc sĩ, đã từng phổ bài thơ "Viết Trong Buổi Chiều Mưa" của Kim Tuấn thành ra ca khúc. Đoàn Đình Thạch khiêm nhường, ít nói, đàn hay và hát giỏi; bao giờ cũng chọn vị trí bên trái sân khấu, với cây guitar trên tay và đệm cho bất cứ ai lên hát, và hát bất cứ khi nào cần.

Hoàng Kim Oanh có những đóng góp kiểu khác, có khi là một diễn giả giới thiệu tác phẩm, có khi là người trong Ban Biên Tập để kết nối Quán Văn với các người trẻ, và có khi bước lên sân khấu theo lời yêu cầu để hát một ca khúc giúp vui. Lần kỷ niệm năm năm này, dù đã mời và chưa nhận được lời từ chối để cùng làm MC cho chương trình nhưng Hoàng Kim Oanh đã... khéo léo đi trễ với lý do... em tưởng các anh nói đùa, và sau đó tạ lỗi bằng cách lên hát liên tục hai ca khúc trữ tình rất hay. Hoàng Kim Oanh viết ít nhưng những bài của cô là những cảm xúc rất chân thành, thông minh và thật sâu lắng như một đoạn Hoàng Kim Oanh viết để cám ơn những cuốn sách được tặng:

"Sách là sách. Là giấy vàng giấy trắng. Là mực đen mực xanh với đủ sắc màu xanh đỏ tím vàng... Nhưng mỗi cuốn sách tôi cầm trên tay đây luôn nói trước tiên về những ân tình tôi đã nhận và mỗi khi giở ra, mỗi cuốn đều nhắc nhớ cùng năm tháng duyên do nào tôi được có bạn ấy trong tủ sách của tôi. Mỗi người bạn trò chuyện cùng tôi theo cách của họ... Mỗi cuốn sách cũng thì thầm cùng tôi qua ngập ngừng ám dụ bao thông điệp cuộc đời..."

Quán Văn giống như một cái quán thực sự. Biết bao nhiêu bằng hữu gần xa ghé đến, dù chỉ ngồi chơi chuyện trò, thăm hỏi. Hôm nào có mặt Đặng Châu Long anh đều ghi được những bức ảnh bất ngờ khá thú vị... Và Trần Hữu Hội với tập thơ "Hạt mầm trót vay" là một người dễ mến, tổn thương về cơ thể, nhưng Hội lại được sống trong tình yêu thương đùm bọc của gia đình và sự quý mến chân thành của bằng hữu văn nghệ. Hôm đó, Hội ngồi với nụ cười hiền lành luôn có trên môi, phụ trách phần âm thanh cho buổi họp mặt.

Tôi không thể nói về tất cả những người tham dự. Chỉ thoáng qua để nhớ những người mà tôi biết mặt như Thân Trọng Minh, Lê Hồng Thái, Miên Đức Thắng, Nguyễn Phú Yên, Lê Ký Thương, Phan Văn Quang, Trần Thoại Nguyên, Trần Hữu Dũng, Vũ Trọng Quang, Nguyên Tâm, Nguyễn Như Mây, Đoàn thị Phú Yên, Trần Võ Thành Văn, Bích Ngân, Phạm Thành Châu, giáo sư Hoàng Hưng, Lại Quảng Nam, Cao Bá Hưng, Trần Hoài Anh, Kiều Huệ, Trần Hương Giang v.v.

Hai ngày nữa là rời Sài Gòn rồi, rời khỏi Cà Phê Lọ Lem trong tiếng cười sảng khoái nhưng trong lòng tôi nặng trĩu những tiếc nhớ, sao chưa muốn chia tay. Cám ơn mọi người đã cho tôi những kỷ niệm đẹp của một chuyến đi ngắn ngày, Kết bài viết bằng một tin nhắn của Trần Thoại Nguyên: dù mới gặp nhau mà sao như thấy thân thiết từ lâu rồi. Đúng vậy nhà thơ Trần Thoại Nguyên, tôi cũng nghĩ như anh, và tôi muốn nói thêm: ngay cả những người tôi chưa được biết tên, chỉ nhìn hình thôi đã như là bạn cũ.

6/

Con đường nối từ khu trung tâm thành phố về miền tây đi theo mé sông, đoạn mở đầu ở quận Nhất tên là bến Vân Đồn, khi tới ngã ba đường Cộng Hòa, chợ Nancy thì đổi tên thành Bến Hàm Tử, sau đó tiếp tục chạy vào tới ngã ba Tổng Đốc Phương thì đổi thành Bến Lê Quang Liêm và chạy tới một ngã ba Kênh Tàu Hũ với rạch Lò Gốm là hết đường.

Bây giờ thì đường mở rộng và chạy thông suốt từ Hầm

ngầm Thủ Thiêm vào tới gần xa cảng miền Tây gọi chung một tên là Xa Lộ Đông Tây. Bản tin trên báo chí ghi là: "Với chiều dài 24 km qua địa bàn 8 quận huyện, đại lộ Đông Tây được đánh giá là con đường "dài 300 năm" bởi nó chạy suốt chiều dài lịch sử hình thành và phát triển vùng đất Sài Gòn - Kênh Tàu Hủ chạy qua địa bàn các quận 5, 6 và 8, dự kiến ở đây sẽ hình thành một khu chợ nổi để vừa phục vụ nhu cầu kinh doanh buôn bán hiện tại, vừa tái hiện không gian của những ngày đầu hình thành đô thị Sài Gòn" Thời đó, khi 18 tuổi tôi đã quen thuộc với con đường này, đạp xe đạp chạy luồn dưới chân cầu chữ Y và thong thả chạy về hướng Chợ Lớn, băng qua những địa danh nhà thương điên Chợ Quán, chợ Hòa Bình, rồi cầu Ba Cẳng, tới cầu Chà Và, rồi vào đường Lê Quang Liêm vắng vẻ chỉ toàn những dẫy nhà kho nối tiếp nhau, tới gần giữa đường thì là nhà Phùng Xuân Mai.

Phùng Xuân Mai là bạn cùng lớp. Mai mập mạp và chân chất. Gia đình Mai có bà nội, mẹ và hai đứa em trai: Hưng và Quý. Mẹ của Mai bị hỏng một con mắt, làm nghề bán tàu hũ chén. (Khác với tàu hũ miếng, gọi là Đậu Phụ). Gia đình Mai sống đạm bạc mà rất đầm ấm. Cái làm tôi ngạc nhiên nhất là ba của Mai có vợ bé, sống ngay trong con hẻm gần đó cùng với bà này và đứa con. Em cùng cha khác mẹ với Mai cũng có tuổi tác ngang ngang với tôi, nghĩa là không phải ông bỏ bà này lấy bà kia, mà song song cùng thời có hai dòng con. Còn bà nội của Mai thì sống với gia đình Mai. Tôi thường lên chơi và ngủ lại nhà Mai vào những ngày cuối tuần.

Nửa đêm tiếng động của nồi niêu vang lên, nhẹ khẽ, nhưng tôi vẫn bật dậy, ra sau bếp phụ với mẹ Mai nhóm bếp, xay đậu nành, bưng bê lặt vặt, và ngồi nhìn nồi đậu nành đến trời hưng hửng sáng là hoàn thành một nồi Tàu Hũ thơm phức trắng tinh.

Bà cụ thì lúi húi với chảo cơm rang, và thưởng cho tôi một chén thơm phức, sau đó quang gánh bắt đầu một ngày.

Mai dắt tôi đi chơi trong xóm, băng qua con hẻm nhỏ nối

Lê Quang Liêm qua Phạm văn Chí, đi tới cuối đường là Hãng Rượu Bình Tây. Hãng Rượu Bình Tây do Tập Đoàn Société Française des Distilleries de l'Indochine (SFDIC) của Pháp khởi công xây dựng năm 1900 và đi vào hoạt động năm 1902, nằm trên một mảnh đất rất lớn, trong đó xây dựng nhiều tòa nhà kiên cố hai tầng kiểu Pháp, mỗi tòa nhà cách xa nhau, chung quanh là cây cỏ rộng rãi. Khi chúng tôi vào đó chơi là giữa năm 1968. Vừa qua tết Mậu Thân mấy tháng, nơi đây vẫn còn đầy dấu tích chiến tranh: Những tòa nhà loang lổ vết cháy, hoang phế, không người cư trú và làm việc, tường và mái ngói chỗ còn chỗ vỡ nát. Theo Hùng, người bạn học với Mai và là con của một nhân viên kỳ cựu trong hãng rượu được cấp một căn nhà trong đó, khi ấy đạn bay tứ phía không biết phe nào với phe nào, tòa nhà này bắn qua tòa nhà kia, cứ thấy cái gì di động là bắn, gia đình Hùng trốn dưới gầm giường, ba bốn ngày đầu còn có cơm, sau đó qua mì gói và kéo dài thêm là nhịn đói uống nước trừ bữa. Hùng kể về một nhân vật khá lạ, đó là một sinh viên đại học ở Sài Gòn, lớn hơn chúng tôi vài ba tuổi, tức là khoảng 19, 20. Anh ta bị thương ở cánh tay mặt, chân cũng bị thương nhưng nhẹ hơn, không còn cầm súng được, anh ta cố bò ra khỏi một tòa nhà đang là mục tiêu bị tấn công để trốn, bất ngờ sao lại lọt vào mảnh vườn sau lưng nhà Hùng. Má Hùng tìm thấy, rất sợ nhưng lại thương nên bà ráng kéo anh ta vào nhà, lấy khăn ướt lau chùi và băng bó lại. Cánh tay mặt thì hầu như gẫy nên quặt qua một bên, gia đình chỉ lấy vải cũ quấn lại để không lặc lìa chứ đâu có thuốc men gì. Hùng là người giúp anh ta trong việc ăn uống và vệ sinh. Trong thời gian ở đó, anh ta nói chuyện cho biết anh đang học năm thứ hai Đại Học Khoa Học Sài Gòn. Và khi biết Hùng học trung học Hưng Đạo, anh ta cho biết trước đó cũng học trung học ở trường Hưng Đạo và hỏi thăm nhau biết thầy này, thầy nọ... Cả hai cùng mừng như gặp bạn cũ. Anh ta là học trò cưng và sau đó thành đồng chí với một Giáo Sư dạy Văn và có viết sách ở Sài Gòn. Những bài thơ, truyện ngắn của ông thầy nhà văn đó đã là chất kích thích mạnh. Từ lòng kính thầy, qua yêu thương văn của thầy và sau đó gặp gỡ trở nên thân cận với thầy, anh ta đã bỏ nhà vào bưng và đây là chiến cuộc đầu tiên anh tham dự. Anh ta đọc cho Hùng nghe rất nhiều bài thơ của người thầy đó, và cả một số bài thơ của anh ta, nhưng Hùng không nhớ bài nào. Anh ta kể với Hùng là trong khi cố thủ ở một tòa nhà trong khu vực, anh ta đã dùng sơn đỏ viết lên tường những câu thơ của người thầy của mình. Được khoảng một tuần thì đồng đội tìm thấy và đưa anh ta đi. Khi chiến cuộc tan hẳn, khoảng nửa tháng sau, bất ngờ một người tới báo tin anh ta đã chết trong lúc di chuyển về căn cứ, vì họ tưởng gia đình Hùng là thân nhân của người quá cố.

Tôi có lên tòa nhà hoang phế mà Hùng nói và thấy trên vách bài thơ này viết tháu bằng sơn đỏ, như màu máu tươi:

Có những thần linh,
cho đến trọn đời ta không được thấy
Có những con người
Cho đến trọn đời ta không được yêu
Như con sông kia
nước chảy mãi về đông
Ngọn nước suối chiều
Thấy những sườn non tươi tốt nhưng không bao giờ gần
gũi Hạnh phúc mơ hồ trong đôi tay chới với.
Cúi xuống dòng sông ôm lấy trời xa
những gì yêu thương dưới đáy lòng ta và niềm tin tưởng vô
biên đặt lên chót đỉnh.

Vị Giáo sư dậy Văn này lúc đó chúng tôi không biết là ai, nhưng sau này, có dịp đọc thì biết đó là một bài thơ lồng trong truyện ngắn Vàng Tháp Hời. Tác giả truyện này là tác giả nhiều tập truyện, trong đó có tập truyện Bút Máu mà ông ghi là:

"Ta từng bảo cháu ngòi bút không phải không có oan khiên. Lưỡi gươm tuy ác mà trách nhiệm rõ ràng, lỗi lầm tác hại cũng trong giới hạn. Mượn sự huyễn hoặc của văn chương mà gây điều thiệt hại cho con người, tội ác của kẻ cầm bút xưa nay kể biết là bao, nhưng chẳng qua vì mờ mịt hư ảo nên không thấy rõ hay không muốn rõ mà thôi. Làm cho thiếu nữ băn khoăn sầu muộn, làm cho thanh niên khinh bạc hoài nghi, gợi cho người ta nghĩ vật dục mà quên nhân ái, kêu cho người ta tiếc tài lợi mà xa đạo nghĩa, hoặc cười trên đạo nghĩa của tha nhân, hát trên bi cảnh của đồng loại, đem sự phù phiếm thay cho thực dụng, lấy việc thiển cận quên điều sâu xa, xuyên tạc chân lý, che lấp bần hàn, ca ngợi quyền lực, bỏ quên con người, văn chương há chẳng đã làm những điều vô đạo? Tội ác văn chương xưa nay nếu đem phân tích biết đâu chẳng dồn thành ngàn dãy Thiên Sơn! Thần tạng của cháu kinh động thất thường, nhưng mà bản chất huyền diệu có thể cảm ứng với cõi vô hình, chắc cháu làm điều tổn đức khá nặng nên máu oan mới đuổi theo như vậy Hãy xem có lỡ hứng bút đi lệch đường chăng? Soát lại cho mau, soát lại cho mau, chớ để chậm thêm ngày nào!

Lương Sinh nghe xong bồi hồi tấc dạ, trí tuệ xem như minh mẫn hơn nhiều, cơn bệnh do đó lui được khá xa. Sinh đem mấy tập thi tuyển của mình đọc lại từng câu, dò lại từng chữ, thấy toàn là ý bướm tình hoa, phát triển cảm xúc mà xao lãng trí tuệ, tán tụng thiên nhiên mà bỏ mất cảnh đời, trốn tránh thực tại, từ chối tương lai, nhưng nghĩ kỹ vẫn chưa dò được lối máu từ đâu. Bỗng sực nhớ đến những lời phóng bút viết cho quan Tổng trấn, không ghi lại trong thi tuyển, tâm não trở nên bàng hoàng. Đồng thời bao nhiêu gương mặt hốc hác trong ngày hội chùa lại hiện rõ, mấy cánh đồng trơ trọi, những tiếng thì thầm hai bên kiệu hoa, vẻ người nhớn nhác sợ hãi, những đòn dây trói, mấy dãy nhà giam, lần lượt như sống lại trước mắt. Những cảnh ấy thật trái ngược với những bài tán, bài minh đã viết. Mồ hôi toát ra như tắm, Sinh đứng lên được, quyết định trở lại chốn cũ để tìm hiểu sự thật."

Người sinh viên chết trẻ đó tên là Lê Anh, trong tập giấy học trò anh ta bỏ quên lại tại nhà của Hùng, có viết thảo một vài đoạn thơ:

Con lớn lên thấy đời bơ vơ quá Mẹ cha xa, thầy bạn cũng nghi ngờ Không chỗ nghỉ chân, không nơi nương tựa Đời con tha thẩn một mình cùng nỗi nhớ bao la...

Vào lớp học mới thấy mình còn trẻ,
Còn tự do thở hít những hơi tàn...
Nếu đôi lúc nghe giảng bài con ngủ gục Hoặc reo hò như một chỗ không người Thầy tha thứ cho con đừng trách phạt Vì bây giờ không còn chỗ vui chơi.

Mãi sau này, khoảng thời gian sau 1975, bất ngờ tôi đọc được bài thơ này trong một đặc san in ấn bằng kỹ thuật ronéo của sinh viên trường Đại Học Khoa Học xuất bản năm 1966. Bài thơ ký tên là LAX.

Thời gian 1970 ở Ban Mê Thuột, Phan Ni Tấn là một nhạc sĩ, có thời gian học Đại Học Khoa Học, Tấn phổ nhạc ba bài hát có chung tựa đề là Bài Ca Học Trò, từ thơ ba người: bài 1 phổ thơ Cao Huy Khanh, bài 2 chính là bài thơ này và bài thứ ba phổ thơ ND, ND là một bút danh về thơ của Phan Ni Tấn. Phan Ni Tấn là một nhạc sĩ có tài. Trước 1975, nhiều ca khúc của ông lưu truyền rộng rãi trong giới sinh viên học sinh. Sau 1975, trong những ngày sống chìm nổi và lang bạt ở Sài Gòn, Tấn đã viết và hát cho bạn bè nghe nhiều ca khúc lạ, mang tính tự sự và rất xúc động. Tôi thích một bài Tấn viết và hát, mô tả chính mình một cách ấn tượng. Đó là bài "Bản Du Ca Cuối Cùng".

Hãy im lặng, nghe Tấn dạo đàn và hát buồn bã:

Tôi đến từ núi lạ,
hát mấy lời tăm tối,
mang dấu buồn trên dòng cuồng lưu.

Một bài hát nữa cũng viết và hát cho bạn bè nghe trong thời gian đó là Hamlet.

Bài này lạ vì không phải viết về cuộc đời của chàng Hoàng Tử Hamlet trong truyện của William Shakespeare, mà là một bài thơ phổ nhạc. Bài thơ này do nhân vật Bác Sĩ Zhivago trong tiểu thuyết Bác Sĩ Zhivago của nhà văn Nga Boris Leonidovich Pasternak (1890-1960). Nhân vật Bác Sĩ Zhivago yêu cô gái Lara nhưng gặp nhiều trở lực, nên khi làm việc ở một miền đất xa, giữa cơn bão tuyết, ngồi thắp ngọn nến viết bài thơ Hamlet, không phải nói về Hamlet mà nói về nhân vật được giao nhiệm vụ đóng vai Hamlet trong một buổi trình diễn. Đời như một vở kịch buồn, không muốn làm cũng không được.

"Huyên náo lắng chìm, tôi bước lên sân khấu Tựa lưng vào cánh gà, tôi cố lắng nghe Một âm hưởng xa xa từ đâu vọng đến Định mệnh nào đã dành sẵn cho tôi.

Ôi Allah, nếu có thể, xin cho tôi khỏi chén đắng cay này.

Ý Chúa chấp nhất, lòng riêng tôi vẫn thích, và bằng lòng thủ diễn vai này." Tôi với Phan Ni Tấn quen biết nhau đã lâu, nếu nói vơ vào thì là bạn, nhưng thực sự do khoảng cách địa lý quá xa, ít thời gian gặp gỡ, và chưa bao giờ có dịp hai đứa ngồi riêng nói chuyện với nhau, nên cái hiểu biết về nhau rất hời hợt có chăng chỉ là bạn chung, nghĩa là nhiều người bạn của Tấn lại là bạn của tôi. Sau này, Phan Ni Tấn định cư tại Canada và hoạt động rất mạnh trong lãnh vực thi ca và âm nhạc. Từ khi chia tay với nhau một đêm ở nhà Bùi Công Bằng khoảng năm 1977, cho tới nay, chưa bao giờ gặp lại. (Ngoại trừ trên Facebook).

Lần trở về này, ghé lại nhà Phùng Xuân Mai, thì gia đình Mai đã dọn vào trong hẻm. Phùng Xuân Mai lên Phú Giáo - Bình Dương lập nghiệp, lấy vợ và định cư ở đó từ lâu. Mẹ của Mai đã mất, hai đứa em trai còn ở đó, nhưng thật đau lòng khi chỉ còn gặp vợ và con đứa em của Mai, Phùng Xuân Hưng cũng vừa mất. Thật xúc động khi chàng thanh niên con của Hưng ồ lên khi nghe tên của tôi, con biết bác, Bà Nội, Ba con và bác Mai nhắc tới bác hoài...

6/

Tôi nhận được lời mời qua tin nhắn của nhạc sĩ Trần Huân: "Tụi em sinh hoạt vào buổi tối ngày... ở quận Ba. Anh đến chơi với tụi em nhé."

Trần Huân là một nhạc sĩ trẻ, hát hay, đàn giỏi lại thêm bản tính thích sinh hoạt thanh niên nên từ từ anh chàng trở thành đầu đàn của một nhóm Du Ca, lấy danh xưng là Du Ca Sài Gòn.

Tôi mới quen biết với Trần Huân vài năm nay, nhưng tên tuổi của chàng Nhạc Sĩ này thì biết từ lâu. Khoảng năm 1999, ca khúc Họa Mi Tóc Nâu của Trần Huân do ca sĩ Mỹ Tâm trình bày là một ca khúc đưa tên tuổi của Mỹ Tâm lên đỉnh cao, và báo chí cũng như nhiều người thích nhạc đã gọi cô ca sĩ này Họa Mi Tóc Nâu là do cô hát và tạo dấu ấn của ca khúc này trong lòng khán giả. Một bài viết Tùng Lâm đăng trên News Zing ghi rằng: "Ít ai biết rằng, vị nhạc sĩ có công tạo dựng "thương hiệu" và dìu dắt cô từ những ngày đầu tiên cũng có cùng tên nhưng khác họ. Anh là Lê Trần Châu Huân (Trần Huân).

Là một nghệ sĩ du ca, cái tên Trần Huân dường như rất hiếm hoi xuất hiện trên mặt báo. Sinh năm 1976, gia đình Trần Huân có nhiều biến động mà sự kiện đáng nhớ nhất là người cha qua đời năm anh mới 8 tuổi. Trần Huân chủ yếu lớn lên trong nhà thờ với những lời dạy dỗ, bảo ban của các sơ và mẹ. Điều đó ảnh hưởng nhiều đến âm nhạc của anh sau này."

Trần Huân trẻ hơn tôi khoảng hơn mười tuổi, nên gọi anh là Nhạc Sĩ Trẻ, và thực sự thì anh chính là một thành viên của Hội Nhạc Sĩ Trẻ. Trần Huân đang ở tuổi trung niên, thời của tài năng sung sức nhất, ngay thời điểm này anh đã có trên 50 ca khúc được phổ biến rộng rãi. Các ca sĩ trong nước như Lam Trường, Mỹ Tâm, Việt Quang hay các ca sĩ hải ngoại như Trúc Linh, Trúc Lam, Nguyên Khang, Lương Tùng Quang đều đã trình bày những ca khúc của anh trong các chương trình của Thúy Nga và Asia. Nhóm Du Ca Sài Gòn sinh hoạt đều đặn đông vui, và còn chung tay tổ chức các chuyến công tác xã hội cứu trợ nhiều nơi. Tuổi trẻ và nhiệt huyết của các bạn làm tôi thèm và nhớ các sinh hoạt của Phong Trào Du Ca ngày xưa, và thèm khát được đứng chung, được đóng góp như một thời tôi đã từng... Tôi gặp Trần Huân mấy lần trong các buổi sinh hoạt Du Ca mà tôi bất ngờ có mặt ở Sài Gòn, và đến tham dự với anh em.

Những buổi sinh hoạt đó rất vui, hào hứng, bởi vì không phải chỉ nghe hát, mà là chúng ta cùng hát, các ca khúc sinh hoạt như Đường Việt Nam, Về với Mẹ Cha, Người Yêu Tôi Bệnh... Mỗi khi cất lên là cả một rạo rực từ trái tim và những nhịp vỗ tay của đám đông tuôn trào như mạch suối. Có lần, nghe nhóm hợp ca giọng Nam bài "Đứa Học Trò Trở Về" của Nguyễn Quyết Thắng, tôi nồng nhiệt vỗ tay theo nhịp và ngồi bên dưới nhưng vẫn cao giọng hát theo, hào hứng như cái thời... ngày xưa đó.

Du Ca, những ca khúc cộng đồng, những sinh hoạt thanh niên, và những ước mơ, khát khao mà tôi mang theo từ thời trai trẻ lúc nào cũng như nằm sâu trong lòng tôi và bỗng nổi lên dạt dào mỗi khi có dịp.

Ngày xưa đó... Tôi gặp Nguyễn Quyết Thắng năm 1969 ở Ban Mê Thuột. Tôi 19 tuổi, mới ra trường và đang làm việc tại bệnh viện. Thắng 20 tuổi, đang bị thương và nằm bệnh viện chờ giải ngũ.

Khuôn mặt trắng trẻo thư sinh, thêm giọng hát trữ tình và ngón đàn Guitar điêu luyện hấp dẫn tôi ngay từ lần đầu tiên nhìn Thắng ôm đàn ngồi hát một mình ở hành lang bệnh viện. Tôi ghé tới gần, ngồi xuống rút điếu thuốc châm mồi và im lặng nghe Thắng hát.

Chúng tôi làm quen với nhau như vậy. Thắng tặng tôi một xấp những tờ nhạc của Thắng quay ronéo, trong đó một ca khúc đã được dùng làm nhạc chính của phim Trường Tôi: ca khúc "Vắt Tay Lên Trán" qua tiếng hát Thái Hiền. Tôi cũng tặng Thắng tập thơ quay ronéo mỏng dính, mà tôi không còn nhớ tên.

Ba hôm sau, Thắng ôm đàn đến và hát cho tôi nghe một bài thơ Thắng vừa phổ nhạc là bài "Giòng Ăn Năn".

Lúc đó, khoảng giữa năm 1970, Đoàn Văn Khánh cũng vừa đổi lên làm việc ở Ban Mê Thuột. Ba đứa tự nhiên kết nối với nhau thành một nhóm mà tình cảm và kỷ niệm vẫn còn giữ được đến bây giờ.

Trong bài tùy bút "Buổi sơ ngộ thanh xuân", Đoàn Văn Khánh ghi lại: "Một tối hạ nồng 1970 trên cao nguyên, hai thằng lính trẻ từ doanh trại ngang qua khu Biệt điện Bảo Đại, thong dong dưới tán mưa không đủ thấm ướt áo quãng đường hơn một cây số thì ra tới trung tâm thị xã. Nhà thờ Chính Tòa vẫn đang lặng thinh với pho tượng Chúa dang rộng đôi tay mong cứu vớt muôn loài thoát khổ nạn chiến tranh. Nguyễn Minh Nữu phục vụ ngành Quân Y tại đây hồi năm trước còn tôi từ một đơn vị tác chiến ở Đồng Tháp Mười mới chân ướt chân ráo xin chuyển lên để quên đi cuộc tình lỡ đầu đời và cái chính là theo lời... rủ rê của NMN - người bạn chí cốt thời niên thiếu - rằng Ban Mê Thuột không phải Buồn Muôn Thuở đâu mà là "hứa địa" văn nghệ bởi nơi đây. Bạn Một Trời. Lát nữa, anh sẽ gặp một tên thương binh, đúng hơn là một nhạc sĩ Du Ca đàn hay hát giỏi. Nguyễn Quyết Thắng cùng tuổi với bọn mình rất... dễ thương! Buổi sơ ngộ của chúng tôi diễn ra tại nhà bố mẹ Thắng: Quán bánh cuốn Thanh Tùng đường Hai Bà Trưng nức tiếng một thời. Mái tóc dài bồng bềnh phủ gáy. Nước da trắng xanh do nằm bệnh nhiều ngày. Chiếc áo lính thám kích rằn ri hờ hững khoác vai. Giọng Hà Nội rặt thật truyền cảm khi NQT cất cao tiếng hát những bản Du Ca trầm hùng. Cứ thế đan xen giữa nhạc NQT với thơ NMN và ĐVK hừng hực tuôn tràn bất tận đến khi nhìn ra ngoài đường thì đã tới giờ giới nghiêm/cấm quân. Dọc ngang nhiều chiếc xe Quân Cảnh tuần tra hú còi inh ỏi. Từng đốm hỏa châu thay nhau bì bụp nổ và lửng lơ rơi rơi giữa thinh không thắp đỏ rực lên những mảng trời thần chết. Thắng nhờ cô em gái pha thêm café, ấm trà nóng và chúng tôi cùng ngồi đếm tiếng đại bác đì đùng vọng về đợi hừng đông lên."

Nguyễn Quyết Thắng cũng ghi trong Hồi Ký:

"Ngày 08-08-1971 tại căn nhà của tôi được mệnh danh là "căn nhà của lần bom qua" số 83 Lê Văn Duyệt BMT, chúng tôi gồm 3 người là Nguyễn Quyết Thắng, Nguyễn Minh Nữu và Đoàn Văn Khánh đã ngồi bên nhau thành lập hội văn nghệ lấy tên là: "Cơ Sở Văn Nghệ Con Người", với mục đích ấn hành các tác phẩm do chúng tôi sáng tác trong khả năng và phương tiện sẵn có, đa phần là quay ronéo. Cũng từ đó tôi có thêm được khá nhiều những người bạn văn nghệ khác tham gia như: Hoàng Ngoan Đồng, Nguyễn Phương Căn, Xuân An, Lâm Văn Sang, Trần Hoài Thư, Phạm Tuấn Ngọc, Phan Ni Tấn, Lê Hồng Thái, Nguyễn Thế Hùng, Nguyễn Mạnh Tấn, Trần Bề, Nguyễn Thành Long...

Nhớ về những ngày tháng đó, trong hào hứng của tuổi thanh niên, chúng tôi ngồi và suy nghĩ thật viễn mơ rằng khoảng năm ba năm nữa, khi không còn chiến tranh, chúng ta cũng vừa vượt qua khỏi cái tuổi mới lớn, mỗi người làm việc từ vị trí riêng, sẽ cùng nhau thực hiện một cơ sở văn nghệ liên kết với nhau thành Ẩn Quán, Xuất Bản, Thư Trang, Tạp Chí, và Câu Lạc Bộ. Đã qua rồi cái thời Bút Nhóm, Thi Văn Đoàn, nên chúng tôi đặt tên là Cơ Sở Văn Nghệ Con Người. Thật tiếc là khi chúng tôi (Thắng, Khánh, Nữu) chưa kịp lớn để có cơ ngơi ổn định cùng chung tay thực hiện ước mơ thì đời đã đưa ba đứa đi ba phương trời...

Nguyễn Quyết Thắng là con người hiền hòa, đằm thắm, chơi với bạn bè nhún nhường, thường chịu đựng nhiều hơn. Đời sống rất đạo đức, yêu một người và yêu một đời, cho nên trong nhạc của Thắng thường là một thứ tình cảm trong sáng, nhẹ nhàng và hướng về quê hương đất nước.

Nhưng nói như thế không phải Thắng là người dễ chịu, rất khó tính là khác. Cái gì Thắng cho là đúng thì dẫu có chứng minh thế nào cũng không thuyết phục được, quá lắm, nghĩa là Thắng thấy không thể phản bác được thì Thắng im lặng và... tiếp tục suy nghĩ theo ý của mình. Trong hơn trăm ca khúc Thắng viết xuống, nhiều nhất vẫn là những ca khúc viết về thân phận con người và tình yêu nồng nàn với đất mẹ. Và thực sự là Thắng rất thành công ở thể loại này. Thí dụ ca khúc "Vắt Tay Lên Trán":

Nằm vắt tay lên trán, ta nghĩ đến chuyện cuộc đời,
Ngồi bấm đốt ngón tay, ta nghĩ đến chuyện ngày sau.

Hay "Hát Từ Tim Hát Bằng Hơi Thở":

Hãy đến từ lòng người, và đến chính nơi ta Đến với lòng thật thà, đừng dối trá điêu ngoa.

Hoặc Đứa Học Trò Trở Về:

Nhìn diều đang lên cao, nghe sáo trúc reo Nhìn về nơi phương xa trái tim con nở hoa Nhìn đàn em thơ qua, nghe chúng múa ca Nhìn vào lòng thương yêu ngậm lúa thơm quê nhà...

Còn về tình yêu, có lẽ chỉ năm ba bài rất hồn nhiên và cũng rất nhẹ nhàng. Thắng phổ nhạc thơ của nhiều người, dường như cũng với tiêu chí đó, những lời thơ về thân phận, về đất nước. Những ca khúc tình yêu đắm đuối thì có lẽ chỉ có trong những ca khúc nhạc của Thắng nhưng người viết lời là Đoàn Văn Khánh hoặc tôi.

Trong khoảng 15 ca khúc viết chung Nguyễn Quyết Thắng và Nguyễn Minh Nữu thì chỉ có ba bài là phổ từ thơ, còn lại hầu như nhạc của Thắng viết, đưa qua, và tôi ngồi viết lời xuống theo cảm nhận của lúc mình nghe.

Thú thật là tôi yêu thích những ca khúc viết lời trên nền nhạc của Thắng nhiều hơn các ca khúc Thắng phổ từ thơ của tôi. Tại sao vậy? Tôi nghĩ có lẽ, lúc nhắm mắt lại, nghe tới nghe lui một âm điệu, rồi tới lúc thấm thía, thú vị mới viết lời xuống như một bài thơ hòa được cái cảm xúc của người viết nhạc và chung được cái rung động của chính mình.

Chuyện viết lời trên nền nhạc có sẵn thì trước đó đã có nhiều lắm. Mộng Dưới Hoa mà Phạm Đình Chương phổ nhạc đâu phải là thơ của Đinh Hùng hết, mà chính Đinh Hùng đã ngồi bên cạnh Phạm Đình Chương để viết lời cho nhiều đoạn. Hay bản nhạc của Trần Trịnh đưa Hà Huyền Chi viết lời thành Lệ Đá, sau đó, tiếp tục cảm hứng, Hà Huyền Chi đã viết tới 6 lời khác nhau cho một bài hát. Và nhất là Hoài Linh (Nhạc Sĩ, không phải Nghệ Sĩ hài Hoài Linh) đã gần như một người viết lời chuyên nghiệp cho Minh Kỳ, Tuấn Khanh, Mạnh Phát, Song Ngọc, Nguyễn Hiền, Văn Phụng... đó sao.

Khi gặp và chơi với nhau, tôi đã viết lời khoảng một hai bài, sau đó, nhiều nhất là lần ba đứa quyết định in chung tập nhạc mà tôi có dịp kể lại trên facebook như sau:

Năm 1972, vợ chồng Nguyễn Quyết Thắng - Hồ Minh Chiến vừa mới thành hôn và có một chuyến đi chơi lên Đà Lạt. Lúc đó tôi đang ở Đà Lạt, ngồi lại bên nhau và quyết định làm tập nhạc Hát Ngợi Ca Tình Nhân với 12 ca khúc do Nguyễn Quyết Thắng soạn nhạc và Đoàn Văn Khánh với Nguyễn Minh Nữu viết lời. Bây giờ hồi tưởng lại, hoàn toàn không nhớ nổi là làm thế nào để làm được. Nhớ là nhớ cái kỹ thuật in lúc bấy giờ là Muntilic Ronéo, một kỹ thuật mới toanh, và không phổ biến bên ngoài, chỉ có một máy in nằm trong Trường Võ Bị Quốc Gia Đà Lạt. Máy này in ấn ra sao, tôi không biết, nhưng layout trên một tờ giấy giống như giấy Stancil, loại giấy để quay ronéo, khác là không cần làm thủng giấy, mà viết lên bằng bút nguyên tử đen. Về loại máy in ấn này, Trần Thị Nguyệt Mai đã bỏ công vào Internet tìm kiếm, và sau đó cho biết đó là loại máy Mimeograph machine. Ngày đó, dù đang đi du lịch, Nguyễn Quyết Thắng cũng ngồi kẻ nhạc, sau đó Trần văn Nghĩa viết chữ. Tại sao vào đó in được? Tại sao quen Trần Văn Nghĩa để nhờ Nghĩa viết chữ? Trí nhớ mù mờ không nhớ nổi. Tập nhạc in ra, Thắng đem về Ban Mê Thuột và Sài Gòn, rồi tặng khắp nơi.

Sau 1975, Thắng đi Hòa Lan, Khánh ở Ban Mê, tôi ở Sài Gòn qua năm bảy lần dọn nhà... chẳng đứa nào còn giữ được.

Năm 2013, Anh Phạm Tuấn Ngọc từ trần. Khi soạn lại sách vở cũ trong nhà, Chị Phạm Tuấn Ngọc đưa lại cho Đoàn Văn Khánh một bản mà ngày xưa năm 1973 cả ba đứa ký tên tặng anh Ngọc.

Khi Khánh đưa cho tôi để photo, đã nhiều lần tôi nghĩ tên TRẦN VĂN NGHĨA, chỉ loáng thoáng là một bạn làm thơ có nét chữ rất đẹp, bay bướm mà lại dễ đọc. Nghĩa là ai, ai trong đám đã quen để nhờ, và anh ta giờ ở đâu, ra sao...

Thế mà nhờ Facebook tôi đã tìm ra Trần Văn Nghĩa, là một

người làm thơ, cũng là một nhà giáo và đang nghỉ hưu tại Phan Rang. Tuyệt vời nhất khi tôi gửi qua một trang hình chụp và hỏi có phải đây là nét chữ của ông? Nghĩa xác nhận và muốn có toàn bộ những trang chữ viết cũ.

Hôm nay viết lại để nhớ tới Trần văn Nghĩa là người có nét chữ tài hoa, gửi tới Lê Hồng Thái là họa sĩ vẽ phụ bản, gửi tới Nguyễn Quyết Thắng, tác giả soạn nhạc, gửi tới Đoàn Văn Khánh và lưu lại cho chính mình như một kỷ niệm tuyệt đẹp của thời mới lớn. Cùng lúc để nhớ về Huynh Trưởng Phạm Tuấn Ngọc, một người anh đã đi xa.

Rồi tới khi ba đứa ba nơi, Đoàn Văn Khánh ở Sài Gòn, Nguyễn Quyết Thắng ở Hòa Lan và tôi ở Hoa Kỳ. Thắng lại gửi liên tiếp một số bài nhạc nữa, trong đó, tôi chỉ viết lời cho bốn bài.

Kỷ niệm nhớ nhất là một bài tôi đặt tên là Biền Biệt Bóng Trăng Tan. Bài đó viết xong gửi qua Thắng, Thắng trả lời liền: Dâm đãng quá, sửa lại đi. Tôi chới với, im lặng. Sau đó Thắng tự sửa lại mà Thắng cho là... nhẹ nhàng và thơ mộng hơn. Tôi không phản bác, vì "Sống với một người bạn bảo thủ, thì phải có một người bạn ừ hử" chứ.

Nhưng là kỷ niệm, nên ghi lại cả bốn câu đó mời các bạn xem chơi:

Tôi viết là:

Một đôi lúc chợt nghe bàng hoàng Bên đời đã hoang tàn còn ai Người như khói khăn hài mù tăm Hương ái ân còn đẫm chăn nằm.

Thắng sửa lại là:

Một đôi lúc chợt như bàng hoàng.
Bên đời đã muôn vàn sầu ai.
Người như bóng mây trời mờ bay.
Hương đắm say còn đẫm trăng gầy.

Kỳ lạ là thấy Thắng tự ý sửa lời mình viết, tôi không buồn giận, mà lâu lâu nghe, lại thấy Thắng sửa lại cũng hay, phải đẫm trăng gầy mới trong sáng và thơ mộng bạn à.

Chơi với nhau gần 50 năm, bây giờ cả ba đứa ở ba phương trời, đều ở gần tuổi cổ lai hy rồi. Suốt bấy lâu chúng ta đã đem tới cho nhau biết bao niềm vui, hạnh phúc và cũng chẳng thể thiếu những lúc buồn giận, bực bội. Nhưng... biết có còn cơ duyên gặp lại nhau lần nữa hay không?

7/

Về đến Sài Gòn là về thăm gia đình, thăm lại những nơi chốn ghi dậm nét ký ức một thời đã qua. Đi thăm lại tôi mới chợt khám phá những kỷ niệm suốt thời trẻ trai của tôi ở Sài Gòn, là những kỷ niệm với rất nhiều con hẻm nhỏ. Những con hẻm không thẳng băng mà uốn éo theo từng vách nhà, chạy len lỏi từ con đường này qua con đường khác. Từ phương xa nhớ về Sài Gòn, những hình ảnh trên mạng sẽ cho chúng thấy Nhà thờ Đức Bà, Chùa Vĩnh Nghiêm, Lăng Ông Bà Chiểu, hay dòng sông cạnh bến Bạch Đằng, cây cầu Chữ Y nên thơ, cảnh nào cũng đẹp và làm chúng ta nhớ nhưng hắt hiu nhớ, trăn trở nhớ và khao khát mong về lại là những con hẻm nhỏ không tên. Ở đó có tuổi thơ, có ký ức thời mới lớn, có gia đình, có bạn bè và có cái phần hồn của thương quá Sài Gòn.

Khu Bàn Cờ với con hẻm chính được trải nhựa đặt tên là đường Bàn Cờ, dọc con đường ngắn này từ Phan Đình Phùng qua Phan Thanh Giản là cả mấy chục con hẻm lớn, rồi các con hẻm lớn này tỏa ra hàng trăm con hẻm nhỏ, các con hẻm nhỏ này lại mở ra rất nhiều, rất nhiều những hẻm chút xíu chỉ vừa đủ một người chạy chiếc xe gắn máy đi vào. Nhà Đoàn Văn Khánh ở khu này, khi tới chơi với nhau thời văn nghệ thiếu nhi, thì vòng trong xóm là những thành viên của bút nhóm Hàn Mặc Tử có Hồ Hoàn Kiếm, Nguyễn Hoàng Nhung, Lê Hồng Thái, Vũ Chinh...

Lê Hồng Thái là một lực sĩ, vừa vào hẻm mấy chục thước, quẹo trái là nhà của Thái. Thái hay đứng trước sân tập tạ, thời đó, Thái còn tham gia một nhóm thể thao gọi là Kiến Càng. Trong nhóm anh em, Thái chia tay với anh em sớm nhất, rồi mất hút cả mấy chục năm không liên lạc được. Bỗng dưng khoảng năm 2010, có lần Khánh hỏi; Ông còn nhớ Lê Hồng Thái không? - Nhớ chứ, Họa Sĩ và Lực Sĩ.- Đúng rồi, mới đây Thái liên lạc được với tôi, hiện giờ đang sống ở Mỹ Tho.

Tôi hào hứng, mình đi xuống đó chơi thăm nó đi.

Lê Hồng Thái đón chúng tôi ở đầu hẻm, (Về Mỹ Tho vẫn lại là một con hẻm sâu hun hút) Thái đang sống với một người tình làm thơ, và đang chờ xuất cảnh. Chúng tôi kéo nhau ra quán uống cà phê.

Bao nhiêu năm gặp lại, Thái gầy hơn, tóc dài và trắng xóa, chỉ có đôi mắt là vẫn long lanh và giọng nói chậm buồn.

Thái tâm sự:

- Lúc này tao ít làm thơ....

Tôi ồ lên! - dành thời gian đi tán gái thôi hả?

Thái gạt ngang, nói bậy không à, dành thời gian cho vẽ và tạc tượng. - Làm ở đâu? tới nhà đâu thấy tranh tượng gì đâu.

Thái gật đầu, uống cà phê đi rồi tao đưa hai đứa về nhà . - Ở đâu? - Sầm Giang.

Lê Hồng Thái khỏe thiệt, Thái chạy xe đạp chạy song song với tôi và Khánh về tuốt dưới quê, Sầm Giang cách trung tâm Mỹ Tho khoảng vài chục cây số mà Thái chạy bon bon không thở dốc.

Căn nhà của Thái nằm sâu trong ruộng, nhà tranh vách lá, Tôi và Khánh bồi hồi xúc động gặp lại chị Bình, vợ của Thái, là Cô gái mở quán cà phê Hoàng Hôn ngày xưa ở Bàn Cờ.

Chị Bình nhận ra tôi ngay và xưng hô thân tình như cái thời

40 năm về trước. Nhà của Thái la liệt tranh vẽ và tượng điêu khắc gỗ. Tranh và tượng của Thái thiên về trừu tượng và kén chọn người thưởng ngoạn. Cái đẹp mà tôi thấy được là mầu sắc phối hợp điêu luyện và bắt mắt. Có điều, tiếc thay, vì khó khăn tài chính, nên tranh thì vẽ trên giấy, mầu sắc thì xử dụng sơn xây dựng, còn các tượng, phù điêu cũng đa số thực hiện từ các loại gỗ bất kỳ nào mà Lê Hồng Thái tìm thấy được.

Ở chơi với Lê Hồng Thái một buổi mà lòng xót xa buồn, thương bạn mình, thương một tài năng không có điều kiện phát triển.

Bạn cũ mấy chục năm gặp lại, xúc động thì nhiều mà nói với nhau chẳng được bao nhiêu. Chỉ nhớ Thái tâm sự, nếu lúc đó tao biết mày và Khánh ở Ban Mê Thuột thì tao cũng đã xin lên đó rồi. Sống ở Phan Thiết một mình buồn chán biết bao nhiêu.

Khi về lại Sài Gòn, tôi có ý định giới thiệu một người bạn cũ, yêu nghệ thuật giúp Thái bằng cách mua lại tất cả những gì Thái đã làm, để Thái có tiền mua Sơn Dầu, Khung Vải thực hiện tranh. Tiếc thay, những điều kiện hai bên không thỏa thuận được.

Bây giờ, điều kiện sáng tác của Lê Hồng Thái khá hơn, Thái đạt một số giải thưởng, có điều kiện triển lãm tranh tượng và nổi tiếng ở cả khu vực miền Tây

Chia tay với Thái bên bờ kinh Long Định, và mà lòng tôi như muối sát khi nhìn người bạn Lực Sĩ ngày xưa, nhà Điêu Khắc bây giờ mà tâm hồn hết sức nhạy cảm, nước mắt ràn rụa khi cả ba đứa bồi hồi ôm nhau tạm biệt

Con hẻm mà tôi ghi nhớ hoài là con hẻm vào nhà Trần Dzạ Lữ nằm ở gần ngã Ba Chú Ía. Con hẻm dài và quanh co, rồi quẹo trái rồi quẹo phải,vài ba lần quẹo, vài ba lần đưa địa chỉ hỏi thăm mới tìm thấy nhà. Tôi đi tìm Trần Dzạ Lữ khi biết tin Lữ đã về sống ở Sài Gòn sau những ngày trôi nổi và hết sức lận đận, kể cả chuyện đi ngậm ngải tìm trầm mà một bài thơ Trần

Dzạ Lữ đã kể:

Nói chung, đám tìm trầm Vì đói cơm rách áo Người yêu coi như không Vợ con là gió thoảng

Chiều nay, qua Ba Lòng Vì đâu, mà thương nhớ?

Đâu phải dò phong lan Tim tím chiều mắt ngó?

Cũng không phải chùn chân Trước núi rừng muông thú Nhưng mà cả binh đoàn Đều rưng rưng nước mắt Lúc leo qua con dốc Có tên là "Mạ ơi".

Tôi và Trần Dzạ Lữ quen nhau năm 1973, cùng thời với Họa Sĩ Nguyễn Duy Ninh, và Họa sĩ Nguyễn Phước Bửu Tân. Sau khi tan khóa học, Lữ, Tân và Ninh cùng về miền Trung tôi ở miền Nam, và mất dấu chân nhau. Sau 75, Trần Dzạ Lữ về Sài Gòn, lập gia đình và ở nhà vợ nằm hút sau một nghĩa trang vùng cổng xe lửa số 6, quận 3. Trần Dzạ Lữ lấy vợ là một cô sinh viên Đại Học Vạn Hạnh. Cô ta yêu thơ và yêu Lữ nhiều, chịu đựng gian khổ với một gánh rau muống bán độ nhật để chồng nhẹ lòng làm thơ. Nhờ đó, tập thơ đầu tay của Lữ là Hát Dạo Bên Đời mới đến được tay người đọc vào năm 1995. Năm 1995 mới in tập thơ đầu, nhưng từ trước 75, thơ Trần Dzạ Lữ đã xuất hiện nhiều ở các tạp chí văn học như Văn, Khởi Hành... Khi tôi lập gia đình, mời Lữ xuống, đám cưới năm 1977 là một đám cưới nghèo, cô dâu chú rể nghèo, hai gia đình nghèo và bạn hữu cũng nghèo luôn. Lữ cầm tay một bao thư có bài thơ mừng đám cưới. Rồi sau đó lại mất tin nhau. Cho tới khi bất ngờ có người báo Lữ đã về Sài Gòn và hiện ở Gò Vấp. Tôi cố đi tìm vì có chơi với Lữ mới hiểu và thương một người làm thơ quá nhiều lận đận. Cuối cùng, gần hai tiếng đồng hồ quanh co người này chỉ, người kia chỉ giống như một chuyến phiêu lưu rồi mới tìm ra nhà. Hai vợ chồng không có nhà, cô con gái chỉ ra đường Trần Quốc Toản, nói ba con hiện giữ xe cho một công ty nằm ở đó.

Và sau chót tìm gặp được nhau, hai thằng gọi hai ly cà phê đá, ngồi bệt xuống bậc thang lề đường.

Trần Dzạ Lữ bản tính trầm ngâm, khuôn mặt khắc khổ và ít cười. Bao nhiêu năm gặp lại, những khổ đau dường như đã bão hòa, Ôn lại chuyện xa xưa, nhắc bạn bè cũ mà cả hai, đứa nào cũng buồn thương cho suốt một thời bão nổi đã qua. Lữ nhắc đến Nguyễn Duy Ninh, chàng họa sĩ có nụ cười đằm thắm hiền lành nay ở Đà Nẵng, là một họa sĩ nổi danh về Thủ Ấn Họa, có phòng triển lãm và sống bằng tay nghề của mình, nhắc tới Nguyễn Phước Bửu Tân một họa sĩ tốt nghiệp Mỹ Thuật Huế, bây giờ về ngay thành quách cũ và mở một quán cà phê trong khu vực nội thành Huế. Bây giờ, có facebook, kết bạn lại với nhau, nhìn những tấm ảnh mới của Lữ, tươi cười bên những thắng cảnh nhiều nơi, tạ ơn trời, về già rồi Trần Dzạ Lữ đã có chút bình an và nhẹ nhàng. Lữ nhắn tin với tôi qua Facebook, lần tới về, đừng ở khách sạn nữa, về tao mà ở hiện tao sống có một mình... chợt nhớ hai câu thơ của Nguyễn Du:

Trời còn để có hôm nay
Tan sương đầu ngõ, vén mây cuối trời

Có đêm ở giữa Sài Gòn, mở nhạc nghe Evil Phương hát bài "Một lần Miên Viễn Xót Xa" của Nguyễn Đức Thành:

Sài Gòn đó từng con phố nhỏ Mỗi dặm đường hàng vạn dấu chân con Nha Trang, Đà Nẵng trời thơ mộng Đâu có bao giờ con dám quên.

Giờ đây, mỗi đứa con lạc loài mỗi nẻo Đứa CaLi, Đứa Paris, Đứa đèo heo hút gió Gặp nhau từng giọt lệ xót xa Buông mất câu chào đôi ba sinh ngữ Bonjour, Au revoir, Hello, Good Bye...

Con gục đầu chua xót đắng cay.

(https://www.youtube.com/watch?v=xzY9BrBPorA) mà thương quá chính mình một đời chìm nổi.

Căn nhà nằm gần cuối một con hẻm ở đường Nguyễn Tri Phương này tôi đã đến nhiều lần, nhiều tới độ không nhớ đã bao nhiêu lần. Từ những năm đầu thập niên 1970, khi đó, Bùi Công Bằng là Ca Trưởng của Đoàn Du Ca Giao Chỉ, đó là một nhóm thanh niên là nhiều giáo sư và học sinh của trung học Đắc Lộ có chung sở thích ca hát. Tôi đến đó để gặp khuôn mặt trắng trẻo, đôn hậu và hàm râu xanh mượt mà luôn kèm nụ cười hào sảng. Hơn năm mươi năm qua đi, căn nhà cũ ngày xưa đã sửa chữa tân trang một chút cho phù hợp với thời đại, nhưng vẫn giữ nguyên một trệt một lầu như trước. Cái bàn gỗ dài lên nước bóng bên cạnh cây Piano nằm sát vách, cái kỳ diệu là khuôn mặt xưa dù tóc bạc phơ, hàm râu dài rậm trắng tinh vẫn rộn rã tiếng cười hào sảng, Tiếng cười của chàng thanh niên tuổi hai mươi ngày xưa và của ông già gần bẩy mươi với đàn cháu nội ngoại... sao vẫn như chẳng có gì thay đổi.

Lần này tôi trở lại căn nhà đó với Đoàn Văn Khánh. Trong chuyến đến thăm lần trước, Bùi Công Bằng nói yêu thích thơ của Phạm Cao Hoàng, và khi biết tôi quen và ở gần với Phạm Cao Hoàng ở Virginia. Bằng nói, nếu được, ông xin Phạm Cao Hoàng cho tôi một tập thơ. Khi tôi nói, Phạm Cao Hoàng nồng nhiệt lấy tập thơ mới nhất ghi lời tặng và nhờ tôi chuyển về. Lần này, đến chơi với Bùi Công Bằng và chuyển tận tay Bằng tập thơ đó.

Bùi Công Bằng trân trọng cầm tập thơ và tâm sự: mình và Phạm Cao Hoàng chưa từng gặp mặt, mình thích thơ Phạm Cao Hoàng vì cái phong cách điềm đạm, cái tình yêu đằm thắm và một cái gì đó bí ẩn dấu kín giữa hai dòng chữ trong thơ Phạm Cao Hoàng. Hay thật, Bằng và Hoàng là hai người bạn của tôi từ hai phương trời khác nhau, chỉ qua thơ mà Bằng cảm nhận ra sự gần gũi của con người Phạm Cao Hoàng.

Chiều thứ Bảy, tháng Chín Sài Gòn hay có những cơn mưa, phòng khách nhà Bằng đã bày sẵn một bàn dài với 11 cái ghế, tương ứng với 11 bộ chén bát. Chơi với Bằng đã lâu, người bạn Ca Trưởng gốc nhà giáo này là người tinh tế, hào sảng nhưng thật nghiêm túc. Cách bày biện cho tôi biết trước hôm nay quay tròn trong vòng thân tình này sẽ là 11 người mà Bằng đã chuẩn bị. Sẽ không có khách lạ bất ngờ, và chắc cũng sẽ không có sự vắng mặt nào bất ngờ của ai nếu đã nhận được lời mời.

Cơn mưa Sài Gòn ào xuống bắt chợt, mà những bạn hữu ngày xưa vẫn lần lượt bước vào, Nguyễn Công Tài, Đinh Việt Hùng, Nguyễn Ngọc Linh, Minh Hương, Đỗ như Bình, Trần Nhật Vy, Trần Đạt, Hương Giang, cùng với tôi, Đoàn Văn Khánh và Bùi công Bằng vừa một bàn dài cho buổi tụ hội chờ sẵn.

Nhạc sĩ Nguyễn Ngọc Linh vừa qua một cơn bạo bệnh, cái gọi là bình phục nghĩa là từ nằm thiêm thiếp thành ra tạm đi đứng được, người gầy hom hem, chỉ có đôi mắt là vẫn sáng tinh anh, nụ cười nhỏ nhẹ, thế mà vẫn ôm được cây đàn để hát "những mê đắm rã rời... trong tuyệt vời ký ức..."

Đôi uyên ương Minh Hương - Đinh Việt Hùng say đắm, niềm vui khi biết tiếng hát Khôi Nguyên Sinh Viên hồi năm 1975, bây giờ vừa tham dự cuộc thi "Tiếng Hát Mãi Xanh" và vừa đạt số điểm 99/100 để bước vào nhóm 9 thí sinh của vòng bán kết. Tiếng hát của Đinh Việt Hùng là tiếng hát của của cảm xúc, cái trữ tình trong đó là cái trữ tình của hoài vọng và nuối tiếc khôn nguôi, cho nên ca khúc anh chọn để dự thi là ca khúc Nỗi Lòng đúng là nỗi lòng chất chứa bấy nhiêu năm.

Lần này, ngồi bên nhau, Đinh Việt Hùng ôm dàn, tiếng hát như một dải lụa mềm, mênh mang và trìu mến khi hát Hương Xưa của Cung Tiến, đôi mắt nhìn mông lung và mê đắm gọi mời "... người ơi một chiều nắng tơ vàng hiền hòa người có mơ xa..."

Nhà báo Trần Nhật Vy làm tôi sửng sốt nhiều nhất, Vy đưa tặng tác phẩm "Sài Gòn chốn chốn rong chơi" và cho biết đây là tác phẩm thứ 9 của chàng. Từ "Khúc Dạo Đầu" tập thơ đầu tay năm 1987, chàng thanh niên thanh mảnh với những bước chân lãng tử ngày nào đã lần lượt làm việc miệt mài cho các tác phẩm tiểu thuyết, biên khảo, ký sự... tạo một tên tuổi được nhiều người biết đến ở Sài Gòn. 40 năm thật tuyệt vời cho những bước đi của chàng tuổi trẻ.

Nguyễn Công Tài, Đỗ Như Bình cũng vậy, những khuôn mặt trắng hồng thanh niên xưa đã từng trải phế hưng cuộc sống để ngày nay ngồi lại bên nhau với mắt sáng môi tươi tiếng hát hòa nhau trong từng ca khúc sinh hoạt ngày xưa.

Họa sĩ Trần Đạt lần đầu đến chơi, chàng Họa Sĩ được đưa vào kỷ lục Việt Nam với tài năng vừa hát vừa vẽ ký họa chân dung nhanh nhất. Không tốt nghiệp một trường đào tạo nào cả, nhưng Trần Đạt kể rằng mình biết vẽ trước khi biết chữ, cuộc đời trôi từ môi trường này qua môi trường khác, từ mọi vị trí của mình Trần Đạt đều đắm mình vào những nét đan thanh. Ký họa là nghệ thuật đặc biệt, bằng một nhạy cảm tinh tế, người vẽ bắt gặp tính cách của đối tượng qua một tia mắt, cái nhíu mày, độ cong vênh trên khuôn mặt để rồi ghi nhận được cái riêng tư kỳ lạ khác nhau của mỗi con người. Người ta gọi là vẽ được cái thần thái. Tôi thực sự nghĩ rằng Trần Đạt khi vẽ ký họa chân dung là khi ông lênh đênh vào một cõi khác, ở đó, cái tài hoa của người Họa Sĩ được phối hợp với cái gì khác cao hơn nữa như đang lên đồng, để rồi thể hiện trên tờ giấy đường nét xuất thần. Hôm đó, vừa hát tình ca, vừa nhắm hờ đôi mắt, tay thoắn thoắt phác thảo Trần Đạt ghi lại nét kiêu bạt của Bùi Công Bằng, vẻ hiền dịu của Hương Giang, chút u uẩn của Minh Hương, nỗi lòng trăm mối của Đinh Việt Hùng, tia tinh nghịch của Trần Nhật Vy và cả sự đắm đuối ôm đàn của Nguyễn Công Tài. Tôi không nói Trần Đạt vẽ ký họa chân dung giống hệt như hình chụp mà tôi nói, ký họa chân dung của Trần Đạt là những nét điểm xuyến cực kỳ tinh tế mà ai nhìn qua cũng thấy được cái rất riêng tư của mỗi con người.

Căn nhà nhỏ ở gần cuối con hẻm đường Nguyễn Tri Phương này ghi lại trong tôi biết bao điều kỷ niệm, và hôm nay ngày 17 tháng 9 năm 2016 lại ghi thêm dấu nhớ cho thời thanh niên rất quý, mà như một người bạn làm thơ đã ghi lại:

"Nơi đây từng có một thời Bừng bừng nhạc dậy, lời lời thơ reo"

Hai câu thơ của Nguyễn Tri Thứ không phải ghi về căn nhà đó, mà ghi về một điểm khác. Nhưng với tôi, nơi nào có bạn bè, nơi đó có tình thân và nơi đó cũng là nơi Từng Có Một Thời.

Bữa cơm trưa ở Sài Gòn Quán vào ngày 20.12.2015 không ngờ là lần cuối cùng tôi gặp Đinh Cường. Buổi trưa đó, khi cùng Phạm Cao Hoàng đưa Đinh Cường về nhà, ông không còn xuống xe đi từng bước ngang qua khoảng sân cỏ vào nhà nữa, mà từ bên hông nhà, Đinh Trường Giang đi nhanh ra đón ông, dìu ông đi từng bước chậm theo con dốc để vào nhà bằng lối sau. Nhìn dáng đi liêu xiêu của ông xuống con dốc nhỏ vào nhà, trước mặt là cánh rừng Natick mùa đông cây khô trụi lá, lòng tôi buồn hiu hắt.

26.12.2015, tôi cùng gia đình về Việt Nam, đem theo trong hành lý hai món quà Đinh Cường gửi về cho Hoàng Kim Oanh và Elena Trương, mang theo trong lòng mình lời dặn dò của Đinh Cường: "Ông đi cuối tháng Giêng về nhe, giữa tháng Hai ông đi với tôi về triển lãm tranh ở Sài Gòn đó".

Mười ngày sau, khi đang ở Sài Gòn, tôi bàng hoàng nhận được tin Đinh Cường qua đời. Vậy là cái hẹn triển lãm tranh ở Vincom không làm được, vậy là khao khát có những buổi thảnh thơi ngồi quán cà phê nhìn qua nhà thờ Đức Bà không làm được, vậy là muốn "Tôi về đứng ngẩn ngơ" cũng không làm được... Tháng cuối năm giáp Tết Nguyên Đán ở Sài Gòn trời nắng như thiêu đốt, tôi đứng trên lầu cao nhìn dòng người như thác đổ di chuyển dưới đường mà mặt nhòe đi, thèm quá và nhớ quá cơn gió hắt hiu của khu rừng Natick. Anh Đinh Cường ơi, anh không về được Đơn Dương trước ngày vĩnh biệt thì tôi sẽ về, anh không về Lạc Lâm để "đứng ngẩn ngơ" thì tôi sẽ về, về như để nhớ đến anh, "người thi sĩ của hoài niệm."

Khoảng 15 năm trước, thời điểm những năm cuối thế kỷ 20 và đầu thế kỷ 21, khi đó Phở Xe Lửa còn sầm uất lắm, anh Nguyễn Thế Toàn chủ nhân của Phở Xe Lửa với nụ cười ý nhị và sảng khoái đón bằng hữu khắp nơi ghé về ăn tô phở nhà thơm ngon và ly cà phê pha theo kiểu miền Nam Việt Nam đậm đặc. Cái bàn tròn nằm sát vách là nơi dành riêng cho các thân hữu, nơi bàn này, khách ghé tới là những người mà ông Toàn khẳng định là "bạn tôi" với giọng Thái Bình đặc sệt và kéo dài. Khách ghé đây có thể đã no bụng vì đã ăn món gì đó từ nơi khác, cũng có thể chẳng uống một ly cà phê nữa, nhưng vẫn được ông Toàn nồng nhiệt pha một ấm trà nóng thân thiện mời chào, khác hẳn với những thực khách khi vào ngồi ở các bàn khác, vào là phải kêu món ăn, phải gọi nước uống. Ở bàn này, tôi đã gặp gỡ với rất nhiều những tên tuổi văn học nghệ thuật từ khắp nước Mỹ ghé về vùng Hoa Thịnh Đốn .

Hầu như ai cũng nghĩ rằng về tới Hoa Thịnh Đốn mà chưa ghé lại Phở Xe Lửa thì chưa đủ. Không phải riêng nước Mỹ đâu, mà ở cái bàn này, tôi có dịp gặp rất nhiều tên tuổi từ Úc, Pháp, Hòa Lan, Đức, Bỉ, Đan Mạch và cả từ Việt Nam nữa. Chỗ ngồi đó là nơi gặp gỡ nhiều người, nhưng thường xuyên ghé tới mỗi ngày là bạn hữu trong vùng chúng tôi, bây giờ nhiều người không còn nữa như Giang Hữu Tuyên, Huyền Trân, Phan Nguyện, Ngô Mạnh Thu, Đỗ Ngọc Yến, Nguyễn Đức Quang, Nguyễn Xuân Hoàng, Quỳnh Dao, Lê Thiệp, Vũ Ánh...

Cũng từ góc bàn này, tôi nhìn thấy Đinh Cường lần đầu. Tranh và tên tuổi của Đinh Cường thì tôi nghe và yêu thích từ những năm còn ở tuổi mới lớn. Hồi đó, khi đang học những năm chót của bậc trung học, chúng tôi đã có nhiều lần bỏ lớp ra ngồi quán cà phê nghe nhạc Trịnh Công Sơn và chuyền tay nhau những tập nhạc hình vuông, nhạc Trịnh Công Sơn với tranh bìa và phụ bản của Đinh Cường.

Khi lớn hơn chút nữa, bước vào đời lính và làm thơ gửi đăng báo, có lần cả bọn ngồi với nhau và nói đùa rằng chẳng cần làm thơ hay, chỉ làm sao đạt được bốn điều sau đây thì sẽ nổi danh: có thơ in ra với An Tiêm xuất bản, Tạ Ty vẽ chân dung, Phạm Duy phổ nhạc và Đinh Cường vẽ bìa. Họa sĩ Đinh Cường mà tôi gặp ở Phở Xe Lửa hồi đó là một người ít nói, cũng không phải là người hay cười, nhưng nhìn là có cảm tình vì tia mắt thân thiện và khuôn mặt tươi tắn . Mỗi tuần anh đều ghé Phở Xe Lửa một vài lần, có khi là đến để hẹn gặp một ai đó, có khi đến để ăn một tô phở nóng và trò chuyện thân mật với mọi người. Thường thì anh đi với một người bạn: nhà văn Phạm Thành Châu. Phạm Thành Châu hay nói đùa rằng: "Người ta gọi Đinh Cường là Đại Họa Gia, và gọi tôi là Tiểu Thuyết Gia, cho nên gọi ngắn gọn thì đây là ông Đại và tôi là ông Tiểu".

Năm 2004, tôi dự định in tập thơ đầu tay. Tôi nói với Giang Hữu Tuyên là tôi muốn có một bức tranh của Đinh Cường để làm bìa, và nhờ Tuyên nói với anh Cường giùm. Tuyên ngạc nhiên hỏi sao ông không xin anh Cường. Tôi nói mới quen, chưa đủ thân tình, tôi sợ anh Cường từ chối. Tuyên lắc đầu và cho tôi biết rằng có những người làm thơ lạ hoặc từ tiểu bang khác mà Đinh Cường chưa hề quen, nhưng khi ngỏ ý xin bìa Đinh Cường đều giúp nhiệt tình. Đinh Cường là vậy, anh yêu quý và trân trọng tất cả những người hoạt động về nghệ thuật.

Dù Giang Hữu Tuyên nói vậy nhưng tôi vẫn không tự tin nên nhờ Tuyên đưa tôi đến nhà Đinh Cường.

Đúng như Giang Hữu Tuyên nói, Đinh Cường vui vẻ nhận lời và đưa tôi một loạt tranh mới vẽ để tôi chọn. Tập thơ của tôi có tựa đề là LỜI GHI TRÊN ĐÁ. Đinh Cường đưa tôi một nức tranh màu xám trông giống như một vách đá dựng với một mặt trời vỡ đôi và khuôn mặt người màu đen trầm mặc. Ông lấy màu xanh dương vẽ thêm như một dòng nước biển, rồi ký tên, ghi tặng tôi bức tranh. Khi đưa tôi và Tuyên xuống tầng hầm, Đinh Cường nhẹ nhàng chỉ vào những bức tranh treo trên vách: tấm này vẽ Trịnh Công Sơn hồi năm 68, tấm kia là Bùi Giáng hồi năm 70, tấm nọ ký ức với Nguyễn Đức Sơn năm 73 đây là các số Sáng Tạo cũ, kia là tập san Văn... những lưu trữ và quẩn quanh trong đời sống thường nhật của Đinh Cường là những kỷ niệm, những tình thân nồng nàn ông giữ lại từ bằng hữu. Trong lúc tôi và Tuyên chăm chú xem từ cái này qua cái nọ, Đinh Cường đã ngồi xuống bàn và nhanh chóng phác thảo chân dung tôi. Cầm trên tay bức tranh làm bìa và bức phác thảo chân dung, tôi run người vì cảm động. Tôi hiểu tấm lòng của người họa sĩ tài ba và tôi hiểu thêm cách đối nhân xử thế rất tinh tế của một đàn anh trong văn nghệ.

Sau lần gặp gỡ này, tôi có nhiều dịp gặp anh nhiều hơn, khi thì cà phê Starbucks, khi thì đi ăn tối cùng nhau.

Đinh Cường là một họa sĩ nổi tiếng từ nửa thế kỷ nay. Tranh của anh có một phong cách riêng, sang trọng và huyền ảo, không cần có chữ ký người yêu tranh vẫn có thể nhận ra nét vẽ của Đinh Cường. Tôi rất thích nhận xét của Đỗ Xuân Tê về tranh Đinh Cường: "vẫn chiếc áo dài truyền thống décolleté, vẫn mái tóc nửa thề nửa thõng, ít khi cắt ngắn, vẫn đôi mắt hơi ướt đượm buồn, dù đứng, dù ngồi, dù nằm, dù tựa dù dựa vào nhau, trong quán cà phê hay ngoài công viên, bên bờ sông Hương hay trên sườn đồi Dran, giữa cảnh thu về miền Virginia hay cảnh tuyết rơi bên hồ vùng Đông Bắc, những phụ nữ trong từng tác phẩm vẫn thể hiện được những nét riêng mà tài tình ở chỗ qua ánh mắt, khóe miệng, vầng trán, ngấn cổ, vòng tay, bàn tay, ngón tay, bộ ngực, vòng vai tưởng chừng như cùng khuôn đúc nhưng vẫn tráng lên những nước men lạ làm cho người đàn bà trong tranh của Đinh Cường mang dấu ấn của một phụ nữ huyền thoại có thể là chỉ sáng tạo cho riêng anh mà sau này lại là của chung cho giới hâm mộ, nhưng độc đáo ở chỗ không ai có thể bắt chước trong sáng tác và cũng không thể lập lại hoàn toàn bằng chính tác giả trong những tác phẩm sau".

Từ vài năm nay Đinh Cường có thói quen ghi nhật ký thơ hằng ngày... Thật ra, anh làm thơ rất sớm - ngay từ đầu những năm 60 anh đã có thơ đăng trên các tạp chí văn học ở Sài Gòn

Dòng suy tưởng của Đinh Cường luôn luôn đưa anh về với ký ức, và là một ký ức thật đẹp, nối liền nhau từ hình ảnh này qua hình ảnh khác, từ đang ngồi vẽ một đàn chim bay, bất ngờ liên tưởng tới một người bạn cũ là Tô Mặc Giang, từ đó nhớ qua Diên Nghị, Kim Tuấn, Nguyễn Xuân Thiệp, Trịnh Công Sơn, Tạ Ty, Huy Phương...

Tôi lên đến Đà Lạt lúc ba giờ khuya. Nghỉ tạm ngoài phố rồi sáng hôm sau ghé Nguyễn Dương Quang. Khi tôi đến, Nguyễn

Dương Quang vừa ngủ dậy, ân cần mời vào nhà. Nguyễn Dương Quang có dáng dấp của một hào sĩ giang hồ một thời ngang dọc. Tôi gặp Nguyễn Dương Quang lần này là lần thứ ba nhưng biết về nhau thì nhiều lắm vì Quang là bạn thân của những người bạn thân của tôi. Nhớ đến Phạm Cao Hoàng khi nói về Nguyễn Dương Quang với bài thơ nổi tiếng "Đêm cuối năm viết cho Má" và mô tả đó là "một con người cương trực thẳng thắn, nhanh nhẹn, tháo vác, sống đàng hoàng, và đặc biệt chơi với bạn rất tốt".

Trò chuyện một lát, tôi cho Quang biết chỉ ghé thăm nhanh rồi tôi còn phải đi Đơn Dương.

- Đi Đơn Dương chi vậy, có người quen ở đó à?

- Không, chỉ là muốn đến thị trấn đó để nhớ về một người.

- Đinh Cường?

Tôi gật đầu. Quang cho biết thời gian Đinh Cường nằm xuống thì bên này ông cũng chịu một cái tang lớn, thân phụ của ông cũng vừa lìa trần Là con trai duy nhất của dòng họ, tang lễ lại làm từ miền quê xa nên vợ chồng ông chạy tới chạy lui đuối sức.

Khi đó, chị Thái Hồng từ trong bước ra chào hỏi. Tôi ồ lên vui vẻ, hỏi Nguyễn Dương Quang có phải đây là nguồn gốc của hai câu thơ:

"Với tay cao hết sức mình
Níu cao nguyên xuống để nhìn thấy em." (1)

Quang cười, quay lại hỏi chị Hồng, "Anh Nữu muốn đi Đơn Dương thăm lại vùng đất thiêng của Đinh Cường, bà nghĩ coi chiều nay mình đi được không?" Chị Hồng cười, "Ông hỏi vậy là ông cũng muốn đi phải không? Ông muốn đi thì mình cùng đi."

Quyết định của Nguyễn Dương Quang làm tôi bất ngờ. Tới thăm Quang và gửi Quang mấy cuốn thơ mà ông mới in bên Mỹ là xong. Nhưng ngồi nói chuyện mới biết thêm cái giao tình của ông với Đinh Cường đằm thắm hơn nhiều. Tuyển tập về Dran "Tự Tình Cùng Sương Khói" mà Nguyễn Dương Quang và Nguyễn Sông Ba làm vừa rồi chính là thực hiện ao ước của Đinh Cường. Cho nên cái ý tưởng đi Đơn Dương như một cách tưởng nhớ tới Đinh Cường làm Quang quyết định tham gia chuyến đi. Quả là con người hào sảng, chí tình và hết lòng vì bạn. Người lái xe là con trai lớn của Nguyễn Dương Quang tên là Hòa. Hòa cao to, khuôn mặt góc cạnh và hiền, ít nói, nhưng cách cư xử tỏ ra người tế nhị, thương yêu Ba Mẹ và quý trọng bạn bè của Ba Mẹ. Hòa chọn một lộ trình đi và về không giống nhau, nhằm giúp người phương xa có dịp nhìn Đơn Dương từ nhiều phía. Cám ơn Hòa.

Đơn Dương với tôi chẳng những xa mà còn lạ nữa. Chưa bao giờ đến Đơn Dương dù nghe nói thật nhiều.

Đơn Dương có tên từ năm 1958 khi thành lập tỉnh Tuyên Đức nhưng nhiều người vẫn quen gọi theo tên cũ là Dran. Dran là một thị trấn nhỏ nằm ven hồ Đa Nhim. Khi xe chạy quanh co trên đèo từ Đà Lạt xuống, Hòa dừng lại và chỉ cho chúng tôi nhìn xuống thung lũng, nơi đó xanh ngắt mặt hồ Đa Nhim bên cạnh là những dãy nhà nằm uốn theo sườn đồi thoai thoải, phong cảnh như một bức tranh. Đẹp quá, chúng tôi xuống xe, đứng nhìn mê mải và nhớ:

Một mình ta và trời đất rộng Ôi chiều lạnh lùng chiều Đơn Dương Những trái su xanh trên giàn rẫy đó Hãy ngả mũ chào một bầy két hoang. (Đinh Cường - Cho những trái su xanh)

Nhìn Dran từ trên cao, nhìn mê đắm không muốn rời đi. Nguyễn Dương Quang nhắc tôi chụp vài tấm hình kỷ niệm rồi đi, còn phải ghé qua Trạm Hành, Cầu Đất, Lạc Lâm, và cả con đường đi sâu vào Kado, nơi ngày xưa Đinh Cường và Trịnh Công Sơn một thời lang bạt. Chúng tôi lên xe chạy ngang qua nhà thờ Lạc Lâm. Dừng lại để nhìn thấy ngọn đồi phía sau nhà thờ, nơi dựng cây thánh giá trắng mà in dấu nhiều lần trong tranh Đinh

Cường, và cả trong thơ Đinh Cường nữa:

Đêm trở lại Dran phố chợ lên đèn rừng thông đứng ngóng mây về che phủ ngang qua Lạc Lâm một thời rẫy bái đồi Golgotha thánh giá trắng trên cao tháng mười một gió từng cơn lạnh trời xanh đen ứng rạng mấy vì sao...

(Đinh Cường - Đêm trờ lại Dran)

Quang chỉ cho tôi một khu nhà làm bằng gỗ và nhắc:

Ví dụ tôi đến căn nhà gỗ thông
ở Lạc Lâm tìm dấu tích em
không thấy bình trà đất nâu
mấy ly vàng ố, cái tàn thuốc
lâu ngày không đổ...
Ví dụ tôi trở lại không còn giàn su xanh chiều Lạc Lâm mưa buốt tháng Mười hai.
Ví dụ tôi về đứng ngẩn ngơ mây núi buổi chiều bay xuống thấp mái tóc em khuôn mặt em buồn lâu rồi chưa về lại Đơn Dương.

(Đinh Cường - Bài nhớ Lạc Lâm)

Tôi bước xuống xe và đi lên đồi, Nguyễn Dương Quang nhẹ nhàng kể về cuốn sách vừa thực hiện, tuyển tập thơ văn Tự Tình cùng Sương Khói. Dran cách Đà lạt 36 km, một thị trấn quận lị nhỏ, núi bao quanh đầy sương và đẹp. Hầu hết những người góp mặt trong tập sách này đều đã xa Dran... là những cảm xúc chân thật về một thời xa xưa của mình, một thời phủ quanh mình sương khói của Dran...(2)

Đúng vậy. Có người xa và nhớ về, rồi cũng sẽ về, nhưng cũng có những người xa Dran, nhớ về Dran mà mãi mãi chẳng thể trở về. Tuần này là cái thất thứ ba của người Họa Sĩ đã sống ở Dran một thời nhưng mang theo Dran suốt đời, đã biến sương khói nơi đây thành màu sắc bất tử trong tranh và thơ của ông.

Tôi nhìn qua thấy mắt của Nguyễn Dương Quang rơm rớm lệ và khoảng trời phía sau ông ta cũng nhạt nhòa sũng nước.

Vì sao nhớ hoài về Đơn Dương vì nơi ấy có phố rất buồn

nơi ấy có nhà bưu điện nhỏ gửi bao nhiêu lá thư dễ thương....

Người ra gửi ấy nay không còn nữa còn nghe những tiếng hát muôn trùng còn đây xanh mướt rừng dương xỉ dưới trăng mờ ôi trăng Đơn Dương (Đinh Cường-Một lần về thăm lại nơi cũ).

Đứng ngơ ngẩn bên cạnh gốc thông già giữa núi đồi Dran, tôi gọi thầm tên người họa sĩ tài hoa ở rừng Natick. Không cần phải ví dụ nữa đâu anh Đinh Cường ơi! Tôi tin rằng từ nơi xa tít tắp đó anh đang về trên miếu mạo đình đài rêu phong của Huế, anh đang về với ngôi trường mái đỏ của Thủ Dầu Một, anh đang về quanh sân của nhà thờ màu hồng ở Tân Định và chắc chắn đang về với rừng thông ngút ngàn sương khói, với mặt hồ xanh ngắt Đa Nhim, về với giàn su xanh, về với bầy két hoang sau vườn nhà gỗ, về với cổng nhà nhà thờ có tháp cao Cầu Đất, về với nhà bưu điện đìu hiu Đơn Dương và về với muôn ngàn kỷ niệm bạn bè từng qua ở thị trấn Dran...

Mà có cần về nữa không khi toàn bộ núi đồi sương khói đó anh đã mang theo và thường xuyên thể hiện bằng trí nhớ trên biết bao tranh và thơ? Vĩnh biệt Đinh Cường là vĩnh biệt cái dáng đi chầm chậm và cặp mắt sáng ngời trên khuôn mặt hiền từ. Nhưng lại hiện thực trong tôi hình bóng một Đinh Cường của thời rực rỡ nhất khi sáng lập Hội Họa Sĩ Trẻ Việt Nam, là hình ảnh cầm trên tay cái ống píp nhả khói vào không gian, là cái nón nỉ, khăn quàng sọc cam, có con két xanh, có hoa hồng đỏ, vầng trăng bạc trôi lênh đênh giữa núi đồi Dran. Nhắc lại mà sao thương nhớ quá!

Trời ngả về chiều, Chúng tôi còn nán lại uống tách cà phê trước chợ Dran. Anh Đinh Cường ơi! Từ núi đồi Dran tôi đang nhớ về anh và khu rừng Natick.

Tháng 2 /2016

(1) Thơ Nguyễn Dương Quang.
(2) Lời mở đầu tuyển tập Tự Tình Cùng Sương Khói.

9.

Năm 1978, Thương xá Tax sau hai năm đóng cửa làm nhà kho, đã mở cửa lại với tên mới là "Cửa Hàng Phục Vụ Thiếu Nhi". Đó cũng là năm đầu tiên mở lại chợ Tết ở Sài Gòn sau 1975.

Phía đường Lê Lợi, được phân chia thành từng ô nhỏ ven đường, cho phép người dân ghi danh mở các gian hàng bán tết. Tôi xin ghi danh và được cho một diện tích khoảng 3 mét vuông nằm ngay đầu ngã tư Nguyễn Huệ - Lê Lợi. Địa điểm thật đẹp và thuận lợi. Mặt hàng tôi xin bán là kem do một người quen có máy làm kem hứa cho tôi mượn máy này trong một tháng để kinh doanh. Lúc đó tôi vừa lập gia đình và chuẩn bị có con đầu lòng, thật vui vì tin rằng Thương xá Tax cũ đã hoạt động lại và mùa xuân đang đến sẽ tạo ra một vận hội mới thoát nghèo.

Thương xá Tax có một lịch sử xây dựng từ gần trăm năm trước. Khởi công năm 1922, rồi khánh thành năm 1924 mang tên Grands Magasins Charner (GMC) là trung tâm thương mại lớn nhất và đẹp nhất suốt thời bấy giờ. Tòa nhà ban đầu chỉ có 3 tầng lối vào là góc Nguyễn Huệ - Lê Lợi ngày nay, nền nhà ngay lối vào có trang trí hoa văn bằng gạch Mosaic. Năm 1934, biển hiệu GMC được gắn thêm ở khu vực mái vòm đồng hồ. Năm 1942, tòa nhà được xây dựng thêm tầng 4, mái vòm bị tháo dỡ. Đầu những năm 1960, tên GMC được đổi thành Thương xá Tax.

Có một bài viết của tác giả Trần thị Vĩnh Tường ghi nhận một nét đặc sắc của tòa nhà là lớp gạch men mầu lam lót trên cầu thang nối sảnh chính của tòa nhà đi lên lầu một như một dòng sông lam chảy miên man như một biểu tượng quý giá. Gạch đó xuất phát từ quốc gia Morocco ở châu Âu, có nguồn gốc thật thi vị như sau:

"Kinh thành Fez (hay Fes) nằm trên triền dốc thung lũng, nơi cung cấp nguyên liệu làm gốm. Vùng Bin Jelleih, 12km phía bắc Fez, chứa loại đất sét rất lạ: lớp đất sét bên trên vẫn giữ nguyên màu vàng nâu sau khi nung, nhưng lớp bên dưới phơi nắng rồi nung thì đất sét biến thành màu trắng thích hợp cho gốm trắng - men - lam Fakhari nổi tiếng thế giới trong nhiều thế kỷ, người Pháp gọi là "Bleu de Fez", giống "Bleu de Huế" triều Nguyễn. Thế kỷ 14, Fez có 124 xưởng gốm.

Ở thung lũng Mellih (Morocco), sông cuốn những tảng đá từ trên cao xuống hẻm núi hẹp. Đá mài thành bột mịn cho màu xanh lam tuyệt đẹp. Cầu thang Tax tráng men xanh lam vừa hợp ý người Pháp hàm ý Sài Gòn là một cảng sông vừa đúng với niềm tin trong Hồi giáo (Islam): màu xanh là màu trời và màu nước."

Tôi đã nhiều lần đi lên đi xuống cái cầu thang hình bán nguyệt này, đôi khi đứng lại, đưa tay xoa đầu chú gà trống bằng đồng dựng hai bên tay cầm cầu thang. Đi lên đi xuống, ngồi nghỉ ngơi nơi đây không phải vì thương tưởng di tích trăm năm này, mà đơn giản chỉ là người giao hàng mỹ nghệ cho Cửa Hàng Thiếu Nhi, ngồi nghỉ mệt sau khi đi lại lên xuống giữa trưa hè nóng bức mà thôi.

Cụ Vương Hồng Sển, một người đã viết về Sài Gòn đầu tiên, đã ghi nhận một giai thoại văn học rất đẹp về cái ngã tư Nguyễn Huệ - Lê Lợi này. Cụ Sển kể là ngày xưa thời mới đầu bị Pháp thuộc, ngã tư này có một bồn hoa người ta gọi là Ngã Tư Bồn Kèn. Nhà thơ Huỳnh Mẫn Đạt là người Rạch Giá, thi đỗ Cử Nhân và làm quan dưới triều Tự Đức, làm tới Tuần Phủ thì xin hưu trí về quê vì không muốn ở làm giúp Pháp. Một buổi chiều kia, ông lên Sài Gòn chơi, đội cái nón Ngựa là thứ nón lá nhưng kết bằng lông chim, dùng khi cưỡi ngựa, Ông đi và tới Bồn Kèn nghe lính Lang Sa thổi kèn. Bất ngờ ngay lúc đó, gặp một người bạn, cũng làm thơ, cũng làm quan, đang là một trọng thần của Pháp đi xe song mã vừa đi tới là Tôn Thọ Tường. Ông không muốn gặp nên lật đật núp vào gốc cây để né. Nhưng Tôn Thọ Tường nhanh mắt nhìn thấy, nhảy xuống xe vồn vã chào hỏi. Hai người ứng khẩu hai bài thơ như vầy: Huỳnh Mẫn Đạt xướng: Cừu mã năm nao đáo cặp kè Duyên sao, giải cấu khéo đề ne Đã cam bít mặt cùng trời đất Đâu dám nghiêng mày với ngựa xe Hớn hở trẻ dung đường dặm liễu Lơ thơ già núp cội cây hòe Sự đời thấy vậy thời hay vậy Thà ẩn non cao chẳng biết nghe.

Tôn Thọ Tường hiểu ý của ông, nên họa lại:

Tình cờ xảy gặp bạn đồng liêu Thơ phú ngâm nga hứng gió chiều Thế cuộc đổi dời càng lắm lắm Thiên cơ mầu nhiệm hãy nhiều nhiều Nước non dường ấy tình dường ấy Xe ngựa bao nhiêu bụi bấy nhiêu Hăm hở nhạc tây hơi thổi mạnh Nghe qua ngùi nhớ giọng tiêu thiều.

Mới đây, ngày 12.10.2016, Thương xá Tax đã chính thức đập bỏ để xây dựng một công trình khác to lớn hơn. Theo thông báo của người xây dựng thì một số hình ảnh quen thuộc với người dân ở thành phố bấy lâu nay ở tầng trệt và bên trong là đại sảnh chính sẽ được làm lại như cũ, với mái hiên che bên ngoài, với cầu thang uốn cong bên trong, với lớp gạch men mầu xanh lam lót đường, với con gà trống bằng đồng... Tất nhiên, với sự chuyển biến của đời sống, cái gì rồi cũng tàn phai đi, nhưng cái còn giữ trong lòng người chính là nỗi hoài niệm một thời quá vãng.

Từ một người không liên quan gì tới Mỹ Nghệ, tôi bắt đầu bước vào và sống suốt hai mươi năm bằng nghề mỹ nghệ khởi đầu từ Thương Xá Tax này.

Còn một tháng nữa thì đến tết Ất Mùi, tôi hớn hở ra địa điểm bắt thăm được để nhận chỗ, thì cũng là lúc nhận được tin người bạn hứa cho mượn máy làm kem cho biết máy bán rồi. Máy làm kem không có thì địa điểm này... bán cái gì? Tôi ngẩn ngơ nhìn vị trí được giao mà lòng hoang mang quá sức. Bất ngờ, ngay lúc đó, từ trong Cửa hàng Thiếu Nhi bước ra là ông thầy dạy tôi Triết học năm đệ nhất ở Đà Lạt. Ông vừa là thầy dạy Triết, vừa là một nhà văn, và lại là bạn của ông anh ruột của tôi. Tôi chào mừng, "Anh Tuyến..."

Nhà văn Nguyễn Quang Tuyến nhìn tôi ngạc nhiên: "Em làm gì ở đây?" Tôi kể lại tình trạng của mình, anh Tuyến reo lên, "Vậy thì tốt." - Trời, sao lại tốt?

Nguyễn Quang Tuyến dạy học ở trường Trung Học Văn Học Đà Lạt, sau 1975, nghề giáo không nuôi nổi gia đình, ông buôn chải vào rừng sâu làm nghề đốt than đem về bán, rồi cũng không ổn định, ông vào làm cho Hợp Tác Xã hàng Thủ Công Mỹ Nghệ Đà Lạt, và đang là phó chủ nhiệm kinh doanh. Mỗi tháng vài lần, ông đem hàng của Hợp Tác Xã về ký gửi cho cửa hàng Thiếu Nhi Thành Phố.

- Bây giờ thế này, hàng anh đem về là các mặt hàng mỹ nghệ gỗ như hộp bút, hộp trang điểm, tranh gỗ rất phù hợp với nhu cầu dân chúng mùa Tết tặng quà nhau. Thay vì giao hết cho cửa hàng Thiếu Nhi, anh sẽ giao cho em một nửa, bằng giá với cửa hàng, em cũng bán ra bằng giá với trong cửa hàng, lại thêm gói giấy hoa làm quà tặng, em sẽ bán được. Sau đó, cái nào bán không được thì trả lại, anh lại giao vào cửa hàng Thiếu Nhi; còn cái bán được em trả tiền lại cho anh.

Nói chuyện xong, tôi nhận được ngay 4 thùng hàng lớn. Hàng mỹ nghệ gỗ là những sản phẩm làm ra từ nguyên liệu gỗ đặc biệt của Đà Lạt, cây Bạch Tùng. Tôi chưa bao giờ nhìn thấy cây này, chỉ biết đây là loại gỗ không sử dụng được cho xây dựng vì quá mềm, cũng không sử dụng được cho nguyên liệu vì quá xốp, đốt chút cháy hết liền, nhưng lại rất hữu dụng cho ngành mỹ nghệ. Sớ gỗ khít, mịn, mầu trắng sang trọng huyền ảo, khi được xẻ mỏng ra với độ dày khoảng 5 ly, từng miếng gỗ mượt mà như miếng lụa, trắng vàng thanh tú được chế biến thành từng cái hộp nhỏ dùng đựng bút, hay hộp có gương soi đựng đồ trang điểm, hay nhẹ nhàng hơn là một mảnh nhỏ như bàn tay, hình oval vẽ hoa, vẽ cảnh để làm quà lưu niệm.

Số hàng anh Tuyến đưa tôi bán được khá nhiều. Sau Tết, còn khoảng một thùng, anh Tuyến về, trả lại tiền vốn xong, anh Tuyến nói: "Anh là đơn vị sản xuất, cần hệ thống tiêu thụ. Từ Đà Lạt xuống, anh chỉ có thể giao cho các cửa hàng như cửa hàng Thiếu Nhi, nên còn cả một thị trường ngoài quốc doanh rất rộng. Thay vì trả hàng lại cho anh, em dùng hàng này đi chào hàng và tạo đường dây bán bên ngoài. Hàng thì vô tận, mẫu mã thì đa dạng mà lại không cần bỏ vốn, chỉ bỏ công, em sẽ là đại lý tiêu thụ hàng cho anh."

Tôi nhận lời. Sài Gòn lúc đó có hàng loạt các cửa hàng bán quà tặng thủ công nằm ở đường Phan Đình Phùng, Nguyễn Huệ, Lê Lợi... nhiều lắm. Tiếc là việc làm này không bền, vì trước nhất mỹ nghệ gỗ là loại hàng không bền, nó đẹp long lanh nhưng chỉ trưng bày một thời gian ngắn là gỗ sạm lại, xuống mầu, và bong, tróc hư hỏng. Thứ hai là Đà Lạt có đặc sản là gỗ Bạch Tùng trắng đẹp, thì miền Đông Nam Bộ lại có thứ gỗ khác cũng trắng tinh, cũng nhẹ, cũng xốp mà giá thành rẻ chỉ bằng 1/3 giá gỗ Bạch Tùng, đó là gỗ Lồng Mứt. Người Sài Gòn nhanh chóng tự sản xuất các mặt hàng giống hệt mỹ nghệ Đà Lạt và giá chỉ bằng một nửa, vì giá gỗ rẻ hơn, không tốn chi phí vận chuyển. Thế là chỉ khoảng một năm sau, mỹ nghệ gỗ Đà Lạt mất thị trường Sài Gòn và miền Tây.

Trong những ngày hàng ế, không giao được, tôi chạy xe đạp lòng vòng trong thành phố. Một nơi thường ghé lại nhất vào những buổi trưa hè là Vườn Tao Đàn.

Một buổi trưa, khi chạy xe chầm chậm loanh quanh trong vườn Tao Đàn, tôi bỗng nghe một loạt tiếng động nho nhỏ đều đặn vọng tới, lách cách lách cách... Tôi chạy xe đến và thấy trong sân vườn một căn nhà dành cho công nhân một nhóm ba thanh niên đang ngồi làm việc và chuyện trò rôm rả. Các em này người thì dùng một cái đục nhỏ xíu, đục trên thanh gỗ của cây đàn tranh, người thì ngồi cưa những miếng ốc thành những hình dạng như con người hay cây cỏ, người thì đang dùng giấy nhám chà láng phần gỗ cứng bên hông đàn. Các em thấy tôi dừng xe đứng nhìn thì vui vẻ chào hỏi... Một em hỏi tôi có biết các em đang làm gì không?

- Không biết nhưng đoán chừng là Cẩn ốc Xà Cừ phải không?

Năm 1985, đã có nhiều người Việt xa xứ quay lại quê hương và muốn đem đi một món quà gì đó có giá trị và nhẹ nhàng, thì các loại nhạc cụ dân tộc như Đàn Tranh, Đàn Bầu, Đàn Sến, Tỳ Bà, Nguyệt... làm bằng nguyên liệu gỗ quý, cẩn ốc xà cừ là một mặt hàng được ưa chuộng, tìm kiếm và giá thành khá cao. Trên đàn thường cẩn các tích xưa, đặc biệt là các điển tích Việt Nam.

Các em đang cẩn ốc một cây đàn tranh có hai người con gái đứng bên gốc cây, một em tên Trinh hỏi tôi, coi tranh này, anh có biết tích gì không? - Biết chứ! - Tích gì? - Có phải các em đang làm tích Truyện Kiều không? Đoạn này là đoạn Kim Trọng gặp Thúy Kiều, Chàng Vương quen mặt ra chào/ Hai kiều e lệ nép vào dưới hoa, phải không?

Trinh ồ lên vui vẻ, chỉ vào tấm khác, còn cái này? Tôi cười, "Kiều ở lầu Ngưng Bích phải không? Trước lầu Ngưng Bích khóa xuân/ Vẻ non xa tấm trăng gần ở chung..."

Câu chuyện tiếp nối vui vẻ, các em cho biết các em ở Bình Dương, làm công cho con của ông chủ nhà này, ông ta nuôi cơm, và trả công theo sản phẩm, sau khi cẩn ốc xong, anh ta đem đi làm các công đoạn kế tiếp để hoàn thành sản phẩm và đem bán ở đường Tự Do, Nguyễn Huệ... Tôi yêu thích tay nghề mỹ nghệ và tính tình cởi mở của các em, và các em cũng quý mến tôi nên sau đó chúng tôi làm bạn, các em tới nhà tôi chơi, đi uống cà phê thân tình với nhau.

Tháng 8 năm 1985 là đợt đổi tiền lần thứ hai. Trong lúc tôi chưa biết làm nghề ngỗng gì nuôi sống gia đình thì ba anh chàng này tới, báo tin, "Tụi em tới chơi uống cà phê với anh một chút rồi về Bình Dương."

- Sao không ở lại làm việc?

- Anh Sanh hết vốn rồi, tụi em muốn làm cũng không biết ở đâu.

Bất ngờ Trinh đề nghị, hay anh làm nghề này đi.

- Cẩn ốc hả? Anh đâu biết gì về nghề này mà làm?

- Đâu cần làm, anh chỉ kinh doanh thôi, tụi em chỉ cho anh chỗ nào mua đàn mộc, chỗ nào bán ốc, chỗ nào tách nét, chỗ nào đánh bóng làm hộp, rồi anh đem đi bán, lời lắm.

- Anh không có vốn nhiều để đầu tư.

Trinh quay ra nhìn hai bạn, rồi nói, vốn ít thôi. Bây giờ tụi em có sẵn hai cây đàn cẩn ốc rồi, chưa làm hoàn tất thôi, anh bỏ vốn chút đỉnh đưa đi tách nét, đánh bóng, lên dây đàn, bỏ hộp rồi đi chào bán. Giá một cây đàn theo em biết họ mua vô cũng phải hai chỉ vàng (chắc khoảng 400.000 ngàn) mà một cây đàn sau khi bán được anh trả cho tụi em 150.000 là được rồi.

Tôi đồng ý, thế là nuôi ba chàng thanh niên đó trong nhà, tôi cũng bỏ ra khoảng gần 100 ngàn cho việc tách nét, đánh bóng, mua dây đàn và làm hộp nhung. Lần đầu tiên đem cây đàn ra đường Tự Do, tìm một cửa tiệm nhìn vô có cảm tình, rồi làm mặt dạn dĩ bước vô hỏi thăm họ có mua đàn cẩn ốc không?

Chủ tiệm là một ông già, nói tôi mở ra coi và hỏi giá. Tôi nói: "Ba chỉ", ông ta lắc đầu, mắc vậy, ở đây có mối giao cho tui mỗi cây một chỉ rưỡi hà. Tôi lẩm nhẩm tính trong bụng, Chỉ rưỡi là khoảng 300 ngàn, bán vậy thì lời chút xíu, chưa hài lòng. Bất ngờ có hai người khách bước vô tiệm, rồi đến cầm lên coi cây đàn tôi còn để trên mặt quầy. Ông chủ tiệm xua tay bảo tôi, đi ra ngoài đi, lát nữa trở lại.

Tôi gật đầu đi ra lấy xe đạp chạy ra bờ sông Bạch Đằng, tới bến đò Thủ Thiêm, ngồi ghé một quán cà phê bờ sông, kêu ly đen đá mà lòng hồi hộp. Lạy Trời... sao cho mọi chuyện êm đẹp... Một giờ sau, tôi quay lại tiệm, liếc quanh không nhìn thấy cây đàn tôi đem tới nữa. Ông chủ nói, ba chỉ mắc quá, nhưng thôi tôi mua giúp cậu, cậu về làm tiếp cho tôi 9 cây nữa, ba tuần sau giao hàng được không?

Tôi nói tôi không có vốn, nên không làm một lúc 9 cây được. Ông ta gật đầu, cậu làm xong cây nào đem ra giao tui trả tiền liền cây đó lấy vốn làm tiếp.

Ngay tối đó tôi giao cho ông ta cây đàn thứ hai. Bài toán là: cây đàn mộc 60 ngàn, công thợ 80 ngàn, tiền ốc 40 ngàn, nuôi ăn ba thợ 60 ngàn, tách nét 25 ngàn, đánh bóng 30 ngàn, làm hộp 30 ngàn, dây đàn, dây tua... lặt vặt tính ra mỗi cây đàn thành phẩm bán ra một lời một. Thế là tôi bước vào nghề Cẩn Ốc.

Trong Nam gọi là Cẩn Ốc mà hai trung tâm lớn nhiều người làm là Gò Công và Bình Dương. Ngoài Bắc gọi là Khảm Trai, với nhiều làng nghề ở Hà Tây. Giống nhau, mà khác nhau. Giống nhau vì nguyên tắc làm giống nhau, nhưng khác nhau là nguyên liệu, miền Bắc sử dụng con Trai làm nguyên liệu chính. Trai hình dáng giống con nghêu trong Nam nhưng rất lớn, bề ngang có thể lên tới ba tấc, những con trai già bên trong có khi còn có ngọc, nên ngày xưa có câu "Lão Bạng Sanh Châu" nghĩa là con Trai già sinh ra ngọc quý. Người ta bắt con Trai về, bỏ thịt đi, lấy vỏ, xẻ ra từng miếng theo nan quạt, thành những miếng xương có hình tam giác, sau đó mài mòn lớp xù xì bên ngoài để lộ ra lớp bên trong lóng lánh. Trai có hai loại, Trai Mầu và Trai Nứa.

Trai Mầu thì rực rỡ mầu đỏ, xanh dương, xanh lá, vàng cam, còn Trai Nứa thì màu lóng lánh nhưng chỉ ửng hồng.

Còn miền Nam thì nguyên liệu chủ yếu là ốc. Nguyên liệu ốc của miền Nam thì hết sức đa dạng. đắt tiền như ốc Đụng (Là loại ốc tạo ra các mảnh Xa Cừ), Đĩa Vàng, Đĩa Trắng, ốc Xác, rẻ tiền thì ốc Dẹm, ốc Gai, ốc Heo... Lúc tôi vào nghề thì đã lai tạp chủng, một sản phẩm phối hợp nhiều loại ốc, loại trai miễn sao tạo mầu sắc óng ánh hấp dẫn.

Làm một sản phẩm cẩn ốc, là phải qua 12 công đoạn: Can, Cưa, Ghép, Gắn, Vạch, Dàm, Đục, Thả, Mài, Chà, Tách, Bóng. Mỗi công đoạn là một nghệ thuật, mà chỉ cần một công đoạn làm ẩu, là sản phẩm thành không có giá trị. Tôi vì không biết nghề, nên tham gia vào sản xuất, tôi lại là người phụ trách công đoạn quan trọng nhất, công đoạn bắt đầu: Can. Chữ này có lẽ khởi đầu từ chữ Scan của tiếng Pháp. Từ mẫu hình có sẵn vẽ trên giấy mỏng, người thợ ngồi bên một cái bàn bằng kính, bên dưới có đèn, đèn chiếu lên, xuyên qua kính, xuyên qua từng miếng ốc, và tờ giấy mẫu, thợ lựa miếng ốc vừa ý, nhìn theo chiều ánh sáng, vì có nhiều loại ốc nhìn phía này ra mầu đỏ, nhưng nhìn phía khác lại tối âm u, phải lựa chiều, rồi chia mẫu hình đó ra từng phần nhỏ cho vừa với miếng ốc, mỗi tấm hình mẫu, nhiều khi cả mấy chục miếng ốc, miếng thân người, miếng đầu người, miếng thân cây, miếng lá cây, miếng nóc nhà, miếng cây kèo... Khéo léo là sao lựa mầu sắc khác nhau, tiết kiệm ốc và phù hợp ánh sáng chiếu vào.

Qua việc thứ hai là Cưa, thợ dùng lưỡi cưa nhỏ như cọng chỉ, cưa ốc viền theo vết mực.

Ghép là công đoạn khó. Sau khi có các miếng ốc rời, thợ ghép các hình vào với nhau vừa khít giống như bản mẫu, lấy băng keo trong đính lại với nhau.

Gắn là lấy nguyên dàn ốc đã gắn kết với nhau, dán lên gỗ bằng hồ, dán đúng vị trí đã dự tính.

Vạch là dùng mũi nhọn của một cây thép, vạch viền theo ốc, để có một hình dạng trên mặt gỗ. Sau đó nhẹ nhàng gỡ ốc ra để ngay ngắn trên bàn. Bây giờ trên mặt gỗ đã có những đường nét mờ mờ.

Dàm là ngôn ngữ thợ mộc. Thợ dùng mũi dàm tương tự một cái đục nhỏ xíu, bề ngang khoảng 1 ly, đục sâu vào gỗ, chỉ đục sâu khoảng nửa ly thôi, nhưng đường dàm nối tiếp nhau tạo một nét liên tục khắp bức tranh.

Lúc đó mới Đục, thợ dùng cái đục nhỏ, lấy toàn bộ gỗ ở bên trong vạch dàm ra, độ sâu khoảng nửa ly, lấy gỗ ra và làm bằng phẳng chỗ gỗ lấy ra. Thả là công đoạn bôi keo Hải Thuyền vào các chỗ đã đục và thả lại những miếng ốc đã cưa và ghép hồi nãy vào đúng chỗ.

Ngày hôm sau, khi keo đã khô, lớp ốc nổi lên nhưng không bằng phẳng hết, vì có miếng ốc dày, có miếng ốc mỏng, thợ phải lấy đá mài mài nhẹ tay và đều đặn để mặt ốc và mặt gỗ thành một lớp phẳng lì. Đây là công đoạn Mài.

Công đoạn Mài là làm với nước, cho nên ngày hôm sau, khi đã khô ráo, thợ phải làm công đoạn kế tiếp là Chà láng gỗ, và ốc.

Kế đó là công đoạn Tách. Thợ Tách dùng mũi dao nhọn,

vạch lên ốc những đường nét thí dụ vẽ lá, vẽ mặt người, vẽ cây cỏ, vẽ những nét để từ một miếng ốc ra hình dạng bụi cây, cổ thụ, tàng lá, vạt áo... Sau đó lấy sơn đen bôi lên cho lọt sơn vào lớp tách. Khi lau đi, mới ra hình dáng mà chúng ta thấy trên tranh.

Công đoạn kế tiếp là một nhóm thợ riêng, họ đánh bóng mặt đàn, thân đàn và lúc đó mới nhìn ra sự lộng lẫy của Xà Cừ.

Lúc đó cây đàn được đem về, gắn dây, treo dây tua, gẩy lên thử âm thanh, và đi đặt cái hộp bên trong lót nhung đỏ. Hoàn thành.

Một cây đàn Tranh cẩn ốc giá có thể từ 3 chỉ vàng, lên tới ba lạng vàng là chuyện bình thường. Bởi vì Đàn Mộc có thể bằng gỗ quý, mặt đàn là gỗ Ngô Đồng, khác với đàn gỗ thường, mặt bằng gỗ thông. Rồi cẩn ốc cũng vậy, một cây đàn cẩn nhiều Xà Cừ, khác với giá cây đàn khảm bằng Trai Mầu Trai Nứa. Rồi một cây đàn phối hợp nhiều loại ốc, đường ghép hợp lý để tránh nét tách, khác giá với một miếng ốc, nhờ họa sĩ tách ra vừa là cô gái, vừa là bụi cây đứng cạnh nhau.

Ngay cả nét tách cũng vậy, một họa sĩ tài ba, nét tách uyển chuyển và tỉ mỉ từng cái lông con công, từng cái vẩy con rồng, cũng khác với nét tách hời hợt loáng thoáng.

Mấy năm làm nghề, rất nhiều anh em ở Bình Dương làm việc với tôi, lần lượt các em đó lớn lên, về quê lấy vợ, làm gia công rồi lên giao hàng cho tôi đi bán, rồi lại giới thiệu các em, cháu nhỏ hơn lên làm tiếp.

Tôi về, đi xuống Thủ Dầu Một, rồi chạy thẳng lên ngã ba Lò Chén tỉnh Bình Dương, nơi ngày xưa là trung tâm cung cấp nguyên liệu làm nghề và cũng là nơi tập trung cả một làng nghề, hàng trăm gia đình làm nghề quanh quẩn bên nhau. Là làng quê thân thiện mà ngày xưa khi đang làm nghề, tôi đã theo các em đó tới chơi, ngủ lại trong căn nhà lá, quanh quẩn những con hẻm nhỏ, đất đỏ lầy lội trong làng và quen biết khắp nơi. Bây giờ nơi đây đã thành từng khu phố sang trọng, đường sá sạch đẹp, không còn dấu vết ngày xưa.

Tôi gặp lại Trinh với một cơ sở Cẩn ốc khang trang, nhà cửa rộng rãi, giường tủ, bàn ghế đều là đồ Cẩn ốc. Tôi gặp lại Thanh, nay là chủ một cửa hàng kinh doanh mỹ nghệ. Và cũng thật đau lòng nghe tin Tuấn tử nạn xe cộ, Phượng phá sản bỏ quê đi mất tích...

Về lại Sài Gòn, muốn tìm chỗ nào đó ngồi lại để nhìn ngắm Thương xá Tax ngày xưa mà không có chỗ. Gần nhất là cà phê của khách sạn Rex nằm đối diện thương xá Tax ngày xưa, nhưng cũng không nhìn được thương xá Tax, công trình xây dựng trạm xe điện ngầm đang trong tiến trình hoàn thiện. Thèm lắm một lần về nữa để nhìn lại chỗ của ngày xưa.

27.3.2017

THAY LỜI KẾT CỦA TÁC GIẢ:
KÝ ỨC TRI GIAO

I. NGUYỄN ĐÌNH HIẾU

Bức tranh đó không còn nữa, những biến động di chuyển nhiều nơi đã làm thất lạc. Nhưng người vẽ còn đó và tôi còn đây vẫn là một kỷ niệm khó quên. Cái cảm giác lâng lâng xúc động khi lần đầu được vẽ. Hình như năm đó khoảng 1971 ở Ban Mê Thuột, tôi vừa vào tuổi 21 mà người vẽ còn trẻ hơn. Chắc chừng 17. Nguyễn Đình Hiếu là thành viên Du Ca Lòng Mẹ Ban Mê Thuột Tôi tới đó chơi với Nguyễn Quyết Thắng và sinh hoạt với các anh em vài ba lần. Hiếu là một thanh niên năng động, đàn hay, hát giỏi, sinh hoạt nhiệt tình, tôi và Hiếu chung vòng tròn vỗ tay cùng hát, trò chuyện thân tình. Tôi không biết là Hiếu có năng khiếu hội họa cho đến lúc bất ngờ Hiếu đưa tặng bức chân dung vẽ trên giấy cứng. Gam mầu tối, đen, nâu sẫm và đỏ thành một chân dung đeo kính cận khuôn mặt non tơ mà lại rất buồn. Tôi yêu quý bức tranh này lắm, dùng nó để làm bìa cho một tập ghi chép bài viết mỗi ngày. Suốt thời gian gần dài sau 75 không ngồi viết lại. Tới lúc tìm thì tìm không ra. Hiếu tốt nghiệp Đại Học Kiến Trúc về Sài Gòn làm việc, kết hôn với con gái của nhà văn Doãn Quốc Sĩ, sau đó cùng vợ con định cư ở Hoa Kỳ. Dễ đến gần 50 năm anh em mới có dịp gặp lại nhau. Khoảng cách vài ba tuổi thời thanh niên không còn nữa, ngồi bên nhau thành hai người bạn rất già.

Khi nối lại được với nhau tình bạn, biết được Hiếu đang là người trình bày và thực hiện bài vở cho tạp chí KBC Hải Ngoại. Thật vui khi lâu lâu có dịp gửi dược cho Hiếu một vài bài về đời quan ngũ ngày xưa.

2/ ĐINH CƯỜNG

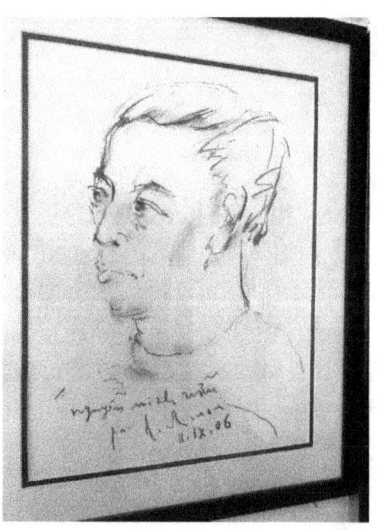

Khi chuẩn bị in tập thơ đầu tay năm 2006. Giang Hữu Tuyên làm cầu nối tôi gặp và làm quen với Họa Sĩ Đinh Cường. Khi tới để xin bức tranh làm bìa tập thơ, Ông đưa tôi một xấp phác thảo để chọn lựa, lúc ngẩng đầu lên, ông đưa thêm một tôi một tờ giấy nữa, trên đó, rất nhanh ĐC đã ghi trên tờ giấy những nét về tôi. Một quà bất ngờ và rất quý với tôi, một người làm thơ còn lạ mặt trên văn đàn, Đinh Cường lấy bức tranh tôi chọn làm bìa vẽ thêm một bờ núi và một vệt xanh xám, sau đó sau lưng bức tranh viết dòng chữ ghi tặng. Anh nói, tranh dành riêng cho Lời Ghi Trên Đá.

Bức ký họa chân dung này, tôi xử dụng là hình tác giả trong tập thơ đầu tay. Và chính từ đây. Tôi gần gũi hơn, thân thiết hơn nhiều hơn với một họa sĩ mà tôi yêu thích từ thời còn đi học. Thời gian khoảng 5 năm trước khi anh mất, là thời gian nhiều kỷ niệm chung, những chuyến đi xa như lên New Jersey thăm Trần Hoài Thư, hay gặp gỡ bạn bè từ xa, hay hầu như cứ một vài ngày, ra Starburk cà phê trò chuyện mông lung với Phạm Cao Hoàng, Trương Vũ, Nguyễn Mạnh Hùng. Xin lại một bài thơ của anh về những kỷ niệm này.

Chiều gió cùng Nữu ở Starbucks
Chiều gió. xe màu lá mạ ghé qua
cà phê cùng bạn. vui hơn bao giờ
bạn lại tặng cho tờ Xuân Văn Nghệ
mới hay là Tết đã đến rồi kia

chiều gió. bạn nói bây giờ đi giao báo
sao mà nhớ quá Giang Hữu Tuyên
mười mấy năm làm tên phát báo
lòng buồn theo thành quách xa xưa [1]

và chiều gió. thôi bạn đi tôi về lại
mấy cụm mây đứng hoài không bay đi
tôi cũng đứng lơ ngơ. nhìn tuyết trắng
còn phủ đầy sân chưa thấy tan

gió và gió ơi như lời ai thầm gọi
qua rừng cây tối xuống im lìm
và lại chao ơi. tiếng còi tàu hụ
tiếng còi tàu mùa đông nghe lạnh ghê.

Virginia, January 30, 2015
Đinh Cường

3. NGUYỄN QUANG CHƠN

Khi ghé lại Đà Nẵng, tìm Nguyễn Duy Ninh, một bạn cũ từ thời học chung ở Thủ Đức, gọi thêm Trần Thị Trúc Hạ và Hồ Sĩ Bình ra quán cà phê bờ sông Hàn ngồi trò chuyện. Bấm Điện thoại liên lạc với Nguyễn Quang Chơn. – Anh đang ở đâu? - Tôi và mấy người bạn đang ngồi ở quán… bờ sông, chỗ gần sân quần vợt… - Chơn sẽ đến ngay. – Nhưng ông đang ở xa không? Điện thoại đã bị cúp, chỉ khoảng 5 phút sau, Chơn chạy bộ tới. Quần ngắn, áo thể thao, Chơn cho biết, nhà anh ở cách quán cà phê vài trăm thước, nên nghe gọi điện thoại chạy tới ngay. Chơn hồng hào khỏe mạnh không khác hồi chúng tôi gặp nhau mấy năm trước ở Virginia. Hồ Sĩ Bình nói chuyện mấy câu rồi đứng dậy định về, anh ta than: gặp nhau chào hỏi như thế đủ rồi, ông thì không biết uống rượu, Nguyễn Duy Ninh cũng không uống rượu, uống cà phê tôi buồn ngủ quá. Chơn chặn ngang, uống rượu thì tỉnh phải không, ok về nhà tôi đi.

Chơn ở một chung cư cao cấp nằm ven sông Hàn, ngoài ban công rộng rãi đã sẵn một bộ bàn ghế, chai rượu ngon và món ăn nguội có sẵn câu chuyện hòa vào nhau thân thiện. Chỉ có tôi từ xa đến, còn Hồ Sĩ Bình, Nguyễn Duy Ninh và Nguyện Quang Chơn đều quen biết nhau từ trước, họ thân với nhau vì nhiều sinh hoạt văn học trong vùng.

Nguyễn Duy Ninh là bạn chung khóa, cùng trung đội với tôi thời gian học Thủ Đức. Ninh tốt nghiệp Mỹ Thuật Huế, hiện nay là một họa sĩ chuyên về tranh Thủ Ấn Họa, anh đã có nhiều cuộc triển lãm chung hoặc riêng ở địa phương. Hồ Sĩ Bình là một tác giả thơ quen thuộc, đang làm việc ở nhà Xuất Bản Hội Nhà Văn chí nhánh Đà Nẵng. Còn Nguyễn Quang Chơn là một người cầm bút vừa vẽ vừa viết, nhưng lại làm nghề xây dựng. Anh là bạn thân thiết với Họa Sĩ Đinh Cường. Khi anh ghé thăm vùng Hoa Thịnh Đốn, chúng tôi quen nhau. Với tính tình khoáng đạt, vui vẻ và nồng nhiệt của anh, chỉ vài ba lần gặp gỡ chúng tôi đã quý mến nhau, hẹn hò rằng khi nào có dịp về Đà Nẵng thì tìm nhau.

Khi nâng ly mừng hội ngộ, Chơn lấy từ trong nhà ra cuốn Thương Quá Sài Gòn mà tôi vừa xuất bản, anh nói, khi biết sách đã phát hành, Chơn đã tìm mua và giữ ở đây, chờ có dịp gặp anh, để anh ghi vài lời kỷ niệm. Tôi viết mấy dòng đưa lại cho Chơn và nâng ly chạm với NDNinh, với HSBình, quay lại nhìn Chơn, Chơn đang lúi húi vẽ ký họa vào ngay bìa sau cuốn sách. Những nét thật nhanh và thật ấn tượng khuôn mặt ngơ ngác của tôi.

Cám ơn và nhớ Nguyễn Quang Chơn, nhớ buổi sớm mai lái

xe đưa vợ chồng tôi đi bán đảo Sơn Chà, lễ chùa Linh Ứng, Nhớ tô Bún bò đặc sản Đà Nẵng, và nhớ bức ký họa vẽ xong vẫn còn nằm trong cuốn sách ở nhà Chơn. Anh ta giữ lại và hẹn : Anh sẽ phải ra Đà Nẵng lần nữa, đem theo cuốn khác để đổi lấy cuốn sách Chơn đã vẽ anh trong đó.

- Vâng, tôi sẽ còn ghé Đà Nẵng nữa mà .

4. TRƯƠNG VŨ

Sau nhiều năm làm việc về Khoa Học, Trương Vũ về hưu và dành toàn thời gian cho sở thích Viết và Vẽ. Tập Tiểu luận Đuổi Bóng Hoàng Hôn xuất bản năm 2019. Trong một bài viết về Trương Vũ, tôi đã ghi lại: Đuổi Bóng Hoàng Hôn là tập tiểu luận có lối hành văn trong sáng và khoa học, dẫn chứng nhẹ nhàng, dễ hiểu, tạo nhiều cảm xúc cho người đọc. Nhưng thực sự đó lại là một tác phẩm không dễ đọc. Nghĩa là sao?

Thông thường khi chúng ta đọc một bài tiểu luận, chúng ta sẽ cảm thấy thú vị vì được dẫn dắt và mở ra nhiều điều mới lạ. Nhưng đọc liên tục ba bốn bài, tôi có cảm giác bị choáng, những tư liệu, sự kiện, và cảm xúc tác giả gửi tới dập dồn, bắt buộc mình phải gấp sách lại, nhắm hờ đôi mắt, ngước lên trần nhà để từ từ tiếp nhận lại những điều vừa đọc được. Cái cảm giác đó có thể của riêng tôi, nhưng đó là cảm giác thật.

Tôi đã đọc Đuổi Bóng Hoàng Hôn rất nhiều lần mới hết cuốn sách. Sau đó đọc lại nhanh hơn, chỉ khoảng ba lần mở ra là đọc được cả 20 bài.

Thời gian dành cho Hội Họa nhiều và đắm đuối hơn. Anh ghi lại khuôn mặt của những thân quý như chị An, các con và các cháu, trong đó những bản sắc từng người chôn vào cảm xúc của vào tác phẩm đã tạo ra những sống động kỳ thú. Trong studio làm việc của anh, những sáng tạo phá cách rất mới lại có những chân dung nền nã trữ tình. Nhưng trong studio đó thiếu một mảng tranh nữa, đó là những bức Trương Vũ vẽ bạn bè, vì những tấm đó, đang nằm ở nhà riêng những người mà Trương Vũ vẽ.

Phạm Cao Hoàng có một bài thơ, đứng từ vị trí là Trương Vũ, để nói về những bức tranh chân dúng đó, bài thơ tên: Tôi Đang Vẽ Tâm Hồn Của Bạn":

... Tôi là họa sĩ tự nguyện chọn những nhân vật mà mình muốn vẽ

khuôn mặt mỗi người có thể khác nhau
nhưng những nhân vật tôi chọn đều có một điểm giống nhau:
các bạn là người có một tâm hồn đẹp
tôi tin điều đó
và khi vẽ chân dung bạn
có nghĩa là tôi vẽ tâm hồn của bạn
tôi vẽ tấm lòng nhân hậu của bạn
và nếu cuối cùng chúng ta có được bức chân dung đẹp
thì chính bạn là người góp một phần rất lớn trong việc sáng tạo ra tác phẩm đó.

Trương Vũ không bao giờ vẽ chân dung một người nào đó theo yêu cầu, mà là do Trương Vũ tự chọn nhân vật mình muốn vẽ. Ông ta báo với người đó và yêu cầu người đó phải tới ngồi làm mẫu để ông thực hiện tranh. Dứt khoát không vẽ qua hình chụp hay trí nhớ.

Số nhân vật ông chọn để vẽ không nhiều. Lý do để Ông chọn nhân vật là điều chưa bao giờ Ông thổ lộ, nhưng lược qua những chân dung đã vẽ, ta có thể thấy đó là những người ông hiểu họ và họ đã hiểu ông, đã có những giao tiếp gần gũi để ông nhìn thấy được cái sâu đằng sau khuôn mặt đó. Và căn bản là cái tình qua từng gam mầu ghi xuống.

Có lần, Trương Vũ gọi cho tôi: Anh muốn vẽ tặng em HOẶC vợ em một tấm chân dung, Một trong Hai, vì thời gian của anh có hạn. hai đứa nghĩ đi và trả lời cho anh biết, muốn anh vẽ ai?

Cô Mai trả lời nhanh: Anh vẽ anh Nữu đi. Anh Nữu đang cần một chân dung cho cuốn văn xuôi đầu tiên. Tranh của anh làm cuốn sách giá trị hơn và khi anh vẽ anh Nữu thì đã khác gì vẽ cả hai đứa, tụi em là một như anh đã nói mà.

Bức chân dung sơn dầu đầu tiên tôi có được là bức tranh Trương Vũ vẽ. Khi ngồi trên ghế nóng làm người mẫu cho anh, tôi nhớ đến câu thơ của Phạm Cao Hoàng: "… Tôi đang vẽ Tâm Hồn của Bạn" và tôi nghĩ đến Kim Mai, vì tôi tin rằng nếu anh vẽ tâm hồn của tôi thì có nghĩa anh đang vẽ Kim Mai trong tôi.

Rất tri ân bức chân dung đó, và tri ân cả những cái gật đầu của anh, mỗi khi tôi ngỏ ý xin tranh làm bìa cho một cuốn sách sắp in. Cám ơn anh Trương Vũ.

5. MAI SINH

Rất tình cờ trên Facebook chúng tôi quen nhau. Mai Sinh là người yêu thích nhạc và có khiếu thẩm mỹ rất cao khi thưởng ngoạn các ca khúc. Anh đưa lên Facebook của mình những ca khúc hay mà anh sưu tầm được. Từ chỗ đó, tôi có những cảm nhận tâm huyết với anh. Bất ngờ, có lần anh nhắn tin muốn vẽ tặng tôi một bức chân dung. Tôi ngạc nhiên, anh là Họa Sĩ à? Anh trả lời không, anh chỉ là một nghệ nhân vẽ và tô màu các tượng thờ trên chùa, nhưng thích vẽ.

- Nhưng sao anh lại có ý định vẽ tôi?

- Không giải thích được, nhưng tự nhiên trò chuyện có cảm tình và tôi muốn vẽ tặng anh một tấm, xin anh gửi cho tôi một tấm hình mà anh thích.

Gửi cho Mai Sinh một tấm hình mới chụp là do trân trọng cái tình bạn đó gửi cho mình chứ lúc đó tôi hoàn toàn chưa biết Mai Sinh là Họa Sĩ, và chưa hề nhìn thấy bất cứ tấm tranh nào anh ấy đã vẽ. Nhưng một tuần sau nhận được hình chụp bức tranh tôi ngỡ ngàng. Bức tranh quá đẹp. Trình độ vẽ chân dung sơn mầu của anh thật tuyệt vời, và kích thước bức tranh cũng làm tôi choáng. Tôi không nghĩ anh là người vẽ cho vui như lời anh nói, mà là một người chuyên nghiệp. Mà đã vẽ chuyên nghiệp, nghĩa là một nghề kiếm sống, nay anh lại tự ý vẽ tặng cho mình làm tôi thực sự áy náy. Tôi ngỏ ý với Mai Sinh, và anh từ chối mọi bù đắp mà tôi đề nghị.

Cho tới khi tôi về Việt Nam, đến tận nhà thăm anh, nhận bức tranh,

Tôi mới biết rõ, anh có một đời sống thiện lành, thời gian đi làm công quả các chùa để tu bổ, trang trí tượng phật chiếm rất nhiều thời gian, anh vẽ khá nhiều chân dung các tác giả Thơ, Nhạc mà anh yêu thích chỉ để giữ lại trang trí trong nhà. Anh vẽ bằng sự chọn lựa do lòng yêu thích của mình chứ không phải vẽ tranh để bán.

Cám ơn Mai Sinh thật nhiều, anh đã cho tôi một kỷ niệm thật đẹp của những giao tình trên mạng. Ảo mà rất thực.

6. ĐINH TRƯỜNG CHINH

Đinh Trường Chinh là con trai thứ của Họa sĩ Đinh Cường. Tôi biết tên và quen với Chinh từ những bài thơ của anh trên các trang mạng như Gió-O, Da Màu, chúng tôi là Bạn. Đây là một bài thơ của Đinh Trường Chinh mà tôi yêu thích:

MƯA VỀ TRƯA.
mưa về ngang bến sông
bài thơ buồn giữa ngọ
ta tìm nơi trú gió
lạc giữa ngày khan âm
trưa vắt ngang hồn sai
một bài thơ rất lạ
tâm nào vừa rụng trái
cho chữ nghĩa la đà
mưa về qua xóm ngái
hương đất nồng phiêu diêu
bài thơ nằm vụng dại
thất giạt giữa khe chiều.

Cùng với thơ, Chinh vẽ rất nhiều tranh sơn dầu. Rất nhiều tranh của Đinh Trường Chinh được xin để làm bìa các tập thơ, văn đã phổ biến. Đặc sắc như một tấm tranh cô gái vùng cao được sử dụng làm bìa Xuân báo Người Việt năm 2021 rực rỡ sắc mầu, cầm tờ báo trên tay là cầm cả một mùa xuân mơ ước. Anh có hai người con gái, đặt tên là Thơ và Tranh, như vậy, hai mảng nghệ thuật anh yêu thích được dùng để đặt tên cho con, cũng là cách mà chẳng cần nói nhiều, đã hiểu Chinh sống suốt đời với chính niềm đam mê chân thực của mình.

Trong một cuộc trò chuyện được ghi lại của tác giả Nguyễn Phương Thảo với Đinh Trường Chinh, đã ghi lại:

"Cũng có thể nói, vẽ tranh như một thứ "therapy" anh tự tạo cho mình. Với riêng anh, hội họa là hơi thở, "khi tôi cầm cọ để vẽ, là tôi thở, khi tôi ở bên cạnh sơn, màu, bố… là tôi sống. Hội họa có một khả năng làm hồi sinh mạnh mẽ, nhất là những lúc tôi rơi vào vực sâu, rơi vào tuyệt vọng: tôi vẽ. Có lẽ không có cách nào hơn chăng? chắc chắn là có, có thể lên một đỉnh núi cao hay đi bộ dọc bờ biển. Nhưng không hiểu sao, quán tính đầu tiên với tôi là vẽ, tôi có thể vẽ bất cứ lúc nào. Hội họa như một thứ tôn giáo. Nói ra như có vẻ cường điệu, nhưng thật ra là thế, thực tế đã xác minh điều đó với tôi".

Từ năm 2020, nét vẽ của Chinh nhiều biến chuyển, khai phóng và mới lạ. Anh bắt đầu sử dụng bút sắt. Những bức tranh vẽ nhanh của anh cuốn hút tôi rất nhiều. Khi bắt tay thực hiện tập truyện Thuồng Luồng Mắt Biếc, tôi ngỏ ý với Chinh, muốn xin một ký họa tác giả bằng bút sắt của Chinh. Chinh nhận lời và gửi qua ngay một Portrait Nguyễn Minh Nữu để tôi xử dụng cho cuốn sách sắp in.

Muốn ghi lại nơi này lòng tri ân với một người bạn, rất chí tình và rất tài hoa.

7. TRẦN NHO BỤI

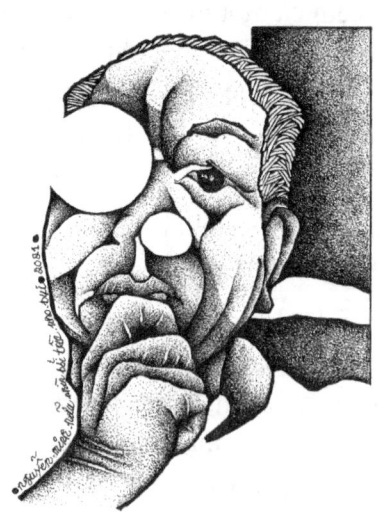

Khi đăng bài viết về Giang Hữu Tuyên trên facebook. Tôi được lời mời kết bạn của Trần Nho Bụi. Anh là tác giả một số tranh mà có dịp tôi nhìn thấy. Nét vẽ rất lạ, mô tả trừu tượng mà cụ thể từng chi tiết. Tranh của anh thường phối hợp giữa khuôn mặt thật và những điều ẩn sâu trong tác phẩm người đó. Anh chưa hề quen với Giang Hữu Tuyên, nhưng yêu thích tơ của Tuyên, bài tôi viết về Tuyên sau khi Tuyên đã từ trần hơn 10 năm, lại làm anh xúc động. Chuyện trò qua tin nhắn, rồi sau đó trực tiếp qua điện thoại, chúng tôi nối được với nhau rất nhiều yêu thích chung, cụ thể là về nhiều tác giả mà chúng tôi cùng đọc.

Trần Nho Bụi gửi cho tôi xem một số chân dung tác giả anh vẽ như Nguyễn Chí Thiện, Phạm Duy… Toàn là những người anh chỉ biết qua tác phẩm và hình ảnh trên mạng. Tôi nói với anh về cuốn sách tôi dự trù xuất bản, viết về những vùng đất đã đến và những con người đã gặp. Tôi đề nghị cộng tác với tôi trong cuốn sách này, nghĩa là, tất cả các tác giả tôi nói tới, sẽ có một "Cái Nhìn" từ Trần Nho Bụi. Mới đầu anh nhận lời, nhưng xin chậm lại vì anh vẽ một tấm tranh rất lâu, anh không vẽ từ khuôn mặt, mà vẽ từ nhận xét của anh về những gì người đó viết xuống, nên thời gian để anh vẽ có khi kéo dài vài tháng.

Sau đó Trần Nho Bụi trả lời lại là sức khỏe của anh không cho phép, hơn nữa, anh đang gặp một chuyện không vui, nên khó lòng đáp thỏa thời gian mà tôi yêu cầu. Nhưng ngay trước mắt, để ghi nhận một tình bạn mới, anh gửi cho tôi một bức tranh đặt tên là: Nguyễn Minh Nữu nhìn bởi Trần Nho Bụi 2021".

Thật tiếc là không làm việc chung được với anh trong cuốn sách này, nhưng anh hứa sẽ tiếp tục vẽ khi có thời gian và hứng trở lại, sau đó anh gửi thêm chân dung hai tác giả nữa là Đinh Cường và Đoàn Văn Khánh. Bức vẽ Đoàn Văn Khánh có xử dụng trong cuốn sách này.

Cám ơn Trần Nho Bụi, và mong ngày nào đó, có thể cùng anh thực hiện bộ tranh chân dung tác giả mà anh đang còn muốn thực hiện.

8.

Tri âm còn cũng dăm ba đứa
Cát bụi thì không chỉ một lần
Hải giác sơn nhai phiêu bạt mãi
Bên trời nhìn tuyết trắng bâng khuâng.

Nguyễn Minh Nữu
Tháng 2/2022

Mục lục

Liên lạc Tác giả
Nguyễn Minh Nữu
nuuminhnguyen@gmail.com
(703) 608 8001

Liên lạc Nhà xuất bản
Nhân Ảnh
han.le3359@gmail.com
(408) 722-5626

www.ingramcontent.com/pod-product-compliance
Lightning Source LLC
Chambersburg PA
CBHW060950120726
47910CB00002B/570